പകച്ചുരുൾ

INSIGHT PUBLICA®

Nadakkavu, Kozhikode, Kerala, 673011
www.insightpublica.com
e-mail: insightpublica@gmail.com
Title: **Pakachurul**
Author: **Sreeni Elayur**
(Malayalam)
Second Edition: June 2024
Book Design: kjvj@insight
Printed and Published by
InsightinPublica Printers & Publishers Pvt. Ltd.
ISBN 978-93-5517-367-6
₹ 250

പകച്ചുരുൾ

ശ്രീനി ഇളയ്യൂർ

1963 സെപ്റ്റംബർ 01ന് മലപ്പുറം ജില്ലയിലെ ഇളയൂരിൽ ജനനം. 1981 ൽ പെരിന്തൽമണ്ണ ഗവ.പോളിടെക്നിക്കിൽനിന്നും സിവിൽ എഞ്ചി നീയറിംഗിൽ ഡിപ്ലോമ. 1985 മുതൽ സംസ്ഥാന സർക്കാരിനുകീഴിൽ ജലസേചന വകുപ്പിൽ ഉദ്യോഗം. 2019 ഓഗസ്റ്റ് 31ന് വയനാട് കാവേരി പ്രൊജക്ട് ഡിവിഷനിൽ എക്സിക്യൂട്ടീവ് എഞ്ചിനീയറായിരിക്കെ സർവ്വീ സിൽനിന്നും വിരമിച്ചു.

പ്രസിദ്ധീകരിച്ച പുസ്തകങ്ങൾ: *അപ്രതീക്ഷിതം* (ക്രൈം മിസ്റ്ററി കഥകൾ) *ബൂമറാംഗ്* (ക്രൈം നോവലെറ്റകൾ)

ഭാര്യ: ഡോ. ഗീത.കെ (ഗൈനക്കോളജിസ്റ്റ്), മകൾ: സാന്ദ്ര

വിലാസം: "ശലഭം", ഇളയൂർ, ഇരുവേറ്റി.പി.ഒ, അരീക്കോട്, മലപ്പുറം 673639

മൊബൈൽ: 9061803605

ശ്രീനി ഇളയൂർ

ആമുഖം

രണ്ടായിരത്തി ഇരുപതിലാണ് ഞാൻ എഴുത്തിന്റെ വഴിയിലേക്ക് പ്രവേശിച്ചത്. മൂന്നാമത്തെ പുസ്തകമായ "പകച്ചുരുൾ" എന്ന കുറ്റാ ന്വേഷണ നോവലുമായാണ് ഇപ്പോൾ നിങ്ങളുടെ മുന്നിലേക്കെത്തുന്നത്. ആദ്യ രണ്ട് പുസ്തകങ്ങളായ "അപ്രതീക്ഷിതവും," "ബ്യൂമറാംഗം" ക്രൈം-മിസ്റ്ററി കഥാസമാഹാരങ്ങളായിരുന്നു.

കുറ്റാന്വേഷണ സാഹിത്യത്തിൽ മലയാളത്തിന് സമ്പന്നമായൊരു പാരമ്പര്യമുണ്ട്. ഇടക്കാലത്ത് അൽപം മങ്ങിപ്പോയെങ്കിലും ഉയിർത്തെ ഴുന്നേൽപ്പിന്റെ പാതയിലാണ് മലയാള അപസർപ്പക സാഹിത്യം. പരമ്പരാഗത കുറ്റാന്വേഷണ നോവൽ രചനാരീതികളിൽനിന്നും കുറച്ചൊക്കെ വ്യത്യസ്തത പുലർത്താൻ ഇതിൽ പരമാവധി ശ്രമിച്ചിട്ടു ണ്ട്. അതിസമർത്ഥനും അതിബുദ്ധിമാനുമായ ഒരു ഡിറ്റക്റ്റീവ് എന്ന രീതിയിൽനിന്നു മാറി കുറ്റാന്വേഷണം ഒരു ടീം വർക്ക് ആണെന്നുള്ള ആശയത്തില്ലൂന്നിയാണ് "പകച്ചുരുൾ" ചുരുൾ നിവർത്തുന്നത്. പതിഞ്ഞ താളത്തിൽ നീങ്ങുന്ന അന്വേഷണം, നിശ്ചലമായ തടാകത്തിലെ തോണിയാത്രപോലെ നിങ്ങൾക്ക് ആസ്വദിക്കാനാവുമെന്നാണ് ഞാൻ പ്രതീക്ഷിക്കുന്നത്.

ഈ പുസ്തകത്തിന്റെ രചനയിൽ എനിക്കേറെ പ്രചോദനവും പിന്തുണയും നൽകിയ എഴുത്തുകാരൻ മരിയ റോസ്, സുഹൃത്തുക്കൾ ഹരി ഗ്ലാൻസ്, ജോർജ് മാത്യു മരുതനാംകുഴി, തിരക്കിനിടയിലും എഡിറ്റ് ചെയ്യാൻ തയ്യാറായ എഴുത്തുകാരനായ സമീർ കലന്തൻ, പുസ്തകം പ്രസിദ്ധീകരിക്കാൻ തയ്യാറായ Insight Publica എന്നിവരോട്ടുള്ള നന്ദി രേഖപ്പെടുത്തുന്നു.

ശ്രീനി ഇളയൂർ

1

2017 ആഗസ്റ്റ് 21 തിങ്കളാഴ്ച.

രാവിലെ സർക്കിൾ ഓഫീസിലെത്തി, വിശ്വനാഥൻ തന്റെ സഹപ്രവർത്തകരുമായി സംസാരിച്ചുകൊണ്ടിരിക്കുമ്പോഴാണ് ലാന്റ്ഫോൺ ശബ്ദിച്ചത്.

"സാറേ, കുറച്ചുമുമ്പ് ഒരു ലേഡി വിളിച്ച് സാറെത്തിയോ എന്ന് ചോദിച്ചിരുന്നു. അവരായിരിക്കും."

"എന്നിട്ടെന്തേ താനാ വിവരം പറയാഞ്ഞത്?"

"അത് സാറേ, അവർ പിന്നെ വിളിക്കാമെന്ന പറഞ്ഞു. പേരൊന്നും പറഞ്ഞതുമില്ല."

സർക്കിൾ ഇൻസ്പെക്ടർ വിശ്വനാഥൻ ഫോണെടുത്തു.

"ഹലോ, സി.ഐ വിശ്വനാഥൻ സ്പീക്കിംഗ്..."

"സാറേ, എന്റെ പേര് നിർമ്മലാ ശരത്. ഞാൻ കോർപറേഷന്റെ മൂന്നാം വാർഡിലാണ് താമസിക്കുന്നത്."

"ശരി, എന്താണ് നിർമ്മലയുടെ കംപ്ലയ്ന്റ്?"

"ഞാൻ അതാണ് പറയാൻ പോകുന്നത്. എന്റെ ഹസ്ബെന്റിനെ പറ്റി രണ്ടുമൂന്ന് ദിവസമായി ഒരു വിവരവുമില്ല. ഒരു മീറ്റിംഗിനാണെന്ന പറഞ്ഞ് പതിനെട്ടാം തിയ്യതി വീട്ടിൽനിന്നു പോയതാ. പിന്നെ ഒറ്റ ത്തവണ മാത്രമേ വിളിച്ചിട്ടുള്ളൂ. പിന്നീടിതുവരെ യാതൊരു കമ്മ്യൂണി ക്കേഷനുമില്ല. പലതവണ അങ്ങോട്ട വിളിച്ചപ്പോഴും ഫോൺ സ്വിച്ച്ഡ് ഓഫ് എന്നാണ് പറയുന്നത്."

"ഹസ്ബെന്റിന് എന്താണ് ജോലി? എന്ത് പ്രായമുണ്ട്?"

"നാൽപതുവയസ്സ് പ്രായമുണ്ട്. ടൗണിൽ ഇലക്ട്രിക്കൽ എക്യുപ്മെൻ സിന്റെ ഒരു ഹോൾസെയിൽ ഷോപ്പ് സ്വന്തമായി നടത്തുന്നു."

"എങ്ങോട്ട പോവുകയാണെന്നാണ് പറഞ്ഞത്?"

"എറണാകുളത്ത് ഒരു മീറ്റിംഗ് ഉണ്ടെന്നുപറഞ്ഞാണ് പോയത്."

"നിങ്ങൾക്ക് സർക്കിൾ ഓഫീസ് വരെയൊന്ന വരാൻ പറ്റമോ? ഒരു റിട്ടൺ കംപ്ലയ്ന്റ് തന്നോളൂ. ശരത് എന്നല്ലേ ആളുടെ പേര്. ശരത്തി ന്റെ ഒരു ഫോട്ടോയും അയാൾ ഉപയോഗിക്കുന്ന എല്ലാ മൊബൈൽ നമ്പറുകളും വേണം."

"വരണമെന്ന് നിർബന്ധമാണോ? വരാൻ ചെറിയൊരു അസൗക ര്യമുണ്ട്."

"അങ്ങനെയെങ്കിൽ ഞാനൊരു മൊബൈൽ നമ്പർ തരാം. അതിലേക്ക് ഫോട്ടോ ഉൾപ്പെടെ എല്ലാം വാട്സാപ്പ് ചെയ്താൽ മതി. വീട് എവിടെയാണെന്നാണ് പറഞ്ഞത്?"

"നരിക്കാവ് ഹൗസിംഗ് കോളനിയിൽ ആദ്യ ലൈനിലെ അവസാ നത്തെ വീട്. നമ്പർ6"

"നിങ്ങളുടെ നമ്പർ പറയൂ..."

വിശ്വനാഥൻ അവർ പറഞ്ഞ നമ്പർ എഴുതിയെടുത്തു.

നരിക്കാവ് ഹൗസിംഗ് കോളനി, നഗരത്തിലെ സമ്പന്നർ താമസി ക്കുന്ന ഏരിയയാണ്. മിക്കവാറുമെല്ലാം വലിയ ലക്ഷ്വറി വീടുകളാണ്. അതിൽ ആറാമത്തെ വീട് എന്നാണ് പറഞ്ഞത്. പെട്ടെന്നാണ് വിശ്വനാഥന്റെ തലയിൽ ഒരു സ്പാർക്ക് കത്തിയത്. ആദ്യവരിയിലെ ആറാമത്തെ വീട്ടിൽ താൻ പോയിട്ടുള്ളതാണല്ലോ. റിട്ടയേർഡ് എസ്. പി വിജയനാരായണന്റെ വീടാണത്. ഈ സർക്കിളിന കീഴിൽ റിട്ടയർ ചെയ്തതിനുശേഷവും പോലീസ് പ്രൊട്ടക്ഷൻ അനുവദിച്ചിട്ടുള്ള പ്രത്യേക പരിഗണനയിലുള്ള വീടാണല്ലോ അത്. ആ വീട്ടിൽ നിന്നാണോ ഈ സ്ത്രീ വിളിക്കുന്നത്. തന്നെ കളിപ്പിക്കാൻ വേണ്ടി ആയിരിക്കുമോ?

വിശ്വനാഥൻ ആ മൊബൈൽ നമ്പറിൽ തിരിച്ചുവിളിച്ചു.

"ആറാം നമ്പർ വീട് റിട്ടയേർഡ് എസ്.പി വിജയനാരായണൻസാ റിന്റേതല്ലേ? മാഢം അദ്ദേഹത്തിന്റെ ആരാണ്?"

"അദ്ദേഹം എന്റെ ഫാദർഇൻലോയാണ്."

"എന്നിട്ടെന്തേ വിജയനാരായണൻസാർ നേരിട്ട് പോലീസുമായി ബന്ധപ്പെട്ടില്ല? അദ്ദേഹത്തിന് ഏറ്റവും മുകൾതട്ടിൽ തന്നെ വിളിച്ചിട്ട് അന്വേഷണം ആവശ്യപ്പെടാമായിരുന്നല്ലോ."

"സാർ, അച്ഛൻ ഈ വിഷയത്തെ അത്ര കാര്യമായി എടുത്തിട്ടില്ല. രണ്ടുദിവസം കഴിഞ്ഞാൽ തിരിച്ചവന്നോളം എന്ന നിലപാടിലാണ്. പക്ഷേ എനിക്കെന്തോ വല്ലാത്ത അസ്വസ്ഥത തോന്നുന്നു. ഇതിനുമുമ്പും ശരത്തേട്ടൻ മൂന്നോനാലോ ദിവസം, ചിലപ്പോൾ ഒരാഴ്ച വരെയൊക്കെ വിട്ടുനിൽക്കാറുണ്ട്. പക്ഷേ അപ്പോഴൊക്കെ രാവിലെയും വൈകുന്നേരവും വിളിക്കാറുള്ളതാണ്. ഇന്നേക്ക് മൂന്നു ദിവസമായി ഒരു വിളിയുമില്ല, മെസ്സേജുമില്ല. അതുകൊണ്ടാണ് ഞാൻ സാറിനെ വിളിച്ചത്."

"ഓക്കെ മാഡം. എനിക്ക് മനസ്സിലായി. മാഡം ഇങ്ങോട്ടുവരണ്ട. ഞാൻ ഒരു മൂന്നമണിയാകുമ്പോൾ അങ്ങോട്ട വന്നേക്കാം. ബാക്കി വിശ ദാംശങ്ങളൊക്കെ നേരിട്ട കേൾക്കാം. ഒരു പരാതി എഴുതിത്തയ്യാറാക്കി വച്ചോളൂ."

ഫോൺ സംഭാഷണം അവസാനിച്ചിട്ടും വിശ്വനാഥന്റെ മനസ്സിൽ ആ സംഭവത്തെപ്പറ്റിയായിരുന്നു ചിന്തകൾ മുഴവൻ. കാണാതായി എന്നു പറയപ്പെടുന്ന ആൾ (അങ്ങനെ പരാതിക്കാരി പറഞ്ഞിട്ടില്ല) റിട്ട. എസ്.പി വിജയനാരായണന്റെ മകനാണ്. വിജയനാരായണനാ വട്ടെ സർക്കാരിന്റെ പ്രത്യേക പരിഗണനയിൽ സുരക്ഷാ സംവിധാന ങ്ങളോടെ ജീവിക്കുന്ന റിട്ടയർ ചെയ്ത പോലീസ് ഉദ്യോഗസ്ഥനാണ്. അതുകൊണ്ടുതന്നെ അദ്ദേഹത്തിന്റെ മകനെ ശരിക്കും കാണാതായി ട്ടുണ്ടെങ്കിൽ അതൊരു വലിയ കേസായി മാറും. വളരെ ഗൗരവത്തോ ടെത്തന്നെ അന്വേഷിക്കേണ്ടിവരും. അതോ ശരത്തിനെ ആരെങ്കിലും അപായപ്പെടുത്തിയതായിരിക്കുമോ? വിശ്വനാഥന് പെട്ടെന്നൊരു ഞെട്ടൽ അനുഭവപ്പെട്ടു. എങ്കിൽ ഉറക്കമില്ലാത്ത രാത്രികളായിരിക്കും തന്നെ കാത്തിരിക്കുന്നതെന്ന് അയാൾക്ക് ഉറപ്പായിരുന്നു. ഏയ്, അങ്ങിനെയൊന്നുമുണ്ടാവില്ല. എവിടെയെങ്കിലും കൂട്ടുകാരുമൊത്ത് കറങ്ങിയടിക്കുന്നുണ്ടാവും. ഫോൺ വിളിച്ചില്ല എന്നൊരൊറ്റ പരാതി മാത്രമേ ലഭിച്ചിട്ടുള്ളൂ. ഫോണിലെ ചാർജ്ജ് തീർന്നതാകാം. ചാർജ്ജ് ചെയ്യാനുള്ള അവസരങ്ങളൊന്നുമില്ലാത്ത ഏതെങ്കിലും പ്രദേശത്തായി രിക്കും താമസം. ഒന്നുകിൽ ഒരു ജോലി ട്രിപ്പാകും. അല്ലെങ്കിൽ രഹസ്യ സ്വഭാവമുള്ള വല്ല മീറ്റിംഗുകളമാവും. മീറ്റിംഗ് പൂർത്തിയായതിനുശേഷം വിളിക്കാമെന്ന കരുതിയതാവാം.

വിശ്വനാഥൻ എസ്.ഐ വിനോദിനെ വിളിച്ച് മൂന്നമണിക്ക് റിട്ട. എസ്.പിയുടെ വീട്ടിൽ പോകാനുണ്ടെന്നു പറഞ്ഞു. വിനോദിന്റെ

സ്റ്റേഷൻ പരിധിയിൽ വരുന്ന പ്രദേശമാണ് നരിക്കാവ് ഹൗസിംഗ് കോളനി.

മുമ്പൊരിക്കൽ വിജയനാരായണൻസാറിന്റെ വീട്ടിൽപോയത് വിശ്വ നാഥന് ഓർമ്മവന്നു. കോഴിക്കോട് ടൗൺ സർക്കിളിലേക്കെത്തിയിട്ട് അധികകാലമായിരുന്നില്ല. അന്നത്തെ അസിസ്റ്റന്റ് കമ്മീഷണർ വിളിച്ച പ്പോൾ കൂടെ പോയതാണ്. അക്കാലത്തും എ.ആർ ക്യാമ്പിൽനിന്നുള്ള ഏതാനും പേഴ്സണൽ സെക്യൂരിറ്റി ഓഫീസർമാരുടെ സംരക്ഷണയായി ലായിരുന്ന റിട്ട.എസ്.പിയുടെ ജീവിതം.

എ.സി.പിയും വിജയൻസാറുമായി കുറേനേരം സംസാരിച്ചിരുന്നു. വിശ്വനാഥനെ എ.സി.പി പരിചയപ്പെടുത്തിക്കൊടുത്തു. നല്ല തലയെ ടുപ്പായിരുന്ന സാറിന്. ഈ പ്രായത്തിലും ഒരു കൂറ്റൻ കാളയെ അനുസ്മരിപ്പിക്കുന്ന ദേഹം. ഒറ്റനോട്ടത്തിൽ മുഖത്ത് തെളിയുന്ന ക്രൗ ര്യത്തിന്റെ മിന്നലാട്ടങ്ങൾ. ചിലപ്പോൾ നിശ്ചയദാർഢ്യത്തിന്റേതാകാം. ഇടതുകവിളിൽ നല്ലൊരു മുറിവിന്റെ പാടുണ്ട്. ഏതോ സംഘട്ടനത്തിന്റെ ബാക്കിപത്രമാകാനിടയുണ്ട്. വിജയൻസാറിനുള്ള പ്രൊട്ടക്ഷൻ പിൻവ ലിക്കാനുള്ള നിർദ്ദേശം സർക്കാരിന്റെ ഭാഗത്തുനിന്നുണ്ടായിട്ടുണ്ടത്രേ. അക്കാര്യം നേരിട്ട് സംസാരിക്കാനാണ് എ.സി.പി എത്തിയിരിക്കുന്നത്. വിജയൻസാറിന് ഒരു കൂസലുമില്ല. താനാവശ്യപ്പെട്ടിട്ടല്ല പ്രൊട്ടക്ഷൻ അനുവദിച്ചതെന്നും തനിക്കാരുടെയും ഔദാര്യം ആവശ്യമില്ലെന്നും അദ്ദേഹം രൂക്ഷമായിത്തന്നെ പ്രതികരിച്ചു. ദേഷ്യം വരുമ്പോൾ ആ മുഖത്ത് പ്രത്യക്ഷപ്പെടുന്ന ക്രൗര്യഭാവം കുറച്ചുകൂടി രൂക്ഷമാകുന്നതായി വിശ്വനാഥന് തോന്നി. സർവ്വീസ് റിവോൾവർ ഇല്ലെങ്കിലും ലൈസൻസു ള്ള ഒരു തോക്ക് കൈവശം ഇപ്പോഴുമുണ്ട്. തനിക്ക് പോകേണ്ടിവന്നാൽ എതിരാളികളിൽ രണ്ടുപേരെയെങ്കിലും തന്റെ കൂടെ കൊണ്ടുപോകും, തീർച്ച. വിജയൻസാർ ഉറച്ച ശബ്ദത്തിലാണത് പറഞ്ഞത്.

"ഡിപ്പാർട്ട്മെന്റിൽ ഇങ്ങേർക്കൊരു ഇരട്ടപ്പേരുണ്ടായിരുന്നു. ചീങ്കണ്ണി. പക്ഷേ, അങ്ങേര കേൾക്കെ ആ പേര് ആരും വിളിച്ചിട്ടുണ്ടാ വില്ല. എന്തായാലും ആളൊരു പുലിയായിരുന്നു." വീടിനുപുറത്തിറങ്ങി വണ്ടിയിൽ കയറിയിരുന്നപ്പോൾ എ.സി.പി പറഞ്ഞു.

"എന്തായാലും രണ്ടു പോലീസുകാരെയെങ്കിലും നിലനിർത്താനാവ ശ്യപ്പെടാം. എന്തെങ്കിലും അപകടം സംഭവിച്ചാൽ പഴി മുഴുവൻ നമ്മുടെ തലേലാകും. സത്യത്തിൽ അടുത്ത കാലത്തൊന്നും ഇങ്ങോർക്ക് യാതൊരുവിധ ഭീഷണിയുമുണ്ടായിട്ടില്ല."

"ഈ പ്രൊട്ടക്ഷനൊക്കെ നൽകാൻമാത്രം എന്ത് വീരകൃത്യങ്ങളാണ് ഇദ്ദേഹത്തിന്റെ സർവ്വീസ് ചരിത്രത്തിലുള്ളത്?"വിശ്വനാഥൻ ചോദിച്ചു.

പകച്ചുരുള്‍

"ആ.., തനിക്കിങ്ങരെക്കുറിച്ച് ഒന്നുമറിയില്ലല്ലേ? ഇയാൾ സർവ്വീ സിൽ കയറിയതുമുതൽ വളരെ കർക്കശക്കാരനായാണ് അറിയപ്പെട്ടി രുന്നത്. ഒരു മുരട്ട സ്വഭാവക്കാരൻ. നിയമത്തിനുവേണ്ടി നിലകൊള്ളുന്ന ആളാണ്. നിയമം പാലിക്കാൻവേണ്ടി ഏതറ്റവും പോകും. അതിൽ സാധാരണ മനുഷ്യരെന്നോ, സാധുക്കളെന്നോ, നിരാലംബരെന്നോ, സ്ത്രീകളെന്നോ, വിദ്യാർത്ഥികളെന്നോ ഒരു വിട്ടുവീഴ്ചയുമില്ല. മുഖം നോക്കാതെ നിയമം നടപ്പിലാക്കും, അത് ഏത് അക്രമത്തിലൂടെയാ ണെങ്കിലും. അതായിരുന്നു അയാളുടെ രീതി."

"അല്ല, ഈ പ്രൊട്ടക്ഷന് ആധാരമായ ആക്ഷനുകളെന്തൊക്കെ യായിരുന്നു?"

"അത് ഒത്തിരിയുണ്ട്. ഞാൻ അതിലേക്കാണ് വരുന്നത്. ഏറെ കേസുകളുണ്ടെങ്കിലും ഒരു മൂന്നു കേസുകളാണ് ഇദ്ദേഹത്തിന്റെ ജീവന് ഭീഷണിയാകുമെന്ന് സർക്കാരിന് തോന്നിയിട്ടുള്ളത്. ആദ്യത്തേത് പുള്ളിക്കാരന്റെ സർവ്വീസിന്റെ തുടക്കത്തിലുള്ളതാ. അന്ന് വിജയൻ സാറ് സി.ഐ ആയിട്ടില്ലെന്നു തോന്നുന്നു. കുറേ നക്സലൈറ്റുകൾ ചേർന്ന് ഒരു ഡോക്ടറെ ജനകീയ വിചാരണ ചെയ്ത സംഭവം താൻ ഓർക്കുന്നില്ലേ? കേരളം മുഴുവൻ ആ ജനകീയ വിചാരണ ആഘോ ഷിച്ചതാണല്ലോ. അന്നാ സംഭവത്തിന് നേതൃത്വം കൊടുത്തവരെയും പങ്കെടുത്തവരേയും മുഴുവൻ പിടിക്കുടി ലോക്കപ്പിൽവെച്ച് ഇങ്ങോര് ശരിക്കും പെരുമാറി. വലിയൊരു വിഭാഗം ജനങ്ങൾ ആ ഡോക്ടർ ക്കെതിരായിരുന്നു. ഡോക്ടർക്കുനേരെയുള്ള കയ്യേറ്റം നിയമപരമായി തെറ്റായിരുന്നെങ്കിലും പലരും മനസ്സുകൊണ്ട് അത്തരമൊരു കാര്യം ആഗ്രഹിച്ചിരുന്നുവെന്നാണ് തോന്നുന്നത്. അത്രയ്ക്കും ജനവിരുദ്ധനായ ഒരു കൈക്കുലിക്കാരനായിരുന്നു ആ ഡോക്ടർ. അതുകൊണ്ടുതന്നെ ആ വിചാരണയിൽ നക്സലൈറ്റുകളല്ലാതെ സാധാരണക്കാരായ നിരവധി നാട്ടുകാർ പങ്കെടുത്തിരുന്നു. വിജയൻസാർ എല്ലാവരേയും വീട്ടിൽ കയറി പൊക്കി. ആറിലധികം ആളുകളെ ലോക്കപ്പിലിട്ട് ക്രൂരമായി മർദ്ദിച്ചു. വിവരമറിഞ്ഞ് അന്ന് രണ്ടായിരത്തോളം ആളുകളാണ് എസ്.ഐക്കെതിരെ നടപടി വേണമെന്നാവശ്യപ്പെട്ട് സ്റ്റേഷനിലേക്ക മാർച്ച് ചെയ്തത്. തൽക്കാലത്തേക്ക് ഒരു ട്രാൻസ്ഫർ സംഘടിപ്പിച്ചിട്ടാ അന്നദ്ദേഹം രക്ഷപ്പെട്ടത്. പക്ഷേ, അതിന്റെ പക ഏറെക്കാലം കഴി ഞ്ഞിട്ടും ജനങ്ങൾക്കിടയിൽനിന്ന് പോയിരുന്നില്ല. അതിന്റെ പേരിൽ പലതരത്തിലും ഭീഷണികളുണ്ടായിരുന്നു.

രണ്ടാമത്തെ സംഭവം ഉണ്ടായത് ഇങ്ങേര് ഡി.വൈ.എസ്.പി ആയി രിക്കുമ്പോഴാണ്. തമിഴ്‌നാട്ടിൽനിന്നുള്ള കുറ്റവസംഘം കേരളത്തിലെ

ചില പ്രദേശങ്ങൾ കേന്ദ്രീകരിച്ച് വൻതോതിൽ മോഷണങ്ങൾ നടത്തി വന്ന കാലം. നിരന്തരമായി നടക്കുന്ന മോഷണത്തിന്റെ പേരിൽ ജനങ്ങളാകെ പൊറുതിമുട്ടിയിരുന്നു. പോലീസിനാണെങ്കിൽ എത്ര ശ്രമിച്ചിട്ടും ആരെയും പിടിക്കടാനാകുന്നമില്ല. അപ്പോഴാണ് ഡി.ജി.പി പ്രത്യേക ചുമതലകൊടുത്ത് വിജയൻസാറിനെ സംഘത്തെ പിടിക്ക ടാനായി പറഞ്ഞുവിടുന്നത്. ഏതാനും ദിവസങ്ങൾക്കുള്ളിൽ സാറിന് സംഘത്തിലെ രണ്ടുപേരെ പിടിക്കടാനായി. അതോടെ പിന്നീട് വ്യാപ കമായൊരു വേട്ടയായിരുന്നു. കേരളത്തിലെത്തിയ മുഴുവൻ കുറവക്കൂട്ട ങ്ങളെയും സാറ് പിടിക്കൂടി. പിടിക്കൂടിയവരോട് ഒരു മയവുമില്ലാതെയാണ് സാറ്പെരുമാറിയത്. ഒരുത്തൻ ലോക്കപ്പിൽവെച്ചതന്നെ അടികൊണ്ട ചത്തു. അതിന്റെ പേരില്ലള്ള കേസിൽ നിന്നൊക്കെ സാറ് ഊരിപ്പോന്നു. പക്ഷേ ഈ കുറവസംഘത്തിനൊരു പ്രത്യേകതയുണ്ട്. ഒറ്റഗ്രാമത്തിൽ നിന്നാണവരുടെ വരവ്. തമ്മിൽ തമ്മിൽ നല്ല ഐക്യമാണ്. കൂട്ടത്തി ലൊരുവനെ കൊന്നത് ഇയാളാണെന്നും ഇയാളോട് പ്രതികാരം ചെയ്യണമെന്നും അവർ തീരുമാനമെടുത്തു. തിരുട്ടുഗ്രാമത്തിൽനിന്നും പ്രത്യേക പരിശീലനം നേടിയ കുറച്ചപേർ പ്രതികാര ദൗത്യവുമായി കേരളത്തിലെത്തി. പക്ഷേ സർവ്വീസിലിരിക്കുന്ന കാലത്ത് അങ്ങേരെ തൊടാൻ അവർക്കും സാധിച്ചില്ല. റിട്ടയർ ചെയ്യതോടെ ചുറ്റുമുള്ള പോലീസ് വലയം പോയല്ലോ. പലവിധത്തില്ലള്ള ഭീഷണികളം അക്ര മങ്ങളം പിന്നീടുണ്ടായി. അതാണ് പ്രധാനപ്പെട്ട കേസുകൾ."

"സാറ്മൂന്ന്കേസുകളുണ്ടെന്നു പറഞ്ഞല്ലോ. രണ്ടെണ്ണമല്ലേ ആയുള്ളൂ. മൂന്നാമത്തേത് എന്തായിരുന്നു?"

"സോറി, അതുപറയാൻ വിട്ടുപോയി. മന്ത്രിക്കെതിരേ പ്രതിഷേധിച്ച വിദ്യാർത്ഥികൾക്കുനേരെ സർവ്വീസ് റിവോൾവർകൊണ്ട് വെടിവെച്ച സംഭവം കേട്ടിട്ടില്ലേ? അന്നാ കുട്ടി മരിക്കാത്തത് ഇയാളുടെ ഭാഗ്യം. പിന്നെ വിദ്യാർത്ഥികൾ വിട്ടുമോ. കേരളത്തിലെവിടെച്ചെന്നാലും കല്ലേറും കരിങ്കൊടിയും. വിദ്യാർത്ഥികൾ ഇത്രയും പ്രതിഷേധം രേഖ പ്പെടുത്തിയ ഒരു പോലീസ് ഉദ്യോഗസ്ഥൻ വേറെയുണ്ടോ എന്ന് സംശയമാണ്. താൻ ആ മുഖത്തെ പാട് ശ്രദ്ധിച്ചോ? ഇങ്ങോർക്ക് നേരെ വിദ്യാർത്ഥികൾ നാടൻ ബോംബെറിഞ്ഞതാണ്. കൊണ്ടില്ല. പക്ഷേ പൊട്ടിത്തെറിച്ചപ്പോൾ ബോംബിന്റെ ഒരു ചീള് മുഖത്തേക്ക തെറിച്ചുവീണു. പണ്ട് ഇങ്ങനെ കുറേ സംഭവങ്ങളുണ്ടായിട്ടുണ്ടെങ്കിലും കഴിഞ്ഞ കുറച്ചവർഷങ്ങളായി ഇങ്ങോർക്ക് യാതൊരു ഭീഷണിയും റിപ്പോർട്ട് ചെയ്തിട്ടില്ല."

അന്നത്തെ ആ സന്ദർശനത്തിന്റെ ഓർമകളിലൂടെ സഞ്ചരിച്ച നിൽക്കുമ്പോഴാണ് വിശ്വനാഥന് കമ്മീഷണർ മുഹമ്മദ് അൻവറിന്റെ വിളി എത്തുന്നത്.

"വിശ്വനാഥൻ. ഇന്നലെ ഞാൻ നമ്മുടെ പഴയ എസ്.പി വിജയ നാരായണൻ സാറുമൊന്നിച്ച് ക്ലബ്ബിലുണ്ടായിരുന്നു. പ്രൊട്ടക്ഷനില്ലുള്ള ആ എസ്.പി തന്നെ. സംഭാഷണത്തിനിടയിൽ രണ്ടു ദിവസമായി പുള്ളിയുടെ മകനെക്കുറിച്ച് വിവരങ്ങളൊന്നുമില്ലെന്ന് സൂചിപ്പിച്ചു. പരാതിയായിട്ടൊന്നും പറഞ്ഞതല്ല. ഒരു കാര്യം ചെയ്യ്. താൻ ചെന്ന് ചെറിയൊരു അന്വേഷണമൊക്കെ ഒന്നുനടത്തിയേക്ക്. ചിലപ്പോൾ കൂട്ടുകാരോടൊപ്പം വെള്ളമടിച്ച് കറങ്ങി നടക്കകയായിരിക്കും. ആള് അത്ര മെച്ചമുള്ള പുള്ളിയൊന്നുമല്ല. ജഗജില്ലിയാ... പണവും പവറുമൊ ക്കെയായി വളർന്നതല്ലേ. അതിന്റെ എല്ലാ കഴപ്പങ്ങളും അയാൾക്കുണ്ട്. ശരത് എന്നാണവന്റെ പേര്. ശരത്വിജയൻ. കംപ്ലയ്ന്റ് കിട്ടിയിട്ടില്ലേ ങ്കിലും വിവരമറിഞ്ഞ സ്ഥിതിക്ക് താനൊന്ന് അന്വേഷിച്ചേക്ക്."

"സാർ, കംപ്ലയ്ന്റ് കിട്ടിയിട്ടുണ്ട്. ഞാൻ കുറച്ചുകഴിഞ്ഞ് ആ വീട്ടിലേ ക്ക് മൊഴിയെടുക്കാൻ പോവുകയാണ്."

"കംപ്ലയ്ന്റ് കിട്ടിയെന്നോ? കംപ്ലയ്ന്റൊന്നും കൊട്ടക്കുന്നില്ലെന്നാ ണല്ലോ സാറ് പറഞ്ഞത്."

"സാറല്ല, സാറിന്റെ മരുമകൾ. ഈ പറഞ്ഞ ശരത്വിജയന്റെ ഭാര്യയാണ് എന്നെ വിളിച്ച് വിവരം പറഞ്ഞത്. ഞാൻ മൂന്നമണിക്ക് അവിടെ ചെല്ലാമെന്ന് പറഞ്ഞിട്ടുണ്ട്."

"ഓ, വിജയൻസാർ അറിയാതെ കംപ്ലയ്ന്റ് തന്നതാകും. ഓക്കെ വിശ്വനാഥൻ. എന്തെങ്കിലും ഗൗരവമായി ഉണ്ടെങ്കിൽ എന്നെ വിളിച്ച റിയിക്കണം."

"ശരി സാർ..."

മൂന്നമണിക്കുമുമ്പ് ഡ്രൈവർ ഫിറോസ് വണ്ടിയുമായി പോകാൻ റെഡിയായി നിന്നു. വിശ്വനാഥ് വിനോദിനെ വിളിച്ച് തയ്യാറായി നിൽക്കാൻ ആവശ്യപ്പെട്ടു. ടൗൺ പോലീസ് സ്റ്റേഷനുമുന്നിൽവച്ച് വിനോദ്ദും സി.ഐയുടെ വാഹനത്തിൽ കയറി.

"എന്താ സാർ പ്രശ്നം? വിജയൻസാറിന് എന്തെങ്കിലും പുതിയ ഭീഷണിയുണ്ടേോ? ഇപ്പോ രണ്ടാൾ മാത്രമേ ഡ്യൂട്ടിയിലുള്ളൂ. ബാക്കിയു ള്ളവരെയൊക്കെ പിൻവലിച്ചിരിക്കയാണ്."

"എടോ അദ്ദഹത്തിനല്ല പ്രശ്നം. അദ്ദേഹത്തിന്റെ മകനെ രണ്ടദി വസമായി കാണാനില്ലെന്ന് ഭാര്യയുടെ പരാതി."

"ആരെ.. ആ ശരത്തിനെയോ? പത്തനാൽപത്തു വയസ്സായ അയാളെ കാണാനില്ലെന്നോ? ഒത്ത തടിയും ആരോഗ്യവുമുള്ള അയാളെ ആരെങ്കിലും തട്ടിക്കൊണ്ടു പോയോ?"

"വിനോദിന് ഈ പറഞ്ഞ ശരത്തിനെ പരിചയമുണ്ടോ?"

"എനിക്കാവീട്ടിൽ ഒന്നിലധികം തവണ പോകേണ്ടിവന്നിട്ടുണ്ട്. അവിടെവെച്ച് ഞാൻ പലപ്പോഴും കണ്ടിട്ടുണ്ട്. അയാളൊരു പ്രത്യേക ടൈപ്പാണെന്ന് തോന്നുന്നു."

"അതെന്താ അങ്ങനെ പറഞ്ഞത്?"

"അല്ല, ഞാനവിടെ പല പ്രാവശ്യം ചെന്നിട്ടും പല തവണ കണ്ടിട്ടും അയാൾ എന്നോടിയുവരെ ഒന്നു സംസാരിച്ചിട്ടുപോലുമില്ല. സ്വൽപ്പം അഹങ്കാരം കൂടുതല്യുണ്ട്. പോരാത്തതിന് ആളൽപ്പം റഫാണെന്നും തോന്നുന്നു."

ഫിറോസ് നരിക്കാവ് ഹൗസിംഗ് കോളനിയിലെ ആദ്യവരിയിലെ അവസാനത്തെ വീടിനുമുന്നിൽ വാഹനം നിർത്തി. പോലീസ് വാഹനം കണ്ടതോടെ ഗേറ്റിൽ കാവൽനിന്നിരുന്ന പോലീസുകാരൻ അറ്റൻഷ നായി. എസ്.ഐയേയും സി.ഐയേയും കണ്ടതോടെ അയാൾ സല്യൂട്ട് ചെയ്തു.

വിനോദ് കോളിംഗ് ബെല്ലടിച്ചു.

ഒരു സ്ത്രീയാണ് വാതിൽ തുറന്നത്.

"വരണം സാർ, ഞാൻ നിർമ്മല. ഞാനാണ് ഫോൺ ചെയ്തത്. ഇങ്ങോട്ടിരിക്കാം."

"വിജയനാരായണൻസാറ്?"

"അച്ഛൻ ഉച്ചഭക്ഷണം കഴിഞ്ഞ് പതിവായി ഒരു മയക്കമുണ്ട്. എണീ റ്റിട്ടില്ല. ഒരു നാല്മണിയോടെ എണീക്കും."

വിശ്വനാഥൻ നിർമ്മലയെ നോക്കി. ഒരു മുപ്പത്തഞ്ച് വയസ് പ്രായം തോന്നിക്കും. ആകർഷകമായ മുഖം. നല്ല പ്രാപ്തി തോന്നിക്കുന്ന ശരീരഭാഷ.

"നിർമ്മല ഇരിക്കൂ. ചില കാര്യങ്ങൾ കൂടി ചോദിച്ചറിയാനുണ്ട്. അതി നായിട്ടാണ് ഞാൻ വന്നത്. ശരത് എന്നല്ലേ ഹസ്ബന്റിന്റെ പേര്."

"അതേ, ശരത്വിജയൻ."

"ബിൽഡിംഗ് മെറ്റീരിയൽസിന്റെ ഹോൾസെയിൽസ് ബിസിനസ് നടത്തുന്നു, അല്ലേ?"

                                                  പകച്ചരുൾ

"മുൻപ് ബിൽഡിംഗ് മെറ്റീരിയൽസിന്റെ ബിസിനസ് ആയിരുന്നെങ്കി ലും ഇപ്പോൾ യഥാർത്ഥത്തിൽ ഇലക്ട്രിക്കൽ ഉപകരണങ്ങൾ മാത്രമേ വിൽക്കുന്നുള്ളൂ. അവയുടെ ഹോൾസെയിൽ ബിസിനസാണ്."

"ശരത് ഇല്ലാത്തപ്പോൾ ആരാണ് ബിസിനസ് നോക്കുന്നത്?"

"ഒരു മാനേജരുണ്ട്. അത്യാവശ്യകാര്യങ്ങൾ ഞാനും ഡീൽ ചെയ്യാ റുണ്ട്."

"എങ്ങോട്ടു പോകുന്നെന്ന് പറഞ്ഞാണ് ശരത് വീട്ടിൽനിന്നിറങ്ങി യത്? എന്നാണ് പോയത്?"

"എറണാകുളത്തൊരു മീറ്റിംഗുണ്ടെന്ന കാര്യം രണ്ടുദിവസം മുമ്പേ പറഞ്ഞിരുന്നു. പതിനെട്ടാം തിയ്യതി വെള്ളിയാഴ്ചയാണ് പോയത്. ആരുടെ മീറ്റിംഗാണ്, എവിടെ വെച്ചാണ് മീറ്റിംഗ് നടക്കുന്നത്, എവിടെയാണ് താമസം തുടങ്ങിയ കാര്യങ്ങളൊന്നും എന്നോട്ട പറഞ്ഞി ട്ടില്ല. എല്ലാ കാര്യങ്ങളും ഞാനങ്ങനെ ചോദിക്കാറുമില്ല. ശരത്തേട്ടന് അതൊന്നും ഇഷ്ടപ്പെടാറില്ല. ഞാനറിയേണ്ട കാര്യങ്ങൾ ഇങ്ങോട്ട പറയാറാണ് പതിവ്. എവിടെ പോയാലും രാവിലെയും വൈകിട്ടും വിളിക്കും. ഇത്തവണ പോയിട്ട് ആകെ ഒറ്റത്തവണ മാത്രമേ വിളിച്ചുള്ളൂ."

"വിളിക്കുന്നത് എവിടെവെച്ചാണെന്ന് പറഞ്ഞിരുന്നോ?"

"ആലുവ മെട്രോയുടെ മുന്നിൽവെച്ച്, മെട്രോയിൽ കയറുകയാണെ ന്ന് പറഞ്ഞിട്ടാണ് ഫോൺ വെച്ചത്."

"ആലുവ മെട്രോയിലോ? അപ്പോൾ കാർ എവിടെയാണ് പാർക്ക് ചെയ്തതെന്ന് പറഞ്ഞോ?"

"ഇല്ല, ഇപ്രാവശ്യം കാറിലല്ല പോയത്. ട്രെയിനിലാണ്."

"വിളിച്ചിട്ട് എന്താണ് പറഞ്ഞത്?"

"മെട്രോയിൽ കേറുകയാണെന്നും രാത്രി വിളിക്കാമെന്നുമാണ് പറഞ്ഞത്. മറ്റൊന്നും പറഞ്ഞില്ല."

"പിന്നെ രാത്രി വിളിച്ചില്ല അല്ലേ? പോവുമ്പോൾ ആരെങ്കിലും കൂടെ യുണ്ടായിരുന്നതായി അറിയുമോ?"

"ഇല്ല, കൂടെ ആരെങ്കിലുമുണ്ടോയെന്ന് സൂചിപ്പിച്ചിട്ടില്ല."

"മീറ്റിംഗ് വിളിച്ചത് ആരാണെന്നോ എന്തിനുള്ള മീറ്റിംഗാണെന്നോ പറയാൻ പറ്റുമോ?"

"ഈ പറഞ്ഞ ഒന്നിനെക്കുറിച്ചും എനിക്കറിയില്ല."

"ഇങ്ങനെ ഇടയ്ക്കിടയ്ക്ക് മീറ്റിംഗുകൾക്കായി പോവാറുണ്ടോ?"

"ഉണ്ട്. കേരളത്തിന്റെ പല ഭാഗങ്ങളിലേക്കും മറ്റ് സംസ്ഥാനങ്ങളി ലേക്കുമൊക്കെ പോകാറുണ്ട്. ചിലപ്പോൾ നാലോ അഞ്ചോ ദിവസമെ ടുക്കും. ഒരാഴ്ചവരെ എടുത്ത അവസരങ്ങളുമുണ്ടായിട്ടുണ്ട്. കമ്പനികളുടെ മീറ്റിംഗിൽ പങ്കെടുക്കാനാണ് പോകാറുള്ളതെന്നതിനാൽ അതിന്റെ വിശദാംശങ്ങൾ എന്താണെന്ന് ഞാൻ അന്വേഷിക്കാറില്ല."

"നിങ്ങളുടെ കുട്ടികൾ?"

"ഒരാൺകുട്ടി. എഴിൽ പഠിക്കുന്നു."

"ശരത് ഉപയോഗിക്കുന്ന ഫോണിന്റെ നമ്പർ പറയ്യൂ. ഒറ്റ ഫോണേയുള്ളോ?"

"രണ്ടെണ്ണമുണ്ട്. ഇത്തവണ ഒറ്റ ഫോണേ കൊണ്ടുപോയിട്ടുള്ളൂ." നിർമ്മല നമ്പർ പറഞ്ഞുകൊടുത്തു.

"ശരത്തിന്റെ ഒരു ഫോട്ടോ വേണം. കൊണ്ടുപോകാത്ത ഫോണും തന്നോളൂ. ശരത് വിളിക്കാത്തതിന്റെ കാരണമെന്തായിരിക്കുമെന്നാണ് നിർമ്മല കരുതുന്നത്?"

"അറിയില്ല. എന്തോ അപകടം പറ്റിയിട്ടുണ്ടോ എന്നൊരു ആശങ്ക യുണ്ട്. അതാണ് അച്ഛനോട് പോലും ചോദിക്കാതെ ഞാൻ സാറിനെ വിളിച്ചത്."

"ശരത്തിന്റെ കൂട്ടുകാർ ആരൊക്കെയാണ്? അവരുടെ നമ്പറുകളൊ ക്കെയൊന്നുവേണം. ആരെയെങ്കിലും വിളിച്ചുവോ?"

"ശരത്തേട്ടന് കുറേ കൂട്ടുകാർ ഉണ്ടെങ്കിലും മൂന്നോനാലോ പേരുടെ നമ്പറേ എന്റെ കയ്യിലുള്ളൂ. ആ നമ്പറുകൾ ഞാൻ തരാം. അവരെ ഞാൻ വിളിച്ചിരുന്നു. ഒരു പ്രയോജനവുമുണ്ടായില്ല. അതാ, അച്ഛൻ ഉണർന്നെ ന്നു തോന്നുന്നു."

ഉച്ചയുറക്കം കഴിഞ്ഞ് പുറത്തേക്കവന്ന വിജയൻസാറിനെക്കണ്ട് വിനോദും വിശ്വനാഥനും എണീറ്റു.

"എന്താ രണ്ടുപേരും കൂടി ഇവിടെ?" വിജയനാരായണൻ അന്വേഷിച്ചു.

"കമ്മീഷണർ ഇന്നലെ സാറിനെക്കണ്ട കാര്യം പറഞ്ഞിരുന്നു. രണ്ടുദിവസമായി മകന്റെ വിവരമൊന്നുമില്ല എന്നു പറഞ്ഞപ്പോൾ സാറ് എന്നോട് അതൊന്ന് അന്വേഷിക്കാനായി പറഞ്ഞുവിട്ടതാണ്."

"ഏയ്, അതൊന്നും ഒരു പ്രശ്നമാക്കേണ്ടതില്ല. അവന്റെ കാര്യം നോക്കാൻ അവനറിയാം. രണ്ടുദിവസം കഴിഞ്ഞാൽ ഇങ്ങെത്തിക്കോ ളും. അല്ലാതെങ്ങോട്ട പോകാൻ?"

"എന്നാലും ഞാനൊന്ന് ഫോളോ അപ്പ് ചെയ്യാം. ഫോട്ടോയും ഫോൺ നമ്പറുമൊക്കെ ഞാൻ ഇവരുടെ കയ്യിൽനിന്നും വാങ്ങിക്കോ ളാം. എന്നാൽ ഞങ്ങളിറങ്ങിക്കോട്ടെ. എന്തെങ്കിലും വിവരം കിട്ടിയാൽ വിളിക്കാം."

വിശ്വനാഥനും വിനോദും നിർമ്മലയിൽനിന്ന് ഫോട്ടോയും ഫോണും സുഹൃത്തുക്കളുടെ ഫോൺ നമ്പറുകളും വാങ്ങി രണ്ടുപേരോട്ടം യാത്ര പറഞ്ഞ് അവിടെനിന്നിറങ്ങി.

●

2

കാര്യങ്ങൾ എത്ര പെട്ടെന്നാണ് മാറിമറിഞ്ഞതെന്നാണ് വിശ്വ
നാഥൻ ആലോചിച്ചത്. കൊച്ചിൻ പോലീസ് കമ്മീഷണ
റുടെ മുമ്പിലാണ് ഇപ്പോൾ അയാൾ ഇരിക്കുന്നത്. വിജയൻസാറിന്റെ
വീട്ടിൽനിന്ന് തിരിച്ച് ഓഫീസിലെത്തി അധികം താമസിയാതെ കമ്മീ
ഷണർ മുഹമ്മദ് അൻവറിന്റെ വിളി വീണ്ടുമെത്തി. എത്രയും പെട്ടെന്ന്
എറണാകുളത്തെത്തി കമ്മീഷണറെ കാണാനായിരുന്ന നിർദ്ദേശം.
ചിലപ്പോൾ ശരത്തുമായി ബന്ധപ്പെട്ട ഫയൽ കൈമാറേണ്ടിവരും
എന്നും സൂചിപ്പിച്ചു. പിറ്റേന്ന് കാലത്ത് പത്തുമണി ആയപ്പോഴേക്കും
വിശ്വനാഥൻ കൊച്ചിയിലെ പോലീസ് കമ്മീഷണർ ഓഫീസിലെത്തി
യിരുന്നു.

"വിശ്വനാഥൻ, താൻ പറയുന്നതുപോലെ ഈ കേസ് അത്ര
നിസ്സാരമല്ല. ഇപ്പോഴിതൊരു മാൻ മിസ്സിംഗ് കേസാണ്. അന്വേഷിച്ച്
ചെല്ലുമ്പോൾ എങ്ങോട്ട തിരിയുമെന്ന് ഇപ്പോൾ പറയാൻ കഴിയില്ല.
പോലീസ് സംരക്ഷണത്തിൽ കഴിയുന്ന ഒരു റിട്ടയേർഡ് എസ്.പിയുടെ
മകനെയാണ് കാണാതായിരിക്കുന്നത്. നിങ്ങളോട് കംപ്ലെയ്ന്റില്ല
എന്ന് വിജയൻസാർ പറഞ്ഞെങ്കിലും അങ്ങോർ ഡി.ജി.പിയെ വിളിച്ച്
സംസാരിച്ചകഴിഞ്ഞു. വിജയൻസാറിന്റെ വീട്ടിലല്ലേ സംരക്ഷണമു
ള്ളൂ. മകനില്ലല്ലോ. ഈ കേസ് അന്വേഷിക്കാൻ ഡി.ജി.പി എനിക്ക്
നിർദ്ദേശം നൽകിയിട്ടുണ്ട്. മിനിസ്റ്ററും ഇതിനകം വിവരം അറിഞ്ഞിട്ടുണ്ട്.
മിസ്സിംഗ് പേഴ്സൺ അവസാനമായി ലൊക്കേറ്റ് ചെയ്തത് ഈ ജില്ലയി
ലായതുകൊണ്ടാണ് കേസ് എന്റെ തലയിലേക്ക് ഇട്ടതന്നത്. എനിക്കീ
തിരക്കുകൾക്കിടയിൽ എത്രത്തോളം സമയം കിട്ടുമെന്ന് സംശയമുണ്ട്.

നിങ്ങടെ കോഴിക്കോട്ടെ അവസ്ഥയല്ല ഞങ്ങൾക്കിവിടെ. നിങ്ങൾ ക്കാ കരിപ്പൂർ എയർപോർട്ടിലെ സ്വർണക്കടത്തും തട്ടിക്കൊണ്ടുപോ കലും മാത്രമേ തലവേദനയായുള്ളൂ. കൊച്ചി എന്നത് കേരളത്തിന്റെ ക്രൈം സിറ്റിയായി വളർന്നിട്ട് ഏറെക്കാലമായി. ഇണ്ടാ ആക്രമണവും കൊലപാതകങ്ങളും വൻ കവർച്ചകളും തട്ടിക്കൊണ്ടുപോകലുകളും ഇല്ലാത്ത ദിവസങ്ങളില്ലെന്നായിട്ടുണ്ട്. ഒന്നിനും ഒരു സാവകാശം കിട്ട നില്ല. അപ്പോഴേക്കും അടുത്ത ഹൈറിസ്ക് കേസ് വന്നിട്ടുണ്ടാകും. അതുകൊണ്ട് ഞാനിതിന്റെ ഉത്തരവാദിത്തം നാർക്കോട്ടിക് എ.സി. പി ശ്യാം മനോഹറിന് നൽകിയിരിക്കയാണ്."

"ശ്യാം മനോഹര് സാറിനാണോ? അദ്ദേഹത്തെപ്പറ്റി കുറച്ചകാല മായി തീരെ കേൾക്കാറില്ലല്ലോ."

"രണ്ടുവർഷമായി ഒരു പരിശീലനവുമായി വിദേശത്തായിരുന്നു. തിരിച്ചിവിടേക്കവന്നിട്ട് അധികമായില്ല. ഇപ്പോൾ വലിയ അസൈൻ മെന്റുകളൊന്നും ശ്യാമിന്റെ കൈയിലില്ല. അതാണ് ഞാനീകേസ് ശ്യാമിനെ ഏൽപ്പിക്കാൻ കാരണം."

"സാർ, ഞാനെന്താണ് ചെയ്യേണ്ടത്?"

"ഞാൻ ശ്യാമിനോട് സംസാരിച്ചിട്ടുണ്ട്. അയാൾ ഓഫീസിലുണ്ട്. വിശ്വനാഥൻ നേരെ അങ്ങോട്ടുപോയി ഇതുവരെയുള്ള കാര്യങ്ങളൊക്കെ ഒന്ന് ബ്രീഫ് ചെയ്തേര്. കോഴിക്കോട്ട് അന്വേഷണം വേണ്ടിവന്നാൽ നിങ്ങളുടെ സഹായം വേണ്ടിവരും."

"തീർച്ചയായും സാർ. എന്നാൽ ഞാനിറങ്ങട്ടെ?"

വിശ്വനാഥന്റെ മനസ്സ് മുഴുവൻ ശ്യാം മനോഹറിനെക്കുറിച്ചുള്ള ചിന്ത കളായിരുന്നു. നാർക്കോട്ടിക് അസിസ്റ്റന്റ് കമ്മീഷണറാണെങ്കിലും ഗൗര വമേറിയ ക്രിമിനൽ കേസുകളുടെ അന്വേഷണത്തിന്റെ ചുമതലകളാണ് ശ്യാം മനോഹറിനെ ഏൽപിക്കാറുള്ളത്. കുറച്ചകാലമായി ആ പേര് കേൾക്കാറില്ലെങ്കിലും മുൻകാലങ്ങളിലെ പല പ്രമാദമായ കേസുകളും തെളിയിക്കപ്പെട്ടപ്പോൾ അക്കൂട്ടത്തിൽ കൂടുതൽ പരാമർശിക്കപ്പെട്ടിരു ന്ന പേരായിരുന്നു ശ്യാം മനോഹറിന്റേത്. ഒട്ടും എടുത്തചാട്ടങ്ങളില്ലാത്ത ബുദ്ധിമാനായ ഒരു കുറ്റാന്വേഷകനായിട്ടായിരുന്നു ശ്യാം മനോഹര് അറിയപ്പെട്ടിരുന്നത്. ശ്യാം മനോഹറിന്റെ വ്യത്യസ്തമായ അന്വേഷണ രീതിയും ശൈലിയുമൊക്കെ പലരിൽനിന്നായി വിശ്വനാഥൻ കേട്ടറി ഞ്ഞിരുന്നു.

"വിശ്വനാഥൻ ഇരിക്കൂ..." ശ്യാം മനോഹര് പറഞ്ഞു.

"താങ്കൾ കേസിന്റെ വിശദാംശങ്ങളൊക്കെ പറയൂ. കമ്മീഷണർ കൂടുതലായൊന്നും പറഞ്ഞില്ല." വളരെ ശാന്തമായ ഒരു സംസാര രീതിയായിരുന്നു ശ്യാം മനോഹറിന്റേത്. കോളേജ് അധ്യാപകൻ ക്ലാസെടുക്കുന്നതുപോലെ. കാഴ്ചയിലും ശ്യാം മനോഹർ സാർ വളരെ സൗമ്യനായി തോന്നി.

വിശ്വനാഥൻ, ശരത്‌വിജയനെക്കുറിച്ചും ആ കേസ് സംബന്ധിച്ച് താൻ മനസ്സിലാക്കിയ കാര്യങ്ങളും ശ്യാം മനോഹറിനെ ധരിപ്പിച്ചു.

"എസ്.പി ആയിരുന്ന വിജയനാരായണൻസാറിനെക്കുറിച്ച് ചിലതെല്ലാം ഞാൻ കേട്ടിട്ടുണ്ട്. നിയമം പാലിക്കുന്ന കാര്യത്തിൽ നിർബന്ധ ബുദ്ധിക്കാരനായിരുന്നല്ലോ. പക്ഷേ ഈ നിയമങ്ങളൊ ക്കെ ഉണ്ടാക്കിയിട്ടുള്ളത് മനുഷ്യന്റെ രക്ഷക്ക് വേണ്ടിയുള്ളതാണെന്ന അടിസ്ഥാനപാഠം അദ്ദേഹം മറന്നുപോയിരുന്നുവെന്ന് തോന്നുന്നു. പലപ്പോഴും അദ്ദേഹത്തിന്റെ പ്രവൃത്തികളിൽ പലതും തീർത്തും ജനവി രുദ്ധമായിരുന്നുവെന്ന് എനിക്ക് തോന്നിയിട്ടുണ്ട്. എനിവെ, നമ്മുടെ മുമ്പിലുള്ളത് അദ്ദേഹത്തിന്റെ മകന്റെ തിരോധാനമാണ്. നമുക്ക് എത്രയും പെട്ടെന്ന് അയാളെ കണ്ടെത്താനുള്ള വഴികൾ നോക്കാം."

വിശ്വനാഥൻ ശരത്‌വിജയന്റെ ഫോട്ടോ ഉൾപ്പെടെയുള്ള ഫയലുകൾ ശ്യാം മനോഹറിനു കൈമാറി.

ശ്യാം മനോഹർ ഫോട്ടോയിലേക്ക നോക്കി കുറച്ചുനേരം ഇരുന്നു.

"ആലുവയിൽ ഏത് ദിവസമാണ് ഇയാൾ ഉണ്ടായിരുന്നത്? ഏത് സമയത്ത്?"

"ഇന്നേക്ക് അഞ്ചു ദിവസം മുമ്പ്. അതായത് കഴിഞ്ഞ പതിനെട്ടാം തിയ്യതി ഉച്ചക്ക് 2.10നാണ് ഭാര്യയുടെ ഫോണിലേക്ക് അവസാനമായി വിളിച്ചത്. രണ്ട് ഫോണുകൾ ഉപയോഗിക്കുന്നുണ്ടെങ്കിലും യാത്രയിൽ ഒരെണ്ണമേ കയ്യിലെടുത്തിരുന്നുള്ളൂ. അതിന്റെ നമ്പറാണ് ആ മുകളിൽ എഴുതിയിരിക്കുന്നത്. രണ്ടാമത്തെ മൊബൈൽ ഫോൺ ഇതാ." വിശ്വ നാഥൻ ശരത്തിന്റെ ഫോൺ ശ്യാം മനോഹറിനു കൈമാറി.

"ഇതിന്റെ അൺലോക്ക് പാറ്റേൺ? ഇത് പരിശോധിച്ചതാണോ?"

"ഇല്ല. അതിനുള്ള സമയം ലഭിച്ചിരുന്നില്ല." വിശ്വനാഥൻ ഫോൺ തിരിച്ചുവാങ്ങി ഫോൺ ഓൺ ചെയ്തു കാണിച്ചുകൊടുത്തു.

"ഓക്കെ. നമുക്ക് ഈ ഫോൺ വിശദമായിട്ടൊന്നു പരിശോധിച്ചേ ക്കാം. അതിനുമുമ്പ് മെട്രോ സ്റ്റേഷനിലെ സി.സി.ടി.വി ദൃശ്യങ്ങളൊ ക്കെയൊന്ന് പരിശോധിക്കണം. അയാൾ ഏത് സ്റ്റേഷനിലാണ് ഇറങ്ങിയതെന്നറിയേണ്ടിയിരിക്കുന്നു."

ശ്യാം മനോഹർ ആരെയോ വിളിച്ച് ശരത്തിന്റെ മൊബൈൽ നമ്പർ പറഞ്ഞുകൊടുത്തു. താമസിയാതെ ശ്യാം മനോഹറിന് മറുപടിയും കിട്ടി.

"ശരത്തിന്റെ മൊബൈൽ സ്വിച്ച്ഡ് ഓഫ് ആയത് 2.30നാണ്. അയാൾ മെട്രോ സ്റ്റേഷനിൽ നിന്നിറങ്ങിയിട്ടാണ് സ്വിച്ച് ഓഫ് ചെയ്ത തെങ്കിൽ അതിനർത്ഥം ഇരുപത്തുമിനുട്ടോളം യാത്ര ചെയ്തിട്ടുണ്ടാകുമെ ന്നാണ്. 2.10നുള്ള ട്രെയിനിൽ കയറിയിട്ടുണ്ടെങ്കിൽ അയാൾ ഏറ്റവും അവസാനത്തെ സ്റ്റേഷനിലാണ് ഇറങ്ങിയിട്ടുണ്ടാവുക. അതായത് മഹാരാജാസ് കോളേജ് സ്റ്റേഷനിൽ. അതൊരു ഊഹം മാത്രമാണ്. അയാൾക്ക് എപ്പോൾ വേണമെങ്കിലും മൊബൈൽ ഓഫ് ചെയ്യാമല്ലോ. ഏതായാലും മെട്രോ സ്റ്റേഷനിലെ സി.സി.ടി.വി ദൃശ്യങ്ങൾ കിട്ടിയാൽ നമുക്കത് ഉറപ്പവരുത്താനാകും."

ശ്യാം മനോഹർ സഹപ്രവർത്തകനായ സി.ഐ മോഹൻദാസിനെ വിളിച്ചവരുത്തി ശരത്തിന്റെ ഫോട്ടോ ഏൽപിച്ച് ആവശ്യമായ നിർദ്ദേ ശങ്ങൾ നൽകി.

"എന്തുകൊണ്ടായിരിക്കാം അയാൾ കാറുപയോഗിക്കാതെ കോഴി ക്കോട്ടുനിന്ന് ട്രെയിനിൽ ആലുവയിലെത്തിയത്? അയാൾ ട്രെയിൻ യാത്ര ഇഷ്ടപ്പെടുന്ന ആളാണോ? വിശ്വനാഥൻ അന്വേഷിച്ചിരുന്നോ?"

"സോറി, ഞാനതു ചോദിച്ചില്ല. നമുക്കത് ചോദിക്കാം. സാറെന്താണ് അതുകൊണ്ട് ഉദ്ദേശിച്ചത്?"

"ഞാനുദ്ദേശിച്ചത് മറ്റൊന്നുമല്ല. അയാൾ കാറുപയോഗിക്കാതി രുന്നതിന്റെ യഥാർത്ഥ കാരണം അറിയേണ്ടിയിരിക്കുന്നു. കാറിലാ യിരുന്നെങ്കിൽ അയാളുടെ കൂടെ ആരെങ്കിലുമുണ്ടായിരുന്നെങ്കിൽ നമുക്കത് പെട്ടെന്ന് തിരിച്ചറിയാൻ പറ്റുമായിരുന്നു. മീറ്റിംഗിനാവുമ്പോൾ മറ്റാളുകളും ഉണ്ടാവുമല്ലോ. ട്രെയിനിൽവന്ന് മഹാരാജാസ് കോളേജ് സ്റ്റേഷനിൽ ഇറങ്ങാനായി എന്തിന് മെട്രോയിൽ കയറണം? നേരെ എറണാകുളത്ത് ട്രെയിനിറങ്ങിയാൽ പോരെ? എന്തായാലും ശരത് തനിച്ചായിരുന്നോ എന്നുള്ളതിന് സി.സി.ടി.വി ദൃശ്യങ്ങൾ ഉത്തരം തന്നേക്കും. വല്ല രഹസ്യമായ മീറ്റിംഗിനാണ് വരുന്നതെന്നുള്ള ബോധ്യം ഉള്ളതുകൊണ്ടാവുമോ കാറുപയോഗിക്കാതിരുന്നത് എന്നും ചിന്തിക്കാം. അയാൾ ഇടയ്ക്കിടയ്ക്ക് മീറ്റിംഗുകൾക്ക് പോകാറുണ്ടെന്നാണ് ഭാര്യ പറഞ്ഞ തെന്നാണല്ലോ വിശ്വനാഥൻ പറഞ്ഞത്. ഇയാൾക്ക് ഈ ബിസിനസി നപ്പുറമേ മറ്റെന്തെങ്കിലും സംഘടനകളിലോ സൊസൈറ്റികളിലോ ഭാര വാഹിത്വമുണ്ടോ? അതൊന്ന് അന്വേഷിക്കണം. അതൊന്നുമില്ലെങ്കിൽ അയാളുടെ ഈ മീറ്റിംഗുകൾക്കായുള്ള യാത്രകളും പരിശോധിക്കണം.

ആട്ടെ, ശരത്തിന്റെ അടുത്ത സുഹൃത്തുക്കളുടെ നമ്പറുകൾ കളക്ട് ചെയ്തി ട്ടുണ്ടോ? ഭാര്യയിൽനിന്ന് എന്തെങ്കിലും വിവരങ്ങൾ ലഭിച്ചോ?"

"സത്യത്തിൽ ഈ ശരത്തിന്റെ സുഹൃത്തുക്കളെക്കുറിച്ചൊന്നും ഭാര്യ നിർമ്മലയ്ക്ക് കാര്യമായ ധാരണയില്ല. രണ്ടുപേരും ഇൻഡിപെൻഡന്റ് ആയി ജീവിക്കുന്ന പ്രതീതിയാണ്. നിർമ്മല വളരെ ബോൾഡായ ഒരു സ്ത്രീയാണ്. വിജയൻസാറിനെയും കാവൽ ഡ്യൂട്ടിയില്ലുള്ള പോലീസുകാ രേയും പേടിച്ച് സുഹൃത്തുക്കളൊരും വീട്ടിലേക്ക ചെല്ലാറില്ല. ശരത്തിന്റെ സുഹൃത്തുക്കൾ അയാളുടെ ഷോപ്പിലാണെത്താറ്. വൈകിട്ടായാൽ സുഹൃത്തുക്കളൊന്നിച്ച് ബാറിൽ കയറി കുറച്ചസമയം ചിലവഴിച്ചിട്ടാണ് അയാൾ വീട്ടിലെത്താറുള്ളത്. കാര്യപ്രാപ്തിയുള്ള ഒരു മാനേജരുള്ളതു കൊണ്ടാണ് ഷോപ്പും ബിസിനസും മുന്നോട്ടുപോകുന്നത് എന്നാണ് കരുതേണ്ടത്. ബിസിനസിന്റെ കാര്യങ്ങളിലൊക്കെ ഭാര്യ നിർമ്മലയും ഇടപെടുന്നുണ്ട്. ശരത് ഇല്ലാത്ത ദിവസങ്ങളിൽ രാധാകൃഷ്ണൻ എന്ന മാനേജർ അതാത് ദിവസം ക്ലോസ് ചെയ്യുന്ന കണക്കുകളെല്ലാം നിർമ്മല പരിശോധിക്കാറുണ്ട്. ശരത്തിന്റെ സുഹൃത്തുക്കളിൽ നിർ മ്മലയ്ക്ക് അധികമാരേയും പരിചയമില്ല. ആകെ നാലുപേരുടെ പേരും നമ്പറുമാണ് അവരുടെ കയ്യില്ലുള്ളത്. ഇതാണ് ആ നമ്പറുകൾ. ഇതിലൊക്കെ ഞാൻ വിളിച്ചിരുന്നു. ശരത്തിന്റെ ഈ യാത്രയെപ്പറ്റി അവർക്കൊന്നുമറിയില്ല. അവരിപ്പോഴും ശരത്തിനെ അന്വേഷിച്ച് വൈകുന്നേരങ്ങളിൽ ഷോപ്പിലെത്താറുണ്ട്."

"വിശ്വനാഥൻ പറഞ്ഞത് ഒരു യാഥാർത്ഥ്യമാണ്. ഇത്തരക്കാർ നമ്മുടെ ഇടയിൽ അത്ര അപൂർവ്വമല്ല. ഭാര്യയുടേയും ഭർത്താവിന്റേയും സൗഹൃദങ്ങളിലേക്ക് പരസ്പരം അധികം ഇടപെടാതിരിക്കുന്നവർ. ഒരർത്ഥത്തിൽ അതാണ് ശരി. ഇങ്ങനെ എന്തെങ്കിലും ക്രൈസിസ് ഉണ്ടാകുന്നില്ലെങ്കിൽ ഒരു കുഴപ്പവുമില്ല. അതിരിക്കട്ടെ വിശ്വനാഥൻ, ശരത്തിനെ ആരെങ്കിലും ബോധപൂർവ്വം അപായപ്പെടുത്തിയിരിക്കാൻ സാധ്യതയുണ്ടോ? ബിസിനസ് റൈവൽറി, അതോ എന്തെങ്കിലും ഫാമിലി പ്രശ്നങ്ങൾ, സൗഹൃദങ്ങളിലെ വിള്ളലുകൾ, വ്യക്തിപരമായ തർക്കങ്ങൾ അങ്ങനെ എന്തെങ്കിലും?"

"ഇതിനൊക്കെ സാധ്യതകളുണ്ട്. പക്ഷേ, അതിനേക്കാൾ ശക്തമായ മറ്റുചില സാധ്യതകളും കാണുന്നുണ്ട്. അതെല്ലാം വിജയ നാരായണൻസാറുമായി ബന്ധപ്പെട്ടതാണ്. അദ്ദേഹത്തോടുള്ള പക മനസ്സിൽ സൂക്ഷിക്കുന്ന നിരവധി ആളുകളുണ്ടെന്നാണ് കരുതപ്പെട്ട ന്നത്. അവരിലാരെങ്കിലും പ്രതികാരത്തിന്റെ പേരിൽ അച്ഛനപകരം മകനെ അപായപ്പെടുത്താനുള്ള സാധ്യത നിലനില്ക്കുന്നുണ്ടോ എന്ന്

പരിശോധിക്കണം. അറിഞ്ഞിടത്തോളം വിജയൻസാറിന്റെ സർവ്വീസ് ജീവിതം ക്രൂരതയുടെ അധ്യായമാണെന്ന് പറയാം. പക തീർക്കാൻ വരു ന്നവർ ഏത് കാലത്തിന്റെ അല്ലെങ്കിൽ ഏത് സംഭവത്തിന്റെ ബാക്കി പത്രമാണെന്നാണ് തിരിച്ചറിയേണ്ടത്."

"വിശ്വനാഥൻ, വിജയനാരായണൻസാറുമായി ബന്ധപ്പെട്ട പ്രധാന കേസുകളെപ്പറ്റി പഠിച്ചിട്ടുണ്ടോ?"

"ഇല്ല സാർ, കേട്ടറിവ് മാത്രമേയുള്ളൂ."

"നമുക്ക് ആ രീതിയില്ലും ചിന്തിച്ച നോക്കേണ്ടിവരും. മകന്റെ തിരോധാനവും അച്ഛന്റെ കേസുകളുമായി എന്തെങ്കിലും ബന്ധമുണ്ടാ കുമോ എന്ന്. പഴയ കേസുകളുമായി ബന്ധപ്പെട്ട് എന്തെങ്കിലും പുതിയ സൂചനകൾ ആ വീട്ടമായി ബന്ധപ്പെട്ട് ഉണ്ടായിട്ടുണ്ടോ എന്ന് അന്വേഷി ക്കേണ്ടതുണ്ട്. അതിനുത്തരം നൽകാൻ വിജയൻ സാറിനേ സാധിക്കൂ. ഏതായാലും എനിക്കദ്ദേഹവുമായൊന്ന് സംസാരിക്കണം. അതിനുമുമ്പ് ഞാൻ അദ്ദേഹവുമായി ബന്ധപ്പെട്ട കേസുകളും സർവ്വീസ് ഹിസ്റ്ററിയു മൊക്കെയൊന്ന് വായിക്കട്ടെ. നമുക്ക് വൈകിട്ട് ആറുമണിക്ക് വീണ്ടും കാണാം. അപ്പോഴേക്കും സി.സി.ടി.വിയുടെ പകർപ്പുകൾ കിട്ടിയേക്കും. വിശ്വനാഥൻ ഇന്ന് തിരിച്ച പോകുന്നുണ്ടോ?"

"പറ്റിയാൽ രാത്രി പോകാമെന്നുവെച്ചു."

"ഒറ്റയ്ക്കാണോ? ഡ്രൈവറുണ്ടോ കൂടെ?"

"ഡ്രൈവറുണ്ട്."

"എങ്കിൽ വൈകിട്ട കാണാം."

വിശ്വനാഥൻ ശ്യാം മനോഹറിന്റെ ഓഫീസിൽനിന്നും ഇറങ്ങി.

കുറച്ചസമയം വീണുകിട്ടിയതിനാൽ ഡിപ്പാർട്ട്മെന്റിൽ തന്നെയുള്ള ഒന്നുരണ്ട് സുഹൃത്തുക്കളെ സന്ദർശിച്ചശേഷം ആറുമണിക്കുതന്നെ വിശ്വ നാഥൻ ശ്യാം മനോഹറിന്റെ റൂമിലെത്തി. രാവിലെ കണ്ടതിനേക്കാൾ പ്രസന്നവദനനായിരുന്നു ശ്യാം മനോഹർ. ശരത്തിന്റെ തിരോധാനം സംബന്ധിച്ച കേസിൽ താൽപര്യം ജനിച്ചിട്ടുണ്ട് എന്ന് വിളിച്ചോതുന്ന തായിരുന്ന മുഖഭാവം.

"സീ, മിസ്റ്റർ വിശ്വനാഥൻ. ആലുവ മെട്രോയിൽനിന്ന് ലഭിച്ച സി.സി.ടി.വി ദൃശ്യങ്ങളിൽ ശരത് എന്ന ആളെ കിട്ടിയിട്ടുണ്ട്. അയാളുടെ കൂടെ എന്ന് തോന്നുന്ന രീതിയിൽ മറ്റ നാലുപേരുടെ ചിത്രങ്ങളുണ്ട്. ഒരാളുടേതൊഴികെ മറ്റ മൂന്നുപേരുടേയും മുഖം വ്യക്തമല്ല. ഒരാളുടെ മുഖം പരിചയക്കാർക്ക് തിരിച്ചറിയാൻ പറ്റമായിരിക്കും. കുറച്ചുകൂടി

വ്യക്തമായ ചിത്രമാണ് മഹാരാജാസ് കോളേജ് സ്റ്റേഷനിൽനിന്ന് പുറത്തിറങ്ങുമ്പോൾ കിട്ടിയിരിക്കുന്നതെങ്കിലും മുഖം വ്യക്തമാകുന്നില്ല. സ്റ്റേഷനിൽനിന്നിറങ്ങി അഞ്ചുപേരും മുന്നോട്ട നടക്കുന്ന രീതിയിലാണ് കാണുന്നത്. ഈ അഞ്ചുപേരും ഒരു ടീമെന്ന വേണമെങ്കിൽ കരുതാം. കാരണം വേറെയും ആളുകളുടെ ദൃശ്യങ്ങളുണ്ട്. ഇവരെക്കാത്ത് വാഹന ങ്ങളൊന്നും നിർത്തിയിട്ടതായി ക്യാമറയിൽ പതിഞ്ഞിട്ടില്ല. ആരാണ് ശരത്തിന്റെ കൂടെയുണ്ടായിരുന്ന മറ്റ നാലുപേർ എന്ന് തിരിച്ചറിയേ ണ്ടതുണ്ട്. അതിൽ മുഖം ദൃശ്യമായ ഈ ഒരാളെ നമുക്കെന്തായാലും കണ്ടെത്താൻ സാധിക്കുമെന്ന് പ്രതീക്ഷിക്കാം. ഈ ചിത്രങ്ങൾവെച്ച് നമുക്ക് കോഴിക്കോട്ടനിന്നതന്നെ അന്വേഷണമാരംഭിക്കാം.”

വിശ്വനാഥൻ ചിത്രങ്ങൾ പരിശോധിച്ചു. ആരെയും പരിചയം തോന്നി യില്ല.

“പിന്നെ ആ ഫോൺ പരിശോധിച്ചു. അതിൽനിന്ന് പ്രയോജനപ്രദ മായി ഒന്നും തന്നെ കിട്ടിയിട്ടില്ല. അത് തികച്ചും വീട്ടും ഓഫീസും മാത്രം ബന്ധപ്പെട്ടുത്തുന്ന ഫോണാണ്.”

“സാർ, ഇനി അടുത്ത നീക്കമെന്താണ്?”

“സംശയമെന്ത്? ഈ ഫോട്ടോയിൽ കാണുന്ന ആളെ കണ്ടെത്തു കതന്നെ. ഈ ഫോട്ടോ റൂപ്പണിത്തുറ മുതലുള്ള അടുത്ത സ്റ്റേഷനുകളി ലേക്കൊക്കെ അയച്ചിട്ടുണ്ട്. ഇവരെ ഒന്നിച്ചോ ഇവരിലാരെയെങ്കില്യമോ എവിടെവെച്ചെങ്കിലും കണ്ടിട്ടുണ്ടെങ്കിൽ അറിയിക്കാൻ പറഞ്ഞിട്ടുണ്ട്. ഏതായാലും ഞാൻ നാളെ ഉച്ചയ്ക്കുമുമ്പായി കോഴിക്കോട്ടെത്താം. വിശ്വനാഥൻ കോഴിക്കോട് എന്റെ കൂടെ ഉണ്ടാവണം. വാണ്ട് എനി ഒഫീഷ്യൽ ഫോർമാലിറ്റീസ്?”

“നോ സാർ, സാറ് കോഴിക്കോട് സിറ്റി പോലീസ് കമ്മീഷണറോട് ഒന്ന സൂചിപ്പിച്ചാൽ മതി. സാറിനുള്ള താമസം, വണ്ടി ഒക്കെ ഞാൻ അറേഞ് ചെയ്യാം.”

“വേണ്ട വിശ്വനാഥൻ. ഈ കേസ് അന്വേഷിക്കാൻ പോകുന്ന വിവരം തൽക്കാലം അധികമാളും അറിയണ്ട. എന്റെ വരവും താമസവുമൊക്കെ അതിന്റെ സ്വകാര്യതയിൽത്തന്നെ പോകട്ടെ. ഞാനും മോഹൻദാസും കൂടി എന്റെ വണ്ടിയിൽ വന്നുകൊള്ളാം. അവിടെയെത്തിയാൽ വഴി യറിയാവുന്ന ഡിപ്പാർട്ട്മെന്റ് ഡ്രൈവറെ ഏർപ്പാടാക്കിയാൽ മാത്രം മതി. അന്വേഷണങ്ങൾക്കും ഒരു രഹസ്യ സ്വഭാവം സൂക്ഷിക്കാനാവും.”

“ഓക്കെ സാർ...”

     പകച്ചരൾ

"പിന്നെ വിശ്വനാഥൻ, ഞാനീ സമയം കൊണ്ട് നമ്മുടെ വിജയനാരായണൻസാറുമായി ബന്ധപ്പെട്ട കുറച്ച കേസുകളുടെ ഫയലുകൾ ശേഖരിച്ച പരിശോധിച്ചു. ഒറ്റനോട്ടത്തിൽ തന്നെ ഒരു പുസ്തകമെഴുതാൻ മാത്രം മാറ്ററുണ്ട്. ചെറുതും വലുതുമായ ഒരു പന്ത്രണ്ട് കേസുകൾ ഞാൻ മാറ്റിവെച്ചിട്ടുണ്ട്. ഇതിലൊക്കെ വിജയൻസാറിന്റെ വിരൽപ്പാടുകൾ പതിഞ്ഞിട്ടുള്ളത് ജനങ്ങൾക്കെതിരായിട്ടാണ്. ഞാൻ സൂചിപ്പിച്ചത് വിജയൻസാറിനോട് പ്രതികാരം വീട്ടണമെന്ന് ആഗ്ര ഹിക്കുന്നവരുണ്ടെങ്കിൽ അവരുടെ എണ്ണം വിചാരിച്ചതിനേക്കാൾ കൂടുതലാണെന്നാണ്."

"വിജയൻസാറിനോടുള്ള പ്രതികാരം വീട്ടാനായി ശരത്തിനെ തട്ടി ക്കൊണ്ട് പോകാനുള്ള സാധ്യത തള്ളിക്കളയാനാവില്ല. അങ്ങിനെ ചെയ്തിട്ടുണ്ടെങ്കിൽ ഇതിനകം അയാൾ ആ വിവരം വിജയൻസാറിനെ അറിയിച്ചിട്ടുണ്ടാകും. അപ്പോഴല്ലേ പ്രതികാരം പൂർണമാകൂ."

"താൻ പറഞ്ഞതു ശരിയാണ്. ഒരു പ്രവൃത്തി ചെയ്യമ്പോഴല്ല അക്കാര്യം ചെയ്തു എന്ന് മറ്റള്ളവരെ അറിയിക്കുമ്പോഴാണ് മനുഷ്യന് തൃപ്തിയാവുക. ഒരു നല്ല സിനിമ കണ്ടാൽ, ഒരു നല്ല പുസ്തകം വായിച്ചാൽ, നല്ല ഭക്ഷണം കഴിച്ചാൽ അത് മറ്റള്ളവരോട് ഷെയർ ചെയ്യമ്പോഴേ ആസ്വാദനം പൂർണമാകൂ."

"പക്ഷേ അതിലൊരു ലോജിക്കിന്റെ കുറവുണ്ട്. വർഷങ്ങളേറെ കഴിഞ്ഞിട്ട് പ്രതികാരത്തിനായി ഒരു തട്ടിക്കൊണ്ടുപോകൽ. അതും നാൽപതു വയസുള്ള ആരോഗ്യവാനായ ഒരു യുവാവിനെ. ഒട്ടും മാച്ചാ കുന്നില്ല. വില പേശലിന്റെ സൂചനകളൊന്നും ഇതുവരെ ലഭിച്ചിട്ടുമില്ല."

"ഏയ് ഞാനങ്ങനെ ഉദ്ദേശിച്ച് പറഞ്ഞതല്ല. ശരത്തിന്റെ വ്യക്തിത്വ ത്തെപ്പറ്റി കൃത്യമായി ഒന്നുമറിയില്ല. അയാളുടെ ഹാബിറ്റുകളെന്തൊക്കെ യാണ്. മീറ്റിംഗുകൾ എന്ന പേരിൽ അയാൾ നടത്തുന്ന യാത്രകളുടെ യഥാർത്ഥ ലക്ഷ്യമെന്താണ്? അയാൾ വല്ല മയക്കുമരുന്നുകളും ഉപയോ ഗിക്കാറുണ്ടോ? അത്തരം എന്തെങ്കിലും കുടിച്ചേരലിനവേണ്ടിയാണോ അയാൾ കൊച്ചിയിലേക്ക വന്നത്? അതിൽ എന്തെങ്കിലും അപകടം സംഭവിച്ചതാണോ? അയാളുടെ കൂടെയുള്ളവർക്ക് ഇതിലൊക്കെ എത്രമാത്രം ഇൻവോൾവ്മെന്റ് ഉണ്ട്? ഇതൊന്നും ഈ ഘട്ടത്തിൽ നമുക്കറിയില്ലല്ലോ. ഏതിനും ആ കൂട്ടത്തിലെ ഒരാളെയെങ്കിലും കണ്ടെ ത്താനാവണം. അപ്പോഴേ ഏത് വഴിയിലൂടെ നീങ്ങണമെന്ന് തീരുമാ നിക്കാനാവൂ."

"ഇവിടെ ശരത് എത്തിച്ചേരാൻ സാധ്യതയുള്ള സ്ഥലങ്ങളിൽ അന്വേഷണം നടത്തണ്ടേ?"

"ഈ ഘട്ടത്തിൽ അത് പ്രായോഗികമല്ല. മെട്രോ ട്രെയിനിറങ്ങി അയാൾ പോകാൻ സാധ്യതയുള്ള നിരവധി സ്ഥലങ്ങളുണ്ട്. കോട്ടയം ഭാഗത്തേക്കോ വൈക്കം ഭാഗത്തേക്കോ പോയിട്ടില്ലെങ്കിൽത്തന്നെ ഈ കായലുകളുടെ തീരത്ത് നൂറുകണക്കിന് റിസോർട്ടുകളും മറ്റ താമസസ്ഥലങ്ങളും ഉണ്ട്. അവിടങ്ങളിൽ പ്രാഥമിക അന്വേഷണം തുടങ്ങിക്കഴിഞ്ഞു. എന്തെങ്കിലും ഒരു ലീഡ് കിട്ടിയാലേ വിശദമായുള്ള പരിശോധനയ്ക്ക് മുതിരേണ്ടതുള്ളൂ. ശരത്തിനെക്കുറിച്ച് വിശ്വനാഥന് അറിയാവുന്നതൊക്കെ പറയൂ."

"അയാൾ ആളൊരു തന്റേടിയായ ചെറുപ്പക്കാരനാണ്. ബിസിനസ്സ് നല്ല സക്സസ് ആണ്. മൂന്നുവർഷം മുമ്പാണയാൾ പുത്തൻ ആഡംബര കാർ വാങ്ങിയത്. നാട്ടുകാരുമായോ അയൽവാസികളുമായോ അങ്ങനെ അടുത്ത ബന്ധം പുലർത്തുന്ന ആളല്ല. രാഷ്ട്രീയ, സന്നദ്ധ പ്രവർത്തനങ്ങളുമായൊന്നും ബന്ധമില്ല. ആരാധനാലയങ്ങളിലൊന്നും പതിവായി പോകാറില്ല. പഠനകാലത്ത് നല്ലൊരു സ്പോർട്സ്മാൻ ആയിരുന്നു. ഇപ്പോഴും പ്രധാനപ്പെട്ട ഫുട്ബോൾ ടൂർണമെന്റുകൾക്ക് അയാൾ പോകാറുണ്ട്. ഇതുവരെ യാതൊരു കേസുകളിലും ഉൾപ്പെ ട്ടിട്ടില്ല. വൈകുന്നേരം കൂട്ടുകാരോടൊത്ത് ബാറിൽ കേറി മദ്യപിച്ചി ട്ടാണ് വീട്ടിലേക്ക മടങ്ങാറുള്ളത്. ബിസിനസും കൂട്ടുകാരും ചേർന്നൊരു ലോകത്താണ് അയാൾ ജീവിക്കുന്നത്. സത്യത്തിൽ വിജയൻസാ റുമായും സ്വന്തം ഭാര്യയുമായിപ്പോലും പേരിന് ഒരടുപ്പം മാത്രമേയുള്ളൂ എന്നാണ് തോന്നുക. ഈ വിവരങ്ങളൊക്കെ അവിടെ ഡ്യൂട്ടിയിലുണ്ടാ യിരുന്ന പോലീസുകാരിൽനിന്നും എസ്.ഐ വിനോദിൽനിന്നും കിട്ടിയ വിവരങ്ങളാണ്."

"ഈ വിവരങ്ങൾ നമ്മെ എവിടേക്കുമെത്തിക്കുന്നില്ലല്ലോ. നമുക്ക് വേറെ കുറച്ചുകാര്യങ്ങൾക്കൂടി അറിയേണ്ടതുണ്ട്. ഇയാൾ കഴിഞ്ഞ നാലഞ്ചുവർഷം എവിടേക്കൊക്കെയാണ് യാത്ര നടത്തിയിട്ടുള്ളത് എന്നറിയേണ്ടതുണ്ട്. ഇയാൾ സ്ഥിരമായി ബന്ധപ്പെടാറുള്ള സുഹൃ ത്തുക്കൾ ആരൊക്കെയാണെന്നറിയണം. സി.സി.ടി.വി ക്യാമറയിൽ പതിഞ്ഞവർ ഇയാളുടെ സുഹൃത്തുക്കൾ തന്നെയാണോ അതോ മീറ്റിം ഗിനായി എത്തിപ്പെട്ടവരാണോ എന്നറിയണം. ഇയാൾ ഭാര്യയുമായോ അച്ഛനുമായോ എന്തെങ്കിലും പ്രശ്നമുണ്ടാക്കിയിട്ടുണ്ടോ എന്നറിയണം. ഇയാളുടെ കുടുംബവുമായി ബന്ധുക്കൾക്കോ, നാട്ടുകാർക്കോ അയൽവാ സികൾക്കോ എന്തെങ്കിലും സംഘർഷം നിലനിൽക്കുന്നുണ്ടോ എന്ന റിയണം. ബിസിനസിൽ ശത്രുക്കളുണ്ടോ എന്നറിയണം. അന്വേഷണ ത്തിന്റെ ഗതി നിർണയിക്കുന്ന ഘടകങ്ങളാണിതൊക്കെ. എന്തായാലും

അന്വേഷണത്തിന്റെ ഇടക്കം കോഴിക്കോട്ടനിന്നതന്നെ. ശേഷം നമുക്ക് ആലുവ മെട്രോയിലേക്ക തിരിച്ചവരാം. മെട്രോ ട്രെയിനിറങ്ങി അയാൾ എങ്ങോട്ടാണ് പോയതെന്ന് അപ്പോൾ നമുക്ക് ഒരു ധാരണയെങ്കില്യ മുണ്ടാകും. ഇവിടെ കായലിനോട്ട ചേർന്ന് ധാരാളം ചെറ്റ ദ്വീപ്പുകളുണ്ട്. അവിടെയൊക്കെ പല രൂപത്തിലുള്ള താമസസൗകര്യങ്ങളുണ്ട്. കോൺഫറൻസ് ഹാളുകളുണ്ട്, സുഖവാസ കേന്ദ്രങ്ങളുണ്ട്, വൻകിട ഹോട്ടലുകളുമുണ്ട്. ഇതൊക്കെ നമ്മുടെ അന്വേഷണ പരിധിയിലേക്ക് കൊണ്ടുവരേണ്ടതുണ്ട്. എന്തായാലും നാളെ ഉച്ചയ്ക്ക് കോഴിക്കോട്ടെത്തു മ്പോൾ ഞാൻ വിശ്വനാഥനെ വിളിക്കാം."

"ഓക്കെ, നാളെ കാണാം. ഗുഡ്നൈറ്റ് സാർ."

●

3

ശ്യാം മനോഹറും മോഹൻദാസും വിശ്വനാഥനും ചെല്ലുമ്പോൾ റിട്ട.എസ്.പി വിജയനാരായണൻ അവരെ ആകാംക്ഷ യോടെ കാത്തിരിക്കുകയായിരുന്നു. രണ്ടുദിവസം മുമ്പ് കണ്ടപ്പോഴുള്ള നിശ്ചയദാർഢ്യമൊന്നും ഇപ്പോൾ ആ മുഖത്ത് കാണുന്നില്ലല്ലോ എന്ന് വിശ്വനാഥൻ നിരീക്ഷിച്ചു. നല്ല പരിഭ്രമമുണ്ട്. ആത്മവിശ്വാസത്തിനു മങ്ങലേറ്റിട്ടുണ്ട്.

വിശ്വനാഥൻ ശ്യാം മനോഹറിനെയും മോഹൻദാസിനെയും പരി ചയപ്പെടുത്തി.

"ഞാൻ കേട്ടിട്ടുണ്ട്. നമ്മളൊന്നിച്ച് ജോലി ചെയ്തിട്ടില്ലെന്നേയുള്ളൂ." വിജയനാരായണൻ പറഞ്ഞു.

"ഞാനും സാറിനെക്കുറിച്ച് ധാരാളം കേട്ടിട്ടുണ്ടായിരുന്നു. ആദ്യമാ യിട്ടാണ് തമ്മിൽ കാണുന്നത്. പിരിഞ്ഞിട്ടപ്പോൾ?" ശ്യാം മനോഹർ ചോദിച്ചു.

"എട്ടുവർഷമായി."

"ശരത്തിൽനിന്ന് പിന്നീട് വിളികളൊന്നും വന്നിട്ടില്ലല്ലോ. മെസേജു കളെന്തെങ്കിലും വന്നിട്ടുണ്ടോ?"

"ഇല്ല. പോയിട്ട് ഇന്നേക്ക് ആറുദിവസമായി. ഇതിനുമുമ്പും അവൻ എട്ടും പത്തും ദിവസം കഴിഞ്ഞിട്ടൊക്കെ വന്നിട്ടുണ്ട്. അപ്പോഴൊക്കെയും എന്നും ഫോൺ വിളിക്കുമായിരുന്നു. എന്നെയല്ല. എന്നെ അങ്ങനെ വിളിക്കാറില്ല. അവളെ, നിർമ്മലയെ വിളിക്കുമായിരുന്നു. ഇത്തവണ പോയദിവസം ആലുവയിൽനിന്ന് വിളിച്ചതല്ലാതെ പിന്നെ ഒരു

വിവരവുമില്ല. ആദ്യദിവസം ഞാൻ കരുതി അവരുതമ്മിൽ എന്തെങ്കിലും സൗന്ദര്യപ്പിണക്കത്തിന്റെ പേരിൽ വിളിക്കാതിരിക്കുന്നതാണെന്നാ. എന്നാൽ അതിനുമെപ്പുറം എന്തോ ആണെന്നു തോന്നുന്നു."

"ശരത്തിന് എന്ത് സംഭവിച്ചിട്ടുണ്ടാകുമെന്നാണ് സാറ് കരുതുന്നത്?"

"എനിക്കെങ്ങനെ പറയാൻ പറ്റും? അവന്റെ ഏർപ്പാടുകളെപ്പറ്റിയൊ ന്നും എന്നോട് സംസാരിക്കാറില്ല. ഞാനതിലൊന്നും ഇടപെടാറുമില്ല."

"അല്ല, ഞാനുദ്ദേശിച്ചത് നിലവിൽ എന്തെങ്കിലും പ്രശ്നങ്ങള ണ്ടോ? ബിസിനസിലോ, കുടുംബത്തിലോ, നാട്ടിലോ എന്തെങ്കിലും? ആരെങ്കിലും ശരത്തിനെ അപായപ്പെടുത്താനുള്ള എന്തെങ്കിലും വിഷയങ്ങൾ നിലവിലുണ്ടോ എന്നറിയാനാണ്."

"അതും എനിക്ക് പറയാൻ പറ്റില്ലല്ലോ. ഈ കുടുംബത്തിൽ ആരുമായും പ്രത്യേക പ്രശ്നങ്ങളൊന്നും നിലവിലില്ല. അയൽവാസി കളമായിട്ടും നാട്ടുകാരുമായിട്ടും ഞാനറിഞ്ഞുകൊണ്ട് പ്രശ്നങ്ങളൊന്ന മില്ല. അവന് വ്യക്തിപരമായി എന്തെങ്കിലും ഭീഷണികളുണ്ടോ എന്നുള്ള കാര്യം എന്നോടിയുവരെ സൂചിപ്പിച്ചിട്ടില്ല."

"സാറിന്റെ പഴയ ശത്രുക്കളാരെങ്കിലും വീണ്ടും രംഗത്തേക്കിറങ്ങിയോ എന്നാണെന്റെ സംശയം. അത്തരം വല്ല സൂചനയും അടുത്ത കാലത്തെ ങ്ങാൻ ഉണ്ടായിരുന്നോ? വല്ല ഭീഷണിക്കത്തോ, ഫോൺവിളിയോ, മെയിലോ, മെസ്സേജോ അങ്ങിനെ എന്തെങ്കിലും?"

"അതൊക്കെ വളരെ പണ്ടുനടന്ന കാര്യങ്ങളല്ലേ? വർഷങ്ങളേറെ കഴിഞ്ഞിട്ട് ആര് കുത്തിപ്പൊക്കിക്കൊണ്ടുവരാനാ? റിട്ടയർ ചെയ്ത ആദ്യ രണ്ടുവർഷത്തോളം അല്ലറചില്ലറ ഭീഷണികൾ ഉണ്ടായിരുന്നു. ഞാനാവശ്യപ്പെടാതെ തന്നെയാ ആ സമയം പ്രൊട്ടക്ഷനൊക്കെ ഏർപ്പാടാക്കിയത്. ഭീഷണികളൊക്കെ പിന്നീട് താനെ ഇല്ലാതായി. എനിക്കതിലൊന്നും യാതൊരു പേടിയുമില്ല. എന്തും നേരിടാൻ ഞാനിപ്പോഴും തയ്യാറാണ്."

"അപ്പോൾ മകന്റെ തിരോധാനം അന്വേഷിക്കേണ്ടെന്നാണോ സാറ് ഉദ്ദേശിക്കുന്നത്?"

"എന്ന് ഞാൻ പറഞ്ഞില്ലല്ലോ. എന്റെ നേർക്കുവരുന്ന ഏതൊരാ ക്രമണവും ഞാൻ നേരിടുമെന്നല്ലേ പറഞ്ഞിട്ടുള്ള. ഇതങ്ങനെയാണോ? അവന്റെ ഒരു വിവരവും കിട്ടാതായിട്ട് നാലഞ്ചു ദിവസമായി. അതെ ന്താണെന്ന് അന്വേഷിക്കണ്ടേ? കഴിഞ്ഞ നാലഞ്ചു വർഷമായി ഒരു പ്രതികാരദാഹിയും എന്റടുത്തേക്ക് വന്നിട്ടില്ല. എന്നോട് പ്രതികാരം ചെയ്യാനായി ആരെങ്കിലും എന്റെ മകനെ തട്ടിക്കൊണ്ടുപോകുമെന്നും

ഞാൻ കരുതുന്നില്ല. അതിനതക്കവണ്ണമുള്ള വേണ്ടാതീനങ്ങളൊന്നും ഞാൻ ചെയ്തിട്ടില്ല. നിയമം സംരക്ഷിക്കാൻ ബാധ്യതയുള്ള ഒരു ഉദ്യോഗ സ്ഥൻ ചെയ്യേണ്ട കാര്യങ്ങളേ ഞാൻ ചെയ്തിട്ടുള്ളൂ. പക്ഷേ എന്റെ മകന് എന്തുപറ്റി എന്ന കാര്യം എനിക്കറിയണം. അത് നിങ്ങൾ അന്വേഷി ക്കണം.”

അവർ കുറച്ചനേരം കൂടി സംസാരിച്ചിരുന്നു. വിജയനാരായണ നിൽനിന്നും കേസിലേക്ക് വെളിച്ചം വീശുന്ന, പ്രയോജനപ്രദമായ വിവരങ്ങളൊന്നും ലഭിക്കില്ലെന്നറപ്പായപ്പോൾ ശ്യാം മനോഹർ കൊച്ചി മെട്രോയിൽനിന്ന് ലഭിച്ച സി.സി.ടി.വി ദൃശ്യങ്ങളുടെ ചിത്രം അദ്ദേഹത്തെ കാണിച്ചു.

“ഈ ചിത്രത്തിൽ ശരത്തിന്റെ കൂടെയുള്ളവരിൽ ആരെയെങ്കിലും പരിചയമുണ്ടോ?”

വിജയനാരായണൻ ചിത്രം സൂക്ഷിച്ചുനോക്കി. ആരെയും കണ്ട പരിചയം തോന്നുന്നില്ല. മുമ്പെപ്പോഴെങ്കിലും കണ്ടിട്ടുണ്ടായിരിക്കാം. പക്ഷേ ഇപ്പോൾ ആരെയും തിരിച്ചറിയാനാവുന്നില്ല.

വിജയനാരായണൻ നിഷേധാർത്ഥത്തിൽ തലയാട്ടിക്കൊണ്ട് ചിത്രം തിരികെ നൽകി.

“എന്നാൽ ഞങ്ങൾ ശരത്തിന്റെ ഭാര്യയോടൊന്ന് സംസാരിക്കട്ടെ. എന്തെങ്കിലും വിവരം കിട്ടിയാൽ അറിയിക്കാം.” അവർ വിജയനാരായ ണന്റെ മുറിയിൽനിന്ന് പുറത്തിറങ്ങി.

“ഇദ്ദേഹമാണ് ശരത്തിന്റെ വിവരങ്ങൾ അന്വേഷിക്കുന്ന ഉദ്യോ ഗസ്ഥൻ. അസിസ്റ്റന്റ് കമ്മീഷണർ ശ്യാം മനോഹർ.” വിശ്വനാഥൻ നിർമ്മലയ്ക്ക് പരിചയപ്പെടുത്തിക്കൊടുത്തു.

ശ്യാം മനോഹർ ആദ്യമേ തന്നെ തന്റെ കയ്യിലുള്ള ചിത്രം നിർമ്മ ലയെ കാണിച്ച് ശരത്തിനോടൊപ്പമുള്ള ആരെയെങ്കിലും അറിയുമോ എന്നന്വേഷിച്ചു. പ്രത്യേകിച്ചും മുഖം വ്യക്തമായ ആളെ.

“ഇല്ല. ഇയാളെ ഞാനിതുവരെ കണ്ടതായി ഓർക്കുന്നില്ല.”

“ശരത് ഇടയ്ക്കിടയ്ക്ക് ഇത്തരം യാത്രകൾ പോകാറുണ്ടോ? എങ്ങോ ട്ടാണ് സ്ഥിരമായി പോകാറുള്ളത്?”

“ഇടയ്ക്കിടെ യാത്ര ചെയ്യാറുണ്ട്. കേരളത്തിലെ മിക്ക ജില്ലകളിലേക്കും ഇന്ത്യയുടെ പല ഭാഗങ്ങളിലേക്കും യാത്ര പോകാറുണ്ട്. ബിസിനസ് കാര്യങ്ങൾക്കാണ് യാത്ര എന്നാണ് എന്നോട പറയാറുള്ളത്.”

“ഇത്തവണ എങ്ങോട്ടായിരുന്നു യാത്ര? കാറുപയോഗിക്കാതെ ട്രെയിനിൽ പോയതെന്തുകൊണ്ടാണെന്ന് പറഞ്ഞിരുന്നുവോ?”

പകച്ചരുൾ

"എറണാകുളത്തൊരു മീറ്റിംഗുണ്ടെന്നും വണ്ടി രണ്ടുമൂന്നു ദിവസം പാർക്കിംഗ് സ്ഥലത്ത് പൊടിപിടിച്ച് ഇടേണ്ടെന്നും പറഞ്ഞാണ് ട്രെയിനിലാണ് പോകുന്നതെന്ന് പറഞ്ഞത്. രണ്ടോ മൂന്നോ ദിവസ ത്തേക്കുള്ള യാത്രയാണെന്നാണ് ഞാൻ കരുതിയത്. കൂടുതൽ ദിവ സങ്ങളെടുക്കുന്ന യാത്രകളാണെങ്കിൽ ബാഗ് പാക്ക് ചെയ്യാൻ ഞാൻ കൂടെ കൂടാറുണ്ട്. ഇത് ഒറ്റയ്ക്കാണ് ബാഗ് പാക്ക് ചെയ്തത്."

"അടുത്ത കാലത്ത് പ്രത്യേകത തോന്നിക്കുന്ന എന്തെങ്കിലും ഫോൺ കോളുകളോ വ്യക്തികളുടെ സന്ദർശനങ്ങളോ ഇത്തരം സാമ്പത്തിക പ്രശ്നങ്ങളോ അങ്ങനെയെന്തെങ്കിലും ശ്രദ്ധയിൽപ്പെട്ടിരുന്നോ?"

"ഇല്ല. ശരത്തേട്ടന്റെ ഫോൺ ഞാൻ എടുത്തു നോക്കാറില്ല."

"അടുത്തകാലത്ത് സ്വഭാവത്തിൽ എന്തെങ്കിലും മാറ്റങ്ങൾ ശ്രദ്ധ യിൽപ്പെട്ടിട്ടുണ്ടോ? പെട്ടെന്ന് ദേഷ്യം വരിക, അകാരണമായി ഉച്ച ത്തിൽ സംസാരിക്കുക, ചില കാര്യങ്ങൾ മറന്നുപോവുക, ആരെയോ ഭയപ്പെടുന്നപോലെ പെരുമാറുക അങ്ങനെ എന്തെങ്കിലും?"

"ഇല്ല."

"മോനോട് എങ്ങനെയാണ് ശരത്തിന്റെ പെരുമാറ്റം?"

"നല്ല അടുപ്പമാണ്. എന്നാൽ അമിതമായ ലാളനയൊന്നുമില്ല. രാത്രി വന്നാൽ കുറച്ചുനേരം അവനോട് സംസാരിച്ചിരിക്കും. പി.ടി.എ മീറ്റിം ഗിനൊക്കെ ഞാൻ തന്നെയാണ് പോകാറുള്ളത്. അവനെന്തെങ്കിലും ആവശ്യം പറഞ്ഞാൽ എതിർപ്പൊന്നും പറയാതെ നടത്തിക്കൊടുക്കും. അമിതമായ നിയന്ത്രണങ്ങളൊന്നും അടിച്ചേൽപിക്കില്ല."

"ശരത്തിന്റെ യാത്രകളെക്കുറിച്ച് എന്തെങ്കിലും തരത്തിലുള്ള തെറ്റായ സൂചനകളോ സംശയങ്ങളോ നിർമ്മലയ്ക്ക് തോന്നിയിട്ടുണ്ടോ?"

"സത്യത്തിൽ ശരത്തേട്ടന്റെ യാത്രകളെക്കുറിച്ച് ഞാനങ്ങിനെ ഗൗരവമായി ആലോചിച്ചിട്ടുതന്നെയില്ല. ഞങ്ങൾ രണ്ടുപേരും പരസ്പരം സ്വാതന്ത്ര്യത്തോടെ ജീവിക്കുന്നവരാണ്. മറ്റേ ആളുടെ കാര്യത്തിൽ അമിതമായ ഉത്കണ്ഠയോ താൽപര്യമോ പ്രകടിപ്പിക്കാറില്ല. ബിസി നസില്ലുള്ള പങ്കാളിത്തവും അത്യാവശ്യം ചില സോഷ്യൽ വർക്കുകളും മകന്റെ പരിചരണവും വീടിന്റെ ചുമതലകളുമായി ഞാൻ ബിസിയാണ്. ശരത്തേട്ടന്റെ അമ്മ മരിച്ചിട്ട് നാലുവർഷമായി. അതോടെ വീടിന്റെ ഉത്തരവാദിത്തം മുഴുവൻ എന്റെ ചുമലിലാണ്. അതുകൊണ്ട് അത്തരം ചിന്തകളൊന്നും ഞാൻ കൊണ്ടുനടക്കാറില്ല."

"വിജയൻസാറിന്റെ കാര്യങ്ങൾ?"

"അച്ഛന് ആരോഗ്യത്തിന് യാതൊരു പ്രശ്നവുമില്ലാത്തതുകൊണ്ട് പ്രത്യേക പരിചരണമൊന്നുമില്ല. എല്ലാം സ്വന്തം നിലയ്ക്ക് നോക്കിക്കൊ ള്ളും. വൈകീട്ട് അഞ്ചുമണിയോടെ പുറത്തിറങ്ങും. ക്ലബ്ബിലൊക്കെ പോയിട്ട് എട്ട് എട്ടര ആകുമ്പോഴേക്കും തിരിച്ചെത്തും."

"എന്നാൽ പിന്നെ ഞങ്ങളിറങ്ങട്ടെ. വിവരം കിട്ടുന്നതിനനുസരിച്ച് അറിയിക്കാം."

"ഒരു ചെറിയ കാര്യം പറയാനുണ്ട്." നിർമ്മല പറഞ്ഞു.

"ഇന്നലെ പഴയ ഡയറികളൊക്കെ പരിശോധിച്ചപ്പോൾ തോന്നിയ ഒരു സംശയം."

"എന്താണ്? പറയൂ.."

"ഓഗസ്റ്റ് പതിനെട്ടിനാണ് ശരത്തേട്ടൻ ഇവിടെനിന്ന് മീറ്റിംഗിനായി പോയത്. മുൻവർഷങ്ങളിലും ഓഗസ്റ്റ് പതിനെട്ടാം തിയ്യതി ശരത്തേട്ടൻ വീട്ടിൽനിന്ന് പോയിട്ടുണ്ട്. യാദൃച്ഛികമാണോ എന്നറിയില്ല. കഴിഞ്ഞ നാലുവർഷങ്ങളിലും ഓഗസ്റ്റ് പതിനെട്ടിന് ശരത്തേട്ടൻ ഈ വീട്ടിൽ ഉണ്ടായിരുന്നില്ല."

"നാലുവർഷങ്ങൾക്കു മുമ്പ്?"

"ക്ഷമിക്കണം. അതിനുമുമ്പുള്ള ഡയറികൾ ഞാൻ ഒഴിവാക്കിക്ക ളഞ്ഞു."

"ഓഗസ്റ്റ് പതിനെട്ട് ശരത്തിന്റെ ജീവിതത്തിലെ ഏറ്റവും പ്രത്യേ കതയുള്ള ദിവസമായിരിക്കണം. ആ നിലയ്ക്ക് എന്തെങ്കിലും ഓർത്ത് പറയാൻ കഴിയുമോ?"

"ബർത്ത് ഡേയും വിവാഹവാർഷികവുമൊന്നുമല്ല. ഞാനറിയു ന്ന രീതിയിൽ എന്തെങ്കിലും പ്രത്യേകതയുള്ള ദിവസമല്ല ഓഗസ്റ്റ് പതിനെട്ട്."

"നിങ്ങളുടേത് അറേഞ്ച്ഡ് മാര്യേജ് ആയിരുന്നോ? സ്വന്തം വീട്?"

"അതെ, ഞാൻ വടകരക്കാരിയാ..."

"എവിടെയാ പഠിച്ചത്?"

"ഞാനും ശരത്തേട്ടനെപ്പോലെ കോഴിക്കോട് ആർ.ഇ.സിയിൽനി ന്നതന്നെയാ ബി.ടെക് കഴിഞ്ഞത്."

"ഓക്കെ നിർമല. ഞങ്ങൾ അന്വേഷിക്കട്ടെ. പരമാവധി വേഗത്തിൽ വിവരങ്ങൾ ലഭ്യമാക്കാൻ ശ്രമിക്കാം."

വാഹനത്തിൽ ഇരിക്കുമ്പോൾ വിശ്വനാഥൻ പറഞ്ഞു.

പകച്ചുകൾ

"എനിക്കാ കുടുംബബന്ധം മാതൃകാപരമായാണ് അനുഭവപ്പെട്ടത്. ഭർത്താവും ഭാര്യയും തമ്മിൽ തികച്ചും പരസ്പര വിശ്വാസത്തോടെ സ്വത ന്ത്രരായി ജീവിക്കുന്ന അവസ്ഥ. ഒരൊറ്റ കുടുംബത്തിലും ഇത്തരമൊരു സ്വാതന്ത്ര്യം ഒരു കുടുംബിനിക്ക് ലഭിക്കാറില്ല."

"അതിനൊരു മറുവശവുമുണ്ട് വിശ്വനാഥൻ. അവർ രണ്ടുപേരും മറ്റുള്ള വരുടെ രഹസ്യങ്ങളിലേക്ക് ചൂഴിഞ്ഞു നോക്കാറില്ലെന്നത് ശരിയാണെ ങ്കിലും അവർ ജീവിക്കുന്നത് സ്വന്തം രഹസ്യങ്ങളുടെ തടവറയിലാണ്. അതിന്റെ ഭാരവും അവരനുഭവിക്കുന്നുണ്ട്. ആ സ്ത്രീയുടെ ഭർത്താവിനെ ക്കുറിച്ച് പുറത്തുള്ളൊരാൾക്ക് അറിയുന്നതിനേക്കാൾ കൂടുതലൊന്നും അവർക്കുമറിയില്ല. ഭർത്താവിനെ കാണാതായിട്ട് ആറു ദിവസമായിട്ടും അന്വേഷണത്തിന് സഹായകരമായ ഒരു വിവരം പോലും നൽകാൻ അവർക്കായിട്ടില്ല. ഭർത്താവിന്റെ അഭാവത്തിലും അവരനുഭവിക്കുന്ന സുരക്ഷിത ബോധമാണ് യഥാർത്ഥത്തിൽ ആ സ്വാതന്ത്ര്യത്തിന്റെ അടിസ്ഥാനമെന്നാണ് എനിക്കു തോന്നുന്നത്."

അവരുടെ വാഹനം നേരെ പോയത് ശരത്‌വിജയൻ നടത്തിയി രുന്ന ഇലക്ട്രിക്കൽ എക്യുപ്മെന്റുകളുടെ ഹോൾസെയിൽ ഷോപ്പിലേ ക്കായിരുന്നു.

നഗരത്തിന്റെ പ്രധാനപ്പെട്ട ഷോപ്പിംഗ് മാളകളൊന്നിൽനിന്നും അമ്പതു മീറ്ററോളം മാറി ഒറ്റപ്പെട്ട ഒരു ബിൽഡിംഗിലായിരുന്ന മോഡേൺ ഇലക്ട്രിക്കൽസ് & ഇലക്ട്രോണിക്സ് എന്ന സ്ഥാപനം. അവർ ചെല്ലുമ്പോൾ സ്ഥാപനത്തിൽ ചെറിയ തിരക്കുണ്ടായിരുന്നു.

അവർ മാനേജർ രാധാകൃഷ്ണന്റെ മുറിയിലെത്തി.

"മുതലാളി എവിടെപ്പോയി?" ശ്യാം ചോദിച്ചു.

"ശരത് സാർ എറണാകുളത്തൊരു മീറ്റിംഗിനു പോയതാണ്. വരേണ്ട ദിവസമൊക്കെ കഴിഞ്ഞു. എത്തിയിട്ടില്ല."

"എന്നിട്ട് നിങ്ങൾ അന്വേഷിച്ചില്ലേ? പോലീസിൽ വിവരം കൊടു ത്തില്ലേ?"

"പോലീസിൽ വിവരമറിയിക്കലൊക്കെ സാറിന്റെ വീട്ടുകാർ ചെയ്തോളും. ബിസിനസിന്റെ കാര്യങ്ങൾ സാറിന്റെ അഭാവത്തിൽ നിർമ്മല മാഡമാണ് ചെയ്യാറുള്ളത്. അതൊന്നും ഒരു കുഴപ്പവുമില്ലാതെ പോകുന്നുണ്ട്."

"എന്നാൽ കാര്യങ്ങൾ അങ്ങിനെയല്ല. ഞങ്ങൾക്ക് രേഖാമൂലമായ പരാതി ലഭിച്ചിട്ടുണ്ട്. ശരത്തിനെ കാണാനില്ലെന്നു പറഞ്ഞ്. ഞാൻ സി.ഐ വിശ്വനാഥൻ. ഇത് എ.സി.പി ശ്യാം മനോഹർ. എപ്പോഴാണ് ശരത് നിങ്ങളെ അവസാനമായി വിളിച്ചത്."

"കഴിഞ്ഞ വെള്ളിയാഴ്ച സാറ് ഇവിടെനിന്ന് പോയ ദിവസം, കോഴിക്കോട് റെയിൽവേ സ്റ്റേഷനിൽനിന്നാണ് എന്നെ അവസാന മായി വിളിച്ചത്. ഒരു കൺസൈൻമെന്റിന്റെ കാര്യം ഓർമ്മപ്പെടുത്താൻ വിളിച്ചതാ. മൂന്നു ദിവസത്തിനുള്ളിൽ തിരിച്ചെത്തുമെന്ന് പറഞ്ഞിട്ടാണ് അവസാനിപ്പിച്ചത്."

"നിങ്ങൾ വിളിച്ചനോക്കിയില്ലേ?"

"പിന്നെ, ഞാൻ പലതവണ വിളിച്ചപ്പോഴും സ്വിച്ച്ഡ് ഓഫാ. അപ്പോഴൊക്കെയും നിർമ്മല മാഡത്തെ വിളിച്ചിട്ടാ കാര്യങ്ങൾ സോൾ വാക്കിയത്."

"ഞങ്ങൾ ശരത് എവിടെയാണുള്ളതെന്ന് അന്വേഷിച്ചുകൊണ്ടിരിക്ക യാണ്. ഈ മീറ്റിംഗിനെക്കുറിച്ച് നിങ്ങൾക്കറിയാവുന്നതൊക്കെ പറയൂ."

"സത്യത്തിൽ ശരത്സാർ പങ്കെടുക്കുന്ന മീറ്റിംഗകൾക്കൊക്കെയ ുള്ള ഇൻവിറ്റേഷൻ കമ്പനികളിൽനിന്നും ബ്രോഷറായി തപാലിലോ, മെയിലിലോ ആണ് വരാറുള്ളത്. അതുകൊണ്ട് പോകുന്ന മീറ്റിംഗകളെ ക്കുറിച്ചൊക്കെ എനിക്കും അറിയാമായിരുന്നു. ബിസിനസ് മീറ്റിംഗകളാ യതുകൊണ്ട് ഞങ്ങൾ തമ്മിൽ പോകുന്നതിനുമുമ്പ് ഒരു ഡിസ്കഷനം നടത്തുമായിരുന്നു. എന്നാൽ ഈ മീറ്റിംഗിന്റെ വിശദാംശങ്ങളൊന്നം മെയിലായോ, തപാലായോ വന്നിരുന്നില്ല. എനിക്ക തോന്നുന്നത് ഫോണിലേക്ക് മെസ്സേജായിട്ടായിരിക്കും വന്നിട്ടുണ്ടാവുക. മാത്രവുമല്ല, പതിവ്വ ചർച്ചകളൊന്നും ഇത്തവണ ഉണ്ടായിട്ടുമില്ല. അതുകൊണ്ടതന്നെ ഏത് കമ്പനിയുടെ മീറ്റിംഗാണെന്ന് സത്യത്തിൽ എനിക്കറിയില്ല."

"സാധാരണ മീറ്റിംഗിന പോവുമ്പോൾ ഈ പ്രദേശത്തുനിന്ന് ആരെങ്കിലും കൂടെ ഉണ്ടാകാറുണ്ടോ?"

"ഈ ജില്ലയിലെ ഹോൾസെയിൽ ഡീലറാണ് ശരത്സാർ. അതു കൊണ്ടതന്നെ വലിയ കമ്പനികളുടെ മീറ്റിംഗിലേക്ക് ഈ ജില്ലയിൽനി ന്ന് സാറെ മാത്രമേ ക്ഷണിക്കൂ. എന്നാൽ ഇടത്തരം കമ്പനിക്കാർക്ക് ഈ ജില്ലയിൽത്തന്നെ ഒന്നിലേറെ ഡീലർമാരുണ്ട്. അപ്പോൾ അവരേയും വിളിക്കും. പക്ഷേ ഒന്നിച്ച പോകാറൊന്നുമില്ല."

"ഈ ഫോട്ടോയിൽ ശരത്തിനോടൊപ്പം കാണുന്ന ആളെ പരിച യമുണ്ടോ?"ശ്യാം ഫോട്ടോ രാധാകൃഷ്ണന്റെ കയ്യിൽ കൊടുത്തു.

രാധാകൃഷ്ണൻ ചിത്രത്തിലേക്ക സൂക്ഷിച്ചനോക്കി.

"ഇയാളെ എനിക്കറിയില്ല. പക്ഷേ ഇയാളിവിടെ കുറച്ച ദിവസങ്ങൾ ക്കുമുമ്പ് വന്നിട്ടുണ്ട്."

"അതെങ്ങനെ ഇത്ര കൃത്യമായി നിങ്ങൾക്കോർമ്മ വന്നു? ഈ ഷോപ്പിൽ എത്രയോ പേര് വന്നുപോകുന്നു. എന്നിട്ടും ഇയാളെ പെട്ടെന്ന് ഓർമ്മ വന്നതെങ്ങനെ. ഇയാൾ എന്ത് വാങ്ങാനാണ് വന്നത്?"

"അല്ല അല്ല, ഇയാൾ ഒന്നും വാങ്ങാനായിവന്ന ആളല്ല. ഞാൻ ഇങ്ങേര് സാറിന്റെ ക്യാബിനിൽവെച്ചാണ് കണ്ടത്. അവര് തമ്മിൽ നല്ല അടുപ്പത്തിലാണെന്നാണ് തോന്നിയത്. തമാശ പറയുകയും ചിരിക്കുകയുമൊക്കെ ചെയ്യുന്നുണ്ടായിരുന്നു. ഞാൻ എന്തോ ചോദി ക്കാനായി ക്യാബിനിലേക്ക് കേറിയപ്പോഴാണ് ഇങ്ങേരെ കണ്ടത്. ഞാൻ തിരിച്ചപോരാൻ നോക്കിയെങ്കിലും സാറ് വിളിച്ചു. അങ്ങോരുടെ മുമ്പിൽവെച്ചതന്നെ സംസാരിക്കാനുള്ളത് സംസാരിച്ചു. ഏകദേശം അരമണിക്കൂറോളം അയാൾ അവിടെ ഇരുന്നിട്ടുണ്ടാകും. പോകുമ്പോൾ ഞാൻ നോക്കി. സ്വന്തം കാറിലാണ് അയാൾ തിരിച്ചപോയത്."

"ഇതിനുമുമ്പെപ്പോഴെങ്കിലും ഇവിടെ വന്നിട്ടുണ്ടോ..? സാറെന്തെങ്കി ല്യം അയാളെപ്പറ്റി നിങ്ങളോട് പറഞ്ഞോ?"

"ഇതിനുമുമ്പ് കണ്ട പരിചയമൊന്നും തോന്നിയില്ല. എന്നോടിങ്ങോ ട്ടൊന്നും പറയാത്തതുകൊണ്ട് ഞാനങ്ങോട്ടൊന്നും ചോദിച്ചില്ല. അത് പൊതുവേ സാറിനിഷ്ടപ്പെടാറില്ല."

"ശരത്തിന്റെ സുഹൃത്തുക്കൾ ഈ ഷോപ്പിൽ വരാറില്ലേ? ആരൊ ക്കെയാണവര്. അവരുടെ പേരും ഫോൺ നമ്പറുകളുമൊക്കെ തരൂ..."

"ഇവിടെ ഷോപ്പിലേക്ക് കുറേ സുഹൃത്തുക്കൾ പലപ്പോഴായി വരാറുണ്ട്. അതിൽ ബിസിനസ് ബന്ധമുള്ള രണ്ടുമൂന്നു പേരുടെ നമ്പറ കളേ എന്റെ കൈയിലില്ലുള്ളൂ. അത് ഞാൻ തരാം."

രാധാകൃഷ്ണൻ പേരുകളും നമ്പറുകളും എഴുതിക്കൊടുത്തു.

"ശരത്തിന്റെ ഫോൺ വന്നാലോ എന്തെങ്കില്യം പുതിയ വിവരങ്ങൾ കിട്ടിയാലോ ഈ നമ്പറിൽ വിളിച്ചറിയിക്കണം." വിശ്വനാഥൻ തന്റെ നമ്പർ രാധാകൃഷ്ണന് കൊടുത്തു.

അവർ ഷോപ്പിൽനിന്നിറങ്ങി വാഹനത്തിൽ കയറി.

"നല്ലൊരു ഹോട്ടലിലേക്ക് വിട്. നല്ല വിശപ്പുണ്ട്. കോഴിക്കോട് നല്ല ബിരിയാണി കിട്ടുമെന്ന് കേട്ടിട്ടുണ്ട്."

ഭക്ഷണം കഴിച്ച് അവർ ശ്യാം മനോഹറും മോഹൻദാസും റൂമെടു ത്തിരുന്ന ഹോട്ടലിലെത്തി.

"നമുക്ക് ഇതുവരെയുള്ള കാര്യങ്ങളൊക്കെ ഒന്ന് അവലോകനം ചെയ്യാം." ശ്യാം മനോഹര് സംഭാഷണങ്ങൾക്ക് ഇടക്കം കുറിച്ചു.

"ഒരുകാര്യം എനിക്ക് ബോധ്യപ്പെട്ടു. ശരത്തിന്റെ ജീവൻ അപക ടത്തിലാണ്. ശരത് സ്വമേധയാ ഒഴിഞ്ഞു നിൽക്കുകയല്ല. അയാളെ ഏതോ രീതിയിൽ അപായപ്പെടുത്തിയിട്ടുണ്ട്. ആ ചെറുപ്പക്കാരൻ ഇപ്പോൾ ജീവനോടെ ഉണ്ടോ എന്നപോലും ഉറപ്പിക്കാനാവില്ല. ഞാൻ എറണാകുളം, കോട്ടയം ജില്ലകളിലെ എല്ലാ സ്റ്റേഷനുകളിലേക്കും ഇയാളുടെ ഫോട്ടോ അയച്ചുകൊടുത്ത് അലർട്ട് ആവാൻ നിർദ്ദേശിച്ചി ട്ടുണ്ട്. ഷോപ്പിലെത്തിയ ആ സുഹൃത്തിനെ കണ്ടെത്തലാണ് പ്രധാനം. ഷോപ്പിലെ സി.സി.ടി.വി ദൃശ്യങ്ങളിൽനിന്ന് ആ കാറിന്റെ നമ്പർ ലഭി ച്ചിരുന്നെങ്കിൽ കാര്യങ്ങൾ എളുപ്പമായേനെ."

"സാർ, ഇപ്പോഴും അന്വേഷണം ഏതു ദിശയിലേക്ക് തിരിക്കണമെ ന്ന് തീരുമാനിച്ചോ? ഞാനുദ്ദേശിച്ചത് വിജയൻസാറിന്റെ ശത്രുക്കളുടെ നേരെയോ അതോ, ശരത്തിനെത്തന്നെ കേന്ദ്രീകരിച്ചോ?" വിശ്വനാഥൻ ചോദിച്ചു.

"അത് തീരുമാനിക്കുന്നതിനുമുമ്പ് വിജയൻസാറുമായി ബന്ധപ്പെട്ട കേസുകളെക്കുറിച്ചൊക്കെ മനസ്സിലാക്കണം. പ്രധാനപ്പെട്ടതെന്നു തോന്നിക്കുന്ന മൂന്നു കേസാണുള്ളതെങ്കിലും മറ്റു കേസുകളും നിർണാ യകമാണ്. വിദ്യാർത്ഥികളുടെയും കുറ്റവസംഘത്തിന്റെയും നക്സൽ വിചാരണക്കാരുടെയും കേസുകളെപ്പറ്റി വിശ്വനാഥന് അറിയാമല്ലോ. എന്നാൽ ശ്രദ്ധേയമായ മറ്റു ചില കേസുകൾ കൂടിയുണ്ട്. സാറ് എസ്.ഐ ആയിരിക്കുമ്പോൾ പോലീസ് മർദ്ദനത്തിൽ മരണപ്പെട്ട ഒരു ചെറുകിട ബിസിനസ്സുകാരന്റെ ഭാര്യയെ ഇദ്ദേഹം കീപ്പാക്കിവെച്ചിരുന്നതായി ആരോപണമുണ്ടായിരുന്നു. ഒരുനാൾ സാറാ വീട്ടിൽ ഉള്ളപ്പോൾ നാട്ടുകാർ ആ വീട് വളഞ്ഞു. വലിയൊരു സംഘം പോലീസുകാർ വന്നാണ് സാറിനെ അവിടെനിന്ന് രക്ഷപ്പെടുത്തിക്കൊണ്ടുപോയത്. ആ സ്ത്രീയിൽ ഇദ്ദേഹത്തിനൊരു മകനുണ്ടായിരുന്നതായും അയാൾ ഒരുതവണ വന്ന് ഭീഷണിപ്പെടുത്തിയിരുന്നതായും സൂചനയുണ്ട്. പക്ഷേ കഴിഞ്ഞ ഏതാനും വർഷങ്ങളായി ആ പയ്യനെപ്പറ്റി യാതൊരു അറി വുമില്ല. എനിക്ക് തോന്നുന്നു സാറുതന്നെ ഏതെങ്കിലും വിധത്തിൽ അവനെ ഒഴിവാക്കിയിട്ടുണ്ടാവുമെന്നാണ്. ഇദ്ദേഹത്തിന്റെ പേരിലുള്ള മറ്റൊരു കേസ് ഒരു കുറി നടത്തിപ്പുകാരന്റെ മരണവുമായി ബന്ധപ്പെ ട്ടിട്ടുള്ളതാണ്. ആ കേസിൽ സാറിന്റെ പങ്ക് കൃത്യമായി തെളിയിക്ക പ്പെട്ടിട്ടില്ലെങ്കിലും ആസൂത്രകൻ സാറായിരുന്നെന്ന ആരോപണമുണ്ട്. ലക്ഷക്കണക്കിന് രൂപയുടെ ഇടപാട് നടത്തിയിരുന്ന ആളായിരു ന്നു കൊല്ലപ്പെട്ടിരുന്നത്. കോഴിക്കോട് എഞ്ചിനീയറിംഗ് കോളേജ് ഹോസ്റ്റലിൽനടന്ന റാഗിംഗ് മരണവുമായി ബന്ധപ്പെട്ടാണ് മറ്റൊരു

ആരോപണം. യഥാർത്ഥ പ്രതിയെ രക്ഷപ്പെടുത്തുകയും മറ്റൊരാളെ കൃത്രിമമായി പ്രതിയാക്കുകയും ചെയ്തു എന്നൊരാരോപണം ഇദ്ദേഹത്തിന്റെ പേരിലുണ്ട്. എന്നാൽ ഇതൊന്നും തന്നെ അന്വേഷണ വിധേയമായി തെളിയിക്കപ്പെട്ടിട്ടില്ല. പിന്നൊരു കേസ് കോടികളുടെ ഹവാല കേസിന്റെ അന്വേഷണം എങ്ങുമല്ലാതാക്കിയതാണ്. അന്വേഷിച്ച് അന്വേഷിച്ച് കോടതിയിലെത്തിയപ്പോൾ കേസ് തന്നെ ഇല്ലാതായ അവസ്ഥയിലെത്തി. ഇങ്ങനെ ചെറുതും വലുതുമായി ഇദ്ദേഹത്തിന്റെ പേര് പതിഞ്ഞ നിരവധി കേസുകളും അന്വേഷണങ്ങളുമുണ്ട്. ചിലതിലെങ്കിലും ഇരയാക്കപ്പെട്ടവരുടെ കൂടെയുള്ളവർ പകയുമായി നോക്കിനിൽക്കുന്നുണ്ട്. എന്നാൽ ഇതിലേതെങ്കിലുമൊന്നായിരിക്കും ശരത്തിന്റെ തിരോധാനത്തിന് ഇടയാക്കിയത് എന്ന് പറയാനുള്ള തെളിവുകളൊന്നും നമുക്ക് ലഭിച്ചിട്ടില്ല. അതേസമയം ആ ഫോട്ടോ യില്ലുള്ള സുഹൃത്തിനെ കണ്ടെത്തിയാൽ നമുക്ക് അച്ഛന്റെ കേസുക ളെയാണോ മകന്റെ കേസുകളെയാണോ പിന്തുടരേണ്ടത് എന്ന് തീരുമാനിക്കാനാവും.”

“ആ കാർ ഏത് കമ്പനിയുടെ ഏത് മോഡൽ കാറാണെന്ന് ആ മാനേജർ പറഞ്ഞിരുന്നെങ്കിൽ നമുക്കാവഴിക്ക് അന്വേഷണം നടത്തി ആളെ കണ്ടുപിടിക്കാമായിരുന്നു.”

“നമുക്കാ വ്യക്തിയെക്കുറിച്ച് ആഴത്തിലൊന്ന് ചിന്തിച്ചുനോക്കാം. അയാൾ ഒരു ബിസിനസ്സുകാരനോ, ബന്ധുവോ, പതിവ്വ സുഹൃത്തോ അല്ല. സൗഹൃദമുണ്ട്. പെട്ടെന്നു കണ്ടാലും അടുപ്പമാവുന്ന ഒരു പഴയ സൗഹൃദം. നമുക്കോരോരുത്തർക്കും അത്തരം ചില ആളുകളില്ലേ. ദീർ ഘകാലമായി കണ്ടില്ലെങ്കിലും പെട്ടെന്നൊരു ദിവസം കണ്ടാൽപോലും ആ പഴയ സൗഹൃദം മുഴുവൻ പ്രകടമാക്കുന്നവർ. ആരായിരിക്കുമത്. തീർച്ചയായും അയാളൊരു സഹപാഠിയോ, സഹപ്രവർത്തകനോ ആയിരിക്കും. ഇവിടെ ശരത് ഒരു ഉദ്യോഗസ്ഥനായിരുന്നില്ല എന്നതി നാൽ അതൊരു സഹപാഠിയാകാനാണ് സാധ്യത. സഹപാഠിയെ എത്രകാലത്തിനുശേഷം കണ്ടാലും നമ്മൾ ആ പഴയ സൗഹൃദത്തി ലേക്കതന്നെ വീണുപോകും. എത്രകാലം മുമ്പാണ് കണ്ടതെന്നുള്ളത് പ്രശ്നമല്ല. ശരിയാണ് വിശ്വനാഥൻ, ശരത്തിനെത്തേടി അയാളുടെ ഷോപ്പിലെത്തിയതും അയാളുടെ കൂടെ ആലുവ മെട്രോയിലെ സി.സി. ടി.വി ദൃശ്യങ്ങളിൽ കണ്ടതും അയാളുടെ ഒരു ക്ലാസ്‌മേറ്റിനെയാണ്. അതിനർത്ഥം അവരുടേത് ഒരു ബിസിനസ് ട്രിപ്പല്ല. ക്ലാസ്‌മേറ്റുകൾ ഒന്നിച്ചുചേരുന്നുള്ള ഒരു ജോലി ട്രിപ്പായിരുന്നു. ഇയാൾ പഠിച്ചത് ആർ.ഇ.സിയിലാണെന്നല്ലേ പറഞ്ഞത്? മിക്കവാറും ആ സൗഹൃദം

തന്നെയാകണം. നമുക്ക് അവിടം മുതലൊരു അന്വേഷണമാരംഭിക്കാം. ഇവിടെനിന്ന് എത്ര ദൂരമുണ്ട് ആർ.ഇ.സിയിലേക്ക്."

"ഇപ്പോഴാ സ്ഥാപനം എൻ.ഐ.ടി ആണ് സാർ. ഒരു പതിനഞ്ച് കിലോമീറ്റർ ദൂരമേയുള്ളൂ."

"നാളെ കാലത്ത് പത്തുമണിക്ക് നമുക്ക് എൻ.ഐ.ടിയിലെത്തണം. വിശ്വനാഥൻ ഒരു ഒമ്പത് മണിയോടെ ഇവിടെ എത്തിക്കോളൂ. ഇന്ന ത്തെമാതിരി എന്റെ വണ്ടിമതി. ഫിറോസ് ഓടിക്കട്ടെ."

"എന്നാൽ ഞാനിറങ്ങട്ടെ.."

"ഓക്കെ..."

●

4

ശരത്തിനെത്തേടി എറണാകുളം, കോട്ടയം ജില്ലകളിൽ നടത്തു
ന്ന അന്വേഷണത്തിന്റെ വിശദാംശങ്ങൾ, എഞ്ചിനീയറിംഗ്
കോളേജിലേക്കുള്ള യാത്രയ്ക്കിടയിൽ ശ്യാം മനോഹർ വിശ്വനാഥനോട്
വിവരിച്ചു. ഹോട്ടലുകൾ, റിസോർട്ടുകൾ, ലോഡ്ജുകൾ തുടങ്ങിയവയി
ലെല്ലാം അന്വേഷണം നടക്കുന്നുണ്ട്. എന്നാൽ ഇതുവരെയും യാതൊരു
സൂചനയും ലഭിച്ചിട്ടില്ല. ആശുപത്രികളെപ്പോലും ഒഴിവാക്കിയിട്ടില്ല. ഈ
കാലയളവിൽ അവിടങ്ങളിൽ അജ്ഞാത മരണങ്ങളൊന്നും റിപ്പോർട്ട്
ചെയ്തിട്ടുമില്ല. പതിനെട്ടാം തിയ്യതിക്ക ശേഷമുണ്ടായിട്ടുള്ള വാഹനാപ
കടങ്ങൾ പ്രത്യേകം നിരീക്ഷിക്കുന്നുണ്ട്.

എഞ്ചിനീയറിംഗ് കോളേജ് ഓഫീസിലെത്തി നേരെ സൂപ്രണ്ടിനോട
തന്നെയാണ് അവർ വിവരങ്ങൾ അന്വേഷിച്ചത്. പത്തിരുപത് വർഷം
മുമ്പ് ആ കോളജിൽ പഠിച്ചിരുന്ന ശരത്‌വിജയൻ എന്ന വിദ്യാർത്ഥി
യെക്കുറിച്ചും അയാളുടെ ചില സുഹൃത്തുക്കളെക്കുറിച്ചും അറിയാനാണ്
വന്നിരിക്കുന്നതെന്ന് ശ്യാം മനോഹർ സ്വയം പരിചയപ്പെടുത്തിയതി
നശേഷം അറിയിച്ചു. അതിനുശേഷം ഫോട്ടോ കാണിച്ചുകൊടുത്ത്
ശരത്തിന്റെ കൂടെയുള്ള ആളെ കാണിച്ചുകൊടുത്തു. "ഇവരെക്കുറിച്ചാണ്
അറിയേണ്ടത്."

"ഞാൻ ഇവിടേക്കെത്തിയിട്ട് അഞ്ചാറ് വർഷമായിട്ടേയുള്ളൂ. എനി
ക്കിവരെ ആരെയും പരിചയമില്ല. രജിസ്റ്റർ പരിശോധിച്ചാൽ പേരുകൾ
കിട്ടും. പക്ഷേ അവരാരാണെന്ന് അറിയാൻ പറ്റില്ലല്ലോ. എന്തു ചെയ്യും?
വേണമെങ്കിൽ ശരത് എന്ന ആളുടെ വിലാസം കണ്ടുപിടിച്ച് തരാം.

"അതിന്റെ ആവശ്യമില്ല. ഞങ്ങൾക്ക് വേണ്ടത് ഈ ഒപ്പം നിൽക്കുന്ന ആളിന്റെ പേരും വിലാസവ്വമാണ്. അതിനെന്തു ചെയ്യും?"

കുറച്ചനേരത്തെ ചർച്ചകൾക്കൊടുവിൽ സൂപ്രണ്ട് ഒരു നിർദ്ദേശം മുന്നോട്ടുവെച്ചു. "റിട്ടയർ ചെയ്ത ഒരധ്യാപകൻ കുറച്ചകലെ താമസമുണ്ട്. പേര് നാരായണക്കുറുപ്പ്. ഹോസ്റ്റലിലെ വാർഡനൊക്കെ ആയിരുന്ന ആളാണ്. അദ്ദേഹത്തിന് ഈ മുഖം പരിചയമുണ്ടെങ്കിൽ പേരറിയാൻ വഴിയുണ്ട്. പേരറിഞ്ഞു വന്നാൽ ഞാൻ വിലാസമെടുത്തു തരാം."

അഞ്ചാറു കിലോമീറ്ററേ അവർക്ക് പോകേണ്ടിവന്നുള്ളൂ, പഴയ ഹോസ്റ്റൽ വാർഡനും കൂടിയായ എഞ്ചിനീയറിംഗ് കോളജിലെ റിട്ട യേർഡ് പ്രൊഫസർ നാരായണക്കുറുപ്പിന്റെ വീട്ടിലേക്ക്.

ശരത്‌വിജയനെന്ന പേര് പറഞ്ഞുകൊടുത്തപ്പോൾ പ്രൊഫസർക്ക് ചിത്രത്തിൽനിന്ന് ആളെ തിരിച്ചറിയാൻ പറ്റി.

"അന്നൊരു സി.ഐ വിജയനാരായണനുണ്ടായിരുന്നു. അയാളുടെ മകനാണിവൻ. തനി പോക്കിരിയായൊരു ജഗജില്ലി. പണത്തിന്റെയും അധികാരത്തിന്റെയും അഹങ്കാരം കൊണ്ട് കണ്ണ് കാണാത്തവൻ. ഹോസ്റ്റലിൽ ഇവനുണ്ടാക്കിയ വിക്രിയകൾ ചില്ലറയല്ല."

"അവന്റെ ഈ കൂട്ടുകാരനെ ഓർക്കുന്നില്ലേ? ഇയാളുടെ പേരെന്താണ്?"

"അവന്റെ കൂട്ടുകാരുടെ പേരൊന്നും എന്റെ ഓർമ്മയിൽ തെളിയ ന്നില്ല. ഒരു സീരിയസായ കംപ്ലെയിന്റിന്റെ പേരിൽ അവനെയും കൂട്ടു കാരെയും ഞാൻ പത്തു ദിവസത്തേക്ക് ഹോസ്റ്റലിൽനിന്ന് സസ്‌പെന്റ് ചെയ്തിരുന്നു. എന്നാൽ പിറ്റേ ദിവസം തന്നെ സസ്‌പെൻഷൻ പിൻവ ലിക്കേണ്ടിവന്നു."

"അതെന്തുകൊണ്ടായിരുന്നു?"

"അതിന് തക്കതായൊരു കാരണമുണ്ടായിരുന്നു. ഇപ്പോൾ ഞാനത് നിങ്ങളോട് വെളിപ്പെടുത്തുന്നത് ശരിയല്ല."

"എങ്കിൽ അക്കാര്യം പറയണ്ട. ആ പേരുകൾ ഒന്ന് ഓർത്തെടു ക്കാൻ പറ്റമോ?"

പ്രൊഫസർ നാരായണക്കുറുപ്പ് ഏറെനേരം ആലോചിച്ചെങ്കിലും ആ പേരുകളൊന്നും ഓർമ്മയിൽ വന്നില്ല.

അവസാനം പ്രൊഫസർ പറഞ്ഞു."ഒരു വഴിയുണ്ട്. ഞാൻ ഡയറി സ്ഥിരമായി എഴുതുന്ന ആളാ. ഒരു ഡയറിയും കളഞ്ഞിട്ടുമില്ല. ആ വർഷത്തെ ഡയറി ഒന്ന് നോക്കട്ടെ. ഹോസ്റ്റലിൽനിന്ന് സസ്‌പെന്റ്

     പകച്ചുരുൾ

ചെയ്തവരുടെ പേരുകൾ ഞാനെഴുതിവെച്ചിട്ടുണ്ടാകും. പക്ഷേ അവർ തന്നെയാണ് ഈ ഫോട്ടോയിലുള്ളത് എന്നൊന്നും എനിക്കറിയില്ല. ഏതായാലും ഞാനൊന്ന നോക്കട്ടെ.”

ഒരു പതിനഞ്ചു മിനുട്ടിനുള്ളിൽ പ്രൊഫസർ തിരിച്ചെത്തി. കയ്യിൽ ഡയറിയൊന്നുമുണ്ടായിരുന്നില്ല. പകരം ശരത് കൂടാതെ നാല്വപേരുടെ പേരുകൾ എഴുതിയ ഒരു കടലാസ് മാത്രമുണ്ടായിരുന്നു.

“ഇതാ ശരത്തിന്റെ കൂട്ടുകാരുടെ പേരുകൾ. ഈ പേരുകൾ മാത്രമേ എന്റെ കയ്യിലുള്ളൂ.”

“വളരെ നന്ദി.” ശ്യാം നാരായണക്കുറുപ്പിൽനിന്നും ആ പേരെഴുതിയ കടലാസ് വാങ്ങി.

അവർ വീണ്ടും എഞ്ചിനീയറിംഗ് കോളജിലേക്ക തിരിച്ചു.

കുറച്ചനേരത്തെ അദ്ധ്വാനത്തിനുശേഷം സൂപ്രണ്ട് ആ നാല്വപേര ടേയും വിലാസമെഴുതിയ കടലാസ് ശ്യാമിനെ ഏൽപിച്ചു.

പ്രേംചന്ദ് തലശ്ശേരി, രോഹിത് ഇരിങ്ങാലക്കട, സാദിഖ് കുറ്റ്യാടി, ബെന്നി ബത്തേരി എല്ലാവരുടേയും വീട്ടുവിലാസങ്ങളുമുണ്ട്.

“ഈ വിലാസങ്ങളെല്ലാം എത്രയോ വർഷങ്ങൾക്ക മുമ്പുള്ളതാണ്. അവരൊക്കെ ഇപ്പോഴും ഈ വിലാസത്തിലുണ്ടാകുമോ എന്നറിയില്ല.” സൂപ്രണ്ട് പറഞ്ഞു.

അവർ സൂപ്രണ്ടിനോട് യാത്ര പറഞ്ഞിറങ്ങി.

“വിശ്വനാഥൻ, ഇവർ തന്നെയായിരിക്കും ഈ ഫോട്ടോയിൽ കാണുന്നത് എന്ന നിഗമനത്തിലാണ് നമ്മൾ മുന്നോട്ട പോകുന്നത്. ഇക്കൂട്ടത്തിൽ ഏറ്റവും അടുത്തുള്ള ആൾ ആരാണ്? അയാളെ നാം ഇന്നുതന്നെ കാണുന്നു.”

“ഈ ജില്ലയിൽതന്നെയുള്ള സാദിഖ് കുറ്റ്യാടിയിലേക്ക് ഒരു ഒന്നര മണിക്കൂർ യാത്രയുണ്ടാകും.”

“അങ്ങനെയെങ്കിൽ നേരെ കുറ്റ്യാടിയിലേക്ക പോയി നോക്കാം.”

“നമ്മുടെ ഡ്രൈവർ കുറ്റ്യാടിക്കടുത്തുനിന്നാണ്. അതുകൊണ്ട് ആളെ തപ്പിയെടുക്കാൻ ബുദ്ധിമുട്ടുണ്ടാവില്ല.”

അവർ ഭക്ഷണത്തിനായി ഒരു ഹോട്ടലിന മുമ്പിൽ നിർത്തി.

ഭക്ഷണം കഴിച്ച് ഒട്ടും താമസിക്കാതെ അവർ കുറ്റ്യാടിയിലേക്ക തിരിച്ചു. “ഇതൊരു ഭാഗ്യപരീക്ഷണം മാത്രമാണ്. ഈ ഫോട്ടോയിൽ കാണുന്നത് ശരത്തിന്റെ സുഹൃത്തുക്കളാകണമേ എന്നു പ്രാർത്ഥി ക്കാനേ നിർവ്വാഹമുള്ള. ആണെങ്കിൽതന്നെ അവർ അയാളുടെ

സഹപാഠികളാകണമെന്നുമില്ല. പക്ഷേ അത്രത്തോളം സാധ്യത ആവാനുമുണ്ട്. അതുകൊണ്ട് ഭാഗ്യം നമ്മുടെ കൂടെയുണ്ടെങ്കിൽ ആ ഫോട്ടോയിൽ ശരത്തിന്റെ കൂടെയുള്ള ഒരാളെയായിരിക്കും നാം കുറ്റ്യാ ടിയിൽ കാണാൻ പോകുന്നത്." ശ്യാം പറഞ്ഞു.

കയ്യിലുള്ള വിലാസം കുറ്റ്യാടിയിലെ പോസ്റ്റ് ഓഫീസിൽ കാണി ച്ചപ്പോൾ തന്നെ അവർ ആളെ തിരിച്ചറിഞ്ഞു. കെ.എസ്.ഇ.ബിയിലെ അസിസ്റ്റന്റ് എഞ്ചിനീയർ സാദിഖിനെയാണ് അവർ അന്വേഷിക്ക നത്. പത്തുകിലോമീറ്റർ അകലെയുള്ള കെ.എസ്.ഇ.ബി സെക്ഷൻ ഓഫീസിലാണ് ജോലി. ചിലപ്പോൾ അവിടുണ്ടാകും. അല്ലെങ്കിൽ ഫീൽഡിൽ എവിടെയെങ്കിലുമുണ്ടാകും.

അവർ സെക്ഷൻ ഓഫീസിന്റെ ഫോൺ സംഘടിപ്പിച്ച് വിളിച്ചു. എഞ്ചിനീയർ ഓഫീസിലില്ല. മൊബൈൽ നമ്പർ കിട്ടിയപ്പോൾ ശ്യാം മനോഹർ നേരിട്ട് സാദിഖിനെ വിളിച്ചു.

"ഹലോ സാദിഖ്, പോലീസിൽനിന്നാണ്. താങ്കളുടെ സുഹൃത്ത് ശരത്‌വിജയനുമായി ബന്ധപ്പെട്ട ചില കാര്യങ്ങൾ സംസാരിക്കാനു ണ്ട്. ഒന്നു നേരിട്ടു കാണണം. താമസിക്കാൻ പറ്റില്ല. ഉടനെ വേണം. ഓക്കെ."

ഫോൺ കട്ട് ചെയ്തിട്ട് ശ്യാം മനോഹർ പറഞ്ഞു.

"സാദിഖ് ശരത്തിന്റെ സുഹൃത്തുതന്നെ. ഊഹം തെറ്റിയില്ല. പതിനഞ്ചു മിനുട്ടിനുള്ളിൽ ഇവിടെ എത്താമെന്നാ പറഞ്ഞത്."

അവർ കാത്തുനിന്നു.

ഒരു ബൈക്ക് അവരുടെ വാഹനത്തിനു സമീപം വന്നുനിന്നു.

"ഇയാളായിരിക്കും സാദിഖ്." വിശ്വനാഥൻ പറഞ്ഞു.

"ഞാൻ സാദിഖ്." കഷണ്ടി ചെറുതായി ആക്രമണം തുടങ്ങിയ ഒരു ചെറുപ്പക്കാരൻ അവരുടെ മുന്നിലേക്കുവന്നു.

"ഞാൻ വിശ്വനാഥൻ. കോഴിക്കോട് സി.ഐ. ഇത് അസിസ്റ്റന്റ് കമ്മീഷണർ ശ്യാം മനോഹർ. നമുക്കാ ഹോട്ടലിൽ കയറി ഒരു ചായ കുടിച്ചുകൊണ്ട് സംസാരിക്കാം."

ചായ കുടിച്ചുകൊണ്ടിരിക്കെയാണ് ശ്യാം മനോഹർ വിഷയത്തിലേ ക്ക കടന്നത്.

"നിങ്ങൾ സുഹൃത്തുക്കളെല്ലാം ചേർന്ന് അടുത്തെങ്ങാനും ഒരു യാത്ര പോയിരുന്നോ?"

 പകച്ചുരുൾ

"ആഹാ, പോയിരുന്നു. എറണാകുളം ജില്ലയിലെ റിമോട്ടായ ഒരു ദ്വീപിലേക്ക്."

"ശരത്‌വിജയനെക്കൂടാതെ ആരൊക്കെയായിരുന്നു നിങ്ങളുടെ കൂടെയുണ്ടായിരുന്നത്?"

"ഞങ്ങൾ എഞ്ചിനീയറിംഗ് കോളജിലെ പഴയ ക്ലാസ്‌മേറ്റുകൾ മൂന്നുപേരും. പ്രേംചന്ദും രോഹിതും ബെന്നിയും. എന്താ സാർ പ്രശ്നം?"

"അതൊരു ബിസിനസ് മീറ്റിംഗ് ആയിരുന്നോ?"

"ഏയ്, അത് ഞങ്ങളെല്ലാ വർഷവും നടത്തിവരാറുള്ള ഒരു ഒത്തു കൂടൽ. ഒരു പ്ലഷർ ട്രിപ്പ്. അടിച്ചുപൊളിച്ച് ഒന്നോ രണ്ടോ ദിവസം."

"നിങ്ങൾ എന്നാണ് തിരിച്ചെത്തിയത്? മറ്റുള്ളവരോടൊപ്പം ഒന്നി ച്ചാണോ പോന്നത്?"

"അല്ല, പ്രേംചന്ദ് പത്തൊമ്പതാം തിയ്യതി പോന്നു. ശരത്താകട്ടെ ഇരുപതാം തിയ്യതി വെളുപ്പിനാണ് പോന്നത്. ഞങ്ങൾ മൂന്നുപേരും ഇരുപതാം തിയ്യതി ഉച്ചയോടെ പോന്നു. എറണാകുളത്തുവെച്ചതന്നെ പിരിഞ്ഞു. എന്താണ് സാർ പ്രശ്നം. സാറൊന്നും പറഞ്ഞില്ല?"

"ശരത്‌വിജയൻ ഇതുവരെ വീട്ടിൽ തിരിച്ചെത്തിയിട്ടില്ല. അതാണ് പ്രശ്നം."

"ഇത്രയും ദിവസം കഴിഞ്ഞിട്ടോ? അവിടെനിന്ന് എവിടെയെങ്കി ലും പോകാനുണ്ടെന്ന് എന്നോടൊന്നും പറഞ്ഞിട്ടില്ല. അവിടെനിന്ന് പോന്നതിനശേഷം പെട്ടെന്ന് പ്ലാൻ മാറ്റി ബിസിനസ് കാര്യങ്ങൾക്ക് എങ്ങോട്ടെങ്കിലും പോയിട്ടുണ്ടാകുമോ?"

"വീട്ടുകാരാണ് പരാതി തന്നിരിക്കുന്നത്. പതിനെട്ടിന് ഉച്ചയ്ക്ക് ആലുവ മെട്രോയിൽവെച്ച് ഫോൺ വിളിച്ചതല്ലാതെ ഇത്രയും ദിവസമായിട്ട് ഒരു ഫോൺ കോൾപോലും ഉണ്ടായിട്ടില്ല. നിങ്ങളെ പിന്നീട് വിളിച്ചുവോ?"

"ഇല്ലില്ല. ഇന്നോ നാളെയോ ഒന്ന് ശരത്തിനെ വിളിക്കാനിരിക്കയാ യിരുന്നു. അവിടെ നിന്നെടുത്ത ഫോട്ടോകൾക്കായി."

"മറ്റ മൂന്നുപേർക്കും ഒന്ന് വിളിക്കൂ. അവർക്കാർക്കെങ്കിലും അവിടെ നിന്ന് ശരത് പോന്നതിനശേഷം എന്തെങ്കിലും വിവരം കിട്ടിയിട്ടുണ്ടോ എന്ന് ചോദിച്ച നോക്കൂ."

സാദിഖ് തന്റെ ഫോണിൽ മറ്റ മൂന്നുപേരെയും വിളിച്ചു. അവർക്കും പുതിയ വിവരങ്ങളൊന്നുമില്ല. ശരത് അയയ്ക്കാമെന്നേറ്റ ഫോട്ടോകൾ ക്കുവേണ്ടി കാത്തിരിക്കുകയാണവർ.

"ഇത് പ്രശ്നം കൂടുതൽ സങ്കീർണമാക്കുകയാണല്ലോ സാദിഖേ. ഏത് ദ്വീപിലാണ് നിങ്ങൾ ഒത്തുകൂടിയത്. എങ്ങിനെയാണങ്ങോട്ട പോയത്?"

"സത്യത്തിൽ ഈ ട്രിപ്പിന്റെ മുഴുവൻ വിശദാംശങ്ങളും ശരത്തിന്റെ കയ്യിൽ മാത്രമേ ഉണ്ടായിരുന്നുള്ളൂ. അതുകൊണ്ടുതന്നെ ദ്വീപിന്റെ പേരോ ഏത് റൂട്ടിലാണ് അവിടെ എത്തിയതെന്നോ ഞാൻ ശ്രദ്ധിച്ചി ട്ടില്ല. ഒരു ബോട്ടിലാണ് ഞങ്ങൾ കായലിലൂടെ പോയത്."

"ഞങ്ങൾക്ക് നിങ്ങളുടെ യാത്രയുടെ മുഴുവൻ വിശദാംശങ്ങളും അറി യേണ്ടതുണ്ട്. ഈ യാത്ര എങ്ങിനെയാണ് സംഘടിപ്പിക്കപ്പെട്ടത്?"

"അത് കുറേ വിശദമായി പറയേണ്ടതുണ്ട്." സാദിഖ് പറഞ്ഞു.

"ഞങ്ങൾക്ക് എല്ലാം അറിയണം എന്നുമാത്രമല്ല, ആ സ്ഥലത്ത് എത്രയും പെട്ടെന്ന് എത്തിച്ചേരേണ്ടതുണ്ട്. സാദിഖിന് ഒരു രണ്ടു ദിവസം ഞങ്ങളോടൊപ്പം ചെലവഴിക്കാമോ? പോകുന്ന വഴിയിൽ നമുക്ക് സംസാരിക്കുകയും ചെയ്യാം. എന്താ പറ്റില്ലേ?"

"അതിനെന്താ? ഓഫീസിൽ ലീവ് പറയണം. വീട്ടിൽ ചെറിയ ചില അറേഞ്ച്മെന്റുകൾ ചെയ്യണം. അത്രയേ വേണ്ടൂ. എന്നാണ് പോകേണ്ടത്."

"ഇപ്പോൾതന്നെ. ഒരു നിമിഷം പോലും നഷ്ടപ്പെടുത്താനില്ല. സാദിഖ് പറഞ്ഞ രണ്ട് കാര്യങ്ങൾക്ക് എത്രസമയം വേണം. അതുകഴിഞ്ഞാൽ നമുക്ക് കൊച്ചിയിലേക്ക പോകാം."

"വിശ്വനാഥനും ഞങ്ങളുടെ കൂടെ ഉണ്ടാവണം." ശ്യാം മനോഹർ വിശ്വനാഥനോടായി പറഞ്ഞു.

"നിർബന്ധമാണെങ്കിൽ വരാം. എനിക്ക് സ്റ്റേഷനിലും വീട്ടിലുമായി കുറച്ചുസമയം ചിലവഴിക്കേണ്ടിവരും."

"അതോക്കെ..."

വൈകുന്നേരത്തോടെ അവർ നാല്വപേരും കൊച്ചിയിലേക്കുള്ള യാത്ര ആരംഭിച്ചു. മോഹൻദാസാണ് വണ്ടി ഓടിച്ചത്. ശ്യാം മനോഹറും സാദിഖും പിറകിലെ സീറ്റിലാണിരുന്നത്. സംസാരത്തിനിടയിൽ അവരുടെ കാർ കുറഞ്ഞവേഗത്തിൽ ഓടിക്കൊണ്ടിരുന്നു.

"ശരത്വിജയനും നിങ്ങളും മറ്റ മൂന്നുപേരും ചേർന്ന നടത്തിയ യാത്രയുടെ വിശദാംശങ്ങളാണ് ഞങ്ങൾക്കറിയേണ്ടത്. എത്ര വർഷമായി ഈ യാത്രകളാരംഭിച്ചിട്ട്? സമയമുണ്ടല്ലോ. എല്ലാം വിശദമായി പറയൂ. ഒന്നും വിട്ടുപോകരുത്." ഒഴിവാക്കപ്പെടുന്ന

ചെറിയ വിശദാംശങ്ങൾ പോല്യം ചിലപ്പോൾ കേസിന് പ്രയോജനം ചെയ്തേക്കും. ശ്യാം മനോഹർ മനസ്സിൽ കരുതി.

"ഞങ്ങളഞ്ചുപേരും കോഴിക്കോട് ആർ.ഇ.സിയിൽ ഒന്നിച്ച പഠി ച്ചവരാണ്." സാദിഖ് പറഞ്ഞു തുടങ്ങി. "എല്ലാവരും ഹോസ്റ്റലേഴ്സ്. ഞങ്ങളിപ്പോൾ പല വഴികളിലായി പല ഭാഗങ്ങളിലാണ്. അങ്ങനെ കാണുകയോ ബന്ധപ്പെടുകയോ ചെയ്യാറില്ല. എങ്കിലും എല്ലാ വർഷവും ഓഗസ്റ്റ് പതിനെട്ടിന് ഞങ്ങൾ അഞ്ചുപേരും ഒത്തുക്കൂടും. കഴിഞ്ഞ പതി നേഴുവർഷങ്ങളായി നടന്നുകൊണ്ടിരിക്കുന്ന ഒരു അനുഷ്ഠാനം എന്നു പറയാം. ഞങ്ങളഞ്ചുപേരും കേരളത്തിൽ തന്നെയാണ് ജീവിക്കുന്ന തെന്നുള്ളതു കൊണ്ട് എല്ലാ വർഷവും എല്ലാവർക്കും പങ്കെടുക്കാൻ സാധിക്കാറുണ്ട്. രണ്ടോമൂന്നോ സന്ദർഭങ്ങളിൽ ചിലർ ഒഴിവായിട്ടു ണ്ടെന്ന മാത്രം. ആ ഒത്തുചേരൽ കഴിഞ്ഞാൽ പിന്നെ ഒരു വർഷത്തേ ക്ക് ഞങ്ങൾ തമ്മിൽ കാര്യമായ കമ്മ്യൂണിക്കേഷനുകളൊന്നുമില്ല. വളരെ പ്രത്യേകമായി എന്തെങ്കിലും അറിയിക്കാനുണ്ടെങ്കിൽ വിളിച്ച പറയുമെന്നുമാത്രം. ഓരോ വർഷവും വ്യത്യസ്തമായ സ്ഥലങ്ങളാണ് ഞങ്ങൾ ഒത്തുക്കൂടലിന കണ്ടെത്താറുള്ളത്. സ്ഥലങ്ങൾ തീരുമാനി ക്കാറുള്ളത് മിക്കവാറും ശരത് തന്നെയാവും. കാരണം ഈ ടീമിന്റെ ക്യാപ്റ്റൻ ശരത്താണ്. മാത്രവുമല്ല, ഈ ഒത്തുക്കൂടൽ തുടങ്ങിവെച്ചതും ശരത് തന്നെയാണ്. ആദ്യത്തെ കുറേ വർഷങ്ങളിൽ ഒത്തുക്കൂടലിന്റെ മുഴുവൻ ചെലവും വഹിച്ചിരുന്നതും അവൻ മാത്രമായിരുന്ന. പിന്നീട് മറ്റുള്ളവർക്ക് ചെറിയ ജോലികളും വരുമാനവുമൊക്കെ ആയിത്തുട ങ്ങിയതോടെയാണ് എല്ലാവരും കോൺട്രിബ്യൂട്ട് ചെയ്യുന്ന രീതിയിൽ വിപുലീകരിക്കപ്പെട്ടത്. അതുവരെ എല്ലാതവണയും കോഴിക്കോട്ടെ ഏതെങ്കിലും വലിയ ബാർ ഹോട്ടലിൽ ഒരു പകൽ മുഴുവൻ നീണ്ടുനിൽ ക്കുന്ന ഒത്തുചേരലുകളായിരുന്നു. പിന്നീട് പുതിയ പുതിയ സ്ഥലങ്ങൾ കണ്ടെത്താൻ തുടങ്ങി. കേരളത്തിലും തമിഴ്‌നാട്ടിലും കർണാടകയിലും ഗോവയിലുമുള്ള പല സ്ഥലങ്ങളും ഞങ്ങൾ ഒത്തുക്കൂടലിനായി പോയി ട്ടുണ്ട്. എല്ലാം തീരുമാനിച്ചത് അവൻതന്നെയായിരുന്നു. സാധാരണ അവൻ തീരുമാനമെടുത്തിട്ട് ഞങ്ങളെ അറിയിക്കുകയായിരുന്നു പതിവ്. ഇത്തവണ മാത്രം ചെറിയൊരു മാറ്റമുണ്ടായി."

"എന്തായിരുന്നു മാറ്റം?" ശ്യാം മനോഹർ അന്വേഷിച്ചു.

"ഞാൻ അതിലേക്കാണ് വരുന്നത്." സാദിഖ് തുടർന്നു.

"ഇത്തവണ അവൻ എന്നെ വിളിച്ച് അവന്റെ ഷോപ്പിലേക്ക ചെല്ലാൻ പറഞ്ഞു. പണ്ടെന്നോ പോയതിനുശേഷം ഏറെക്കാലത്തി നുശേഷമാണ് ഞാൻ അവന്റെ ഷോപ്പിലെത്തുന്നത്. വർഷത്തിൽ

ഒരിക്കൽ മാത്രം പൂക്കുന്ന ചെടികളെപോലെയുള്ള ഒരു സൗഹൃദമായി രുന്നു ഞങ്ങൾ നിലനിർത്തിയിരുന്നത്. ഓഗസ്റ്റ് ആദ്യവാരത്തിൽതന്നെ ഞങ്ങളോരോരുത്തരും മാനസികമായി തയ്യാറെടുക്കും. അവന്റെ കോൾ വരുന്നതുവരെ എങ്ങോട്ടാണ് യാത്ര എന്നപോലും അറിയാറില്ല. കോഴിക്കോട്ടെത്തി അവന്റെ കാറിലാവും യാത്ര. ഒരു വർഷക്കാലം പറയാനുള്ളതെല്ലാം രണ്ടോ മൂന്നോ ദിവസങ്ങളുടെ ആഘോഷങ്ങൾ ക്കിടയിൽ പറഞ്ഞുതീർക്കും."

"നിങ്ങളാ ഷോപ്പിൽ ചെന്നപ്പോൾ ശരത് എന്താണ് നിങ്ങളോട് പറഞ്ഞത്?"

"ഇത്തവണത്തെ യാത്രയ്ക്ക് കേരളത്തിൽതന്നെ പുതിയൊരു ഡെസ്റ്റിനേഷൻ കണ്ടെത്തിയിട്ടുണ്ടെന്നു പറഞ്ഞു. പതിവിൽനിന്ന് വ്യത്യസ്തമായി ഇത് ഒരു പാക്കേജ് ട്ടൂർ ആണ്. താനല്ല സംഘാടകൻ. അത് മറ്റൊരാളാണ്. നമ്മളൊന്നുമറിയേണ്ടെന്നു പറഞ്ഞ് ശരത്തിന് ഫോണിൽ ലഭിച്ച ഒരു ട്ടൂർ പ്രോഗ്രാമിന്റെ പരസ്യം എന്നെ കാണി ച്ചതന്നു. ഒരു കായലിന്റെ നടുവിൽ ഒറ്റയ്ക്കൊരു തുരുത്ത്. ഒരു ദ്വീപ് എന്നുവേണമെങ്കിൽ പറയാം. പക്ഷേ ആൾ താമസമൊന്നുമില്ല. അതിൽ ചെറിയൊരു കെട്ടിടം. അത്ര സുന്ദരം എന്നൊന്നും പറഞ്ഞു കൂടാ. ചുറ്റും ധാരാളം വൃക്ഷങ്ങൾ. രണ്ടോ മൂന്നോ ഏക്കറുകളിലായി പരന്നു കിടക്കുന്ന ആ തുരുത്തിൽ ഈ ഒരൊറ്റ കെട്ടിടം മാത്രമേയുള്ളൂ. മൂന്നു ദിവസത്തേക്കുള്ള ഒരു പാക്കേജായിരുന്നു പരസ്യത്തിൽ അറി യിച്ചിരുന്നത്. കായലിലൂടെയുള്ള ബോട്ടിംഗ്, കായലിൽ മീൻപിടുത്തം, നീന്തൽ, താമസം, ഇഷ്ടാനുസരണമുള്ള ഭക്ഷണം, മുൻകൂട്ടി ഓർഡർ ചെയ്യുന്നതിനനുസരിച്ചുള്ള മദ്യം എന്നിവ എത്തിച്ചു നൽകും. മൂന്നേക്ക റിൽ മറ്റൊരു മനുഷ്യൻ പോലുമുണ്ടാകില്ല എന്നതായിരുന്നു മറ്റൊരു ആകർഷണം. ഒച്ചവെച്ചാലോ കൂക്കിവിളിച്ചാലോ ആരും കേൾക്കില്ല. അത്രയും വിജനമായൊരു സ്ഥലം. ആ അന്തരീക്ഷത്തിന്റെ വിവരണം തന്നെ ഞങ്ങളെ ആവേശഭരിതരാക്കി. താൽപര്യമുണ്ടെങ്കിൽ മൂന്നു ദിവസത്തിനുള്ളിൽ അറിയിക്കണമെന്നാണ് ആവശ്യപ്പെട്ടത്. മുൻകൂട്ടി പണമടയ്ക്കേണ്ട. നേരിട്ട് കാണുമ്പോൾ ഏൽപ്പിച്ചാൽമതി. മുൻകൂട്ടി പണം വാങ്ങി മുങ്ങിക്കളയുന്ന കക്ഷിയല്ല എന്നറിഞ്ഞപ്പോൾ ഞങ്ങൾ ഇത്തവണ യാത്ര കായലിലേക്കെന്ന് തീരുമാനമെടുത്തു. വാർഷിക കൂട്ടായ്മയെപ്പറ്റി ആലോചിച്ചു തുടങ്ങിയപ്പോൾതന്നെ ഇത്തരമൊരു ഡെസ്റ്റിനേഷൻ ട്ടൂർ പാക്കേജ് ഞങ്ങളെ തേടിയെത്തിയത് ഞങ്ങളെ സന്തോഷിപ്പിച്ചു. മറ്റുള്ളവരുടെ അനുവാദം ചോദിക്കേണ്ട കാര്യമില്ല. വിവ രമറിയിച്ചാൽ മാത്രം മതി. മറ്റൊരാളുടെ സംഘാടനമായതുകൊണ്ടാണ്

ശരത് ഒരാളുടെയെങ്കിലും അഭിപ്രായം ചോദിക്കാൻ മുതിർന്നത്. സമ്മത മറിയിച്ച് മെസ്സേജ് കൊട്ടക്കാൻ തീരുമാനമെടുത്തുകൊണ്ടാണ് ഞാൻ ആ ഷോപ്പിൽനിന്നിറങ്ങിയത്.”

“ഒരു ചായ കുടിച്ചാലോ?” വിശ്വനാഥൻ ചോദിച്ചു.

“ഞാനതങ്ങോട്ട് ചോദിക്കാനിരിക്കുകയായിരുന്നു.”മോഹൻദാസ് പറഞ്ഞു.

“എന്നാൽ വണ്ടി പറ്റിയ സ്ഥലത്തേക്ക് ഒതുക്കിയേക്ക്.” ശ്യാം മനോഹർ പറഞ്ഞു.

ഹോട്ടലിൽ കയറി ചായ കുടിച്ച് ഫ്രഷായതിനുശേഷം അവർ വീണ്ടും യാത്ര തുടർന്നു.

“നമുക്ക് തുടർന്നാലോ സാദിഖേ?”

“നമ്മളെവിടെയാ നിർത്തിയത്?”

“പ്രോഗ്രാം തീരുമാനിച്ച് ഷോപ്പിൽനിന്നിറങ്ങി.”

“പിന്നീട് യാത്രയെ സംബന്ധിച്ച കൂടുതൽ വിശദാംശങ്ങൾ കിട്ടി. ഞങ്ങളുടെ സൗകര്യമനുസരിച്ച് പതിനെട്ടാം തിയ്യതി രാവിലെയാണ് യാത്ര നിശ്ചയിച്ചത്. ഉച്ചയ്ക്ക് രണ്ടുമണിക്ക് എല്ലാവരും ആലുവ മെട്രോ സ്റ്റേഷനിൽ എത്താനാണ് നിർദ്ദേശം കിട്ടിയത്. പാക്കേജിന്റെ ആദ്യ ഗഡു തുക നേരിൽ കാണമ്പോൾ ക്യാഷായിട്ട് കൊടുക്കണം. പിന്നീട് ഭക്ഷണത്തിനും പാനീയങ്ങൾക്കുമുള്ള തുക തുരുത്തിൽവെച്ച് നൽകി യാൽമതി. ഭക്ഷണത്തിനുള്ള മെനു തയ്യാറാക്കി മുൻകൂട്ടി അയച്ചുകൊ ടുക്കണം. അതുപോലെ പാനീയങ്ങൾക്കുള്ള ബ്രാന്റുകളും അളവുമെല്ലാം അറിയിക്കണം. തുരുത്തിലെത്തിക്കഴിഞ്ഞാൽ മൂന്നാം ദിവസം മാത്രമേ തിരിച്ച പോരാൻ ബോട്ട് എത്തുകയുള്ളു. ഇതൊക്കെയായിരുന്നു അറി യിപ്പുകൾ. ഇതിലൊന്നംതന്നെ ഞങ്ങൾക്കെതിർപ്പുള്ള കാര്യങ്ങളൊ ന്നുമില്ലായിരുന്നു. ഭക്ഷണം, ഡ്രിംഗ്സ് എന്നിവയൊക്കെ ശരത് തന്നെ പ്ലാൻ ചെയ്ത് എനിക്ക് അയച്ച തരികയും ഞാനതെല്ലാം നോക്കി എന്റെ നിർദ്ദേശങ്ങളും ചേർത്ത് തിരിച്ചയയ്ക്കുകയും ചെയ്തു.”

ശ്യാം മനോഹറും ടീമുമെല്ലാം ആകാംക്ഷയുടെ മുൾമുനയിലായിരുന്നു. ശരത്‌വിജയൻ എന്ന ആൾക്ക് എന്തുപറ്റി? അതാണവർക്കറിയേണ്ടത്. എവിടെയാണ് അയാളെ തിരക്കി പോകേണ്ടത് എന്ന വിവരമാണ് കിട്ടേണ്ടത്. ഇപ്പോൾ ശരത്തും കൂട്ടരും കോഴിക്കോട്ടനിന്ന് യാത്ര പുറ പ്പെട്ടിട്ടുപോലുമില്ല. ചിലപ്പോൾ അന്വേഷണത്തിന് സഹായകരമാവുന്ന എന്തെങ്കിലും വിവരങ്ങൾ ഇയാളുടെ സംസാരത്തിൽ നിന്നും ലഭിച്ചേ ക്കാം. ക്ഷമയോടെ കേൾക്കുക തന്നെ.

"തുക കുറച്ച് കൂടുതലാണെങ്കിലും ഒരു കായൽ എക്സിപീരിയൻസ് ഞങ്ങളിൽ ആവേശം നിറച്ചു. പോകുന്നതിനു രണ്ടു ദിവസം മുമ്പാണ് ശരത് എന്നെ വിളിച്ചു പറയുന്നത്, കാറെടുക്കുന്നില്ല, ആലുവയിലേക്ക് എല്ലാവരും എത്തിയാൽമതി എന്ന്. ഞാനാണ് മറ്റുള്ളവരെ വിളിച്ച് ആലുവയിൽവെച്ച് കാണാം എന്നറിയിച്ചത്. മെട്രോയിലിരിക്കുമ്പോഴാ ശരത് അതിന്റെ കാരണം പറയുന്നത്."

"എന്താണ് കാറെടുക്കാതിരുന്നത്?"

"ടൂർ ഓപ്പറേറ്ററുടെ ഒരു നിർദ്ദേശം വന്നിരുന്നത്രേ. ട്രെയിനിലോ ബസിലോ ആലുവയിലെത്തിയാൽമതി, ഒന്നിച്ച് പോരേണ്ട. ഒറ്റ യ്ക്കൊറ്റയ്ക്കായി വന്നാൽ മതിയെന്നും. ശരത് അധികം ആലോചി ക്കാൻ നിൽക്കാതെ അതനുസരിച്ച് എന്നെ അറിയിക്കുകയും ചെയ്തു. സർക്കാരിന്റെ ടൂറിസം ലൈസൻസ് കിട്ടാത്ത ഇടമായതുകൊണ്ട് ഒരു കാര്യവും പരസ്യപ്പെടുത്തരുതെന്നും നിർദ്ദേശമുണ്ടായിരുന്നു. ഞങ്ങൾ ട്രെയിനിലും ബസ്സിലുമായി ആലുവയിലെത്തി. തമ്മിൽ പറഞ്ഞുറപ്പിച്ച തനുസരിച്ച് ഒരുമണിയോടെ ആലുവയിൽവെച്ച് സന്ധിച്ചു. ഭക്ഷണം കഴിച്ച് ഞങ്ങൾ മെട്രോ സ്റ്റേഷനുമുന്നിലെത്തി."

●

5

ശ്യാം മനോഹറിന് വന്ന ചില ഫോൺ കോളുകൾക്കിടയിൽ സാദിഖിന്റെ സംസാരം മുടങ്ങി. വഴിയിൽ വണ്ടിയൊതുക്കി ഹോട്ടലിൽനിന്ന് രാത്രി ഭക്ഷണം കഴിച്ചതിനുശേഷം വാഹനത്തിൽ കയറി മുടങ്ങിയ സംസാരം പുനരാരംഭിച്ചു.

"മെട്രോ സ്റ്റേഷനിൽ എത്തി എന്ന് ശരത് വിളിച്ച പറഞ്ഞപ്പോഴാണ് ഏറ്റവും അവസാനത്തെ സ്റ്റേഷനായ മഹാരാജാസ് കോളേജ് സ്റ്റേ ഷനിലേക്ക് ടിക്കറ്റെടുക്കാൻ പറഞ്ഞത്. പുറത്തിറങ്ങി ഇടത്തോട്ട നടന്നാൽ ഒരു ഇന്നോവ ടാക്സി കാത്തുനിൽക്കുന്നുണ്ടാവും. താൻ അതിലുണ്ടാകുമെന്നാണ് അയാൾ അറിയിച്ചത്. അതനുസരിച്ച് ഞങ്ങൾ മെട്രോയിറങ്ങി ഇന്നോവ കണ്ടെത്തി. വാഹനത്തിൽ ഡ്രൈവറെക്ക ടാതെ ഒരാളുണ്ടായിരുന്നു. തൊപ്പിയും കൂളിംഗ് ഗ്ലാസും ധരിച്ച നല്ല ഉയരമുള്ളൊരു താടിക്കാരൻ.

"ഞാൻ അമർ. ഈ ടൂർ പ്രോഗ്രാമിന്റെ കോർഡിനേറ്റർ." അയാൾ പറഞ്ഞു.

മുൻകൂട്ടി അറിയിച്ച തുക ആ വാഹനത്തിൽവെച്ച് ഞങ്ങൾ അമറിന് കൈമാറി.

വാഹനം ഏതൊക്കെ റൂട്ടുകളിലൂടെയാണ് സഞ്ചരിച്ചതെന്ന് എനി ക്കറിയില്ല. നാൽപത്തിയഞ്ച് മിനുട്ട് നേരം യാത്ര ചെയ്തിട്ടുണ്ടാകും. നാല് മണിയോടടുത്ത സമയം ഞങ്ങൾ ഒരു കായൽ കടവിലെത്തി.

അയാളുടെ നിർദ്ദേശമനുസരിച്ച് ഞങ്ങൾ കടവിലേക്കുനടന്നു. കടവിൽ ഞങ്ങളെക്കാത്ത് ഒരു ബോട്ട് തയ്യാറായി നിൽക്കുന്നു ണ്ടായിരുന്നു. അത്യാവശ്യം വലിയൊരു ബോട്ടായിരുന്നു. എഞ്ചിൻ ഡ്രൈവറെക്കൂടാതെ ടൂർ ഓപ്പറേറ്ററുടെ സഹായിയായി ഒരു പയ്യനും ബോട്ടിലുണ്ടായിരുന്നു. ഞങ്ങളാവശ്യപ്പെട്ടതനുസരിച്ച് പാചകത്തിനാ വശ്യമായ സാധനങ്ങളെല്ലാം ബോട്ടിന്റെ ഒരു ഭാഗത്ത് ചാക്കുകളിലും സഞ്ചികളിലുമായി കൂട്ടിവെച്ചിരുന്നു.

ബോട്ട് കായലിലൂടെ നീങ്ങിത്തുടങ്ങി. സ്ഥലമേതാണെന്നൊന്നും ഞങ്ങൾ നോക്കിയില്ല. ഞങ്ങളഞ്ചുപേരും വല്ലാത്തൊരു ആഹ്ലാദ ത്തിമിർപ്പിലായിരുന്നു. അതുവരെ ഈ യാത്രയെക്കുറിച്ചുണ്ടായിരുന്ന ആശങ്കകളൊക്കെ ബോട്ടിൽ കയറിയതോടെ ഇല്ലാതായി. പല ഘട്ട ങ്ങളിലും ഞങ്ങൾ പണം കൊടുത്ത് പറ്റിക്കപ്പെട്ടുമോ എന്നൊരു ആധി ഞങ്ങൾക്കുണ്ടായിരുന്നു.

"ഇനി നിങ്ങൾ തിരിച്ച പോകുന്നതുവരെ ഫോൺ സ്വിച്ച് ഓഫ് ചെയ്തേക്കൂ. ഇപ്പോൾ മുതൽ നിങ്ങൾ എൻജോയ് ചെയ്യൂ. ഫോട്ടോ കളെല്ലാം എന്റെ ഫോണിൽ ഞാനെടുത്തുതരാം. ഫോൺ നമ്മുടെ ആസ്വാദനങ്ങൾക്ക് ഒരു തടസ്സമാണ്. എല്ലാവർക്കും ഫോട്ടോകൾ നൽകാം." അമർ പറഞ്ഞു.

"ഞാനെപ്പോഴേ സ്വിച്ച് ഓഫ് ചെയ്യൂ." ശരത് പറഞ്ഞു.

അയാൾ പറഞ്ഞത് ഞങ്ങൾക്ക് നൂറുശതമാനം സമ്മതമായിരുന്നു. ഇനി ഫോണിന്റെ ശല്യമില്ലാതെ രണ്ടുദിവസം കഴിയാം എന്നു പറഞ്ഞ് ഞങ്ങൾ ബോട്ടിൽവെച്ചതന്നെ ആഘോഷമാരംഭിച്ചു. അയാൾ കന്നാസിൽനിന്ന് കള്ള് പകർന്നുനൽകിക്കൊണ്ടിരുന്നു.

കായലിന്റെ ആഴം കുറഞ്ഞ ഭാഗത്ത് ബോട്ട് നിർത്തി. ഞങ്ങളോട് കായലിലേക്കിറങ്ങിക്കോളാൻ പറഞ്ഞു. പിന്നെ അഞ്ച് കസേരകളും വെള്ളത്തിലേക്കിറക്കിത്തന്നു. കായലിൽ വെള്ളത്തിൽ നിർത്തിയ കസേരകളിലിരുന്ന് ഞങ്ങൾ കള്ള് രുചിച്ചുതുടങ്ങി. അയാളായിരുന്നു പിന്നീട് ഞങ്ങളുടെ ഒഫീഷ്യൽ ഫോട്ടോഗ്രാഫർ.

അയാൾ ബോട്ടിലേക്ക് തിരിച്ച കയറാൻ പറയുന്നതുവരെ ഞങ്ങൾ ആ കായലിലെ ആഴം കുറഞ്ഞ തിട്ടിൽ ഇരുന്ന് ആഘോഷിച്ചുകൊണ്ടി രുന്നു. വീണ്ടും ബോട്ട് നീങ്ങിത്തുടങ്ങി. ഏകദേശം ഒരുമണിക്കൂറോളം ബോട്ടിൽ സഞ്ചരിച്ചിട്ടുണ്ടാവും. ഞങ്ങൾ പരസ്പരം ഉറക്കെ സംസാ രിച്ചുകൊണ്ടിരുന്നു. ടൂർ ഓപ്പറേറ്റർ അമർ ഇടയ്ക്കിടെയുള്ള ഞങ്ങളുടെ അന്വേഷണങ്ങൾക്ക് മറുപടി നൽകിക്കൊണ്ടിരുന്നു. ഇരുൾ പരക്കാൻ

    പകച്ചുരുൾ

നേരത്താണ് ദൂരെനിന്നുതന്നെ ആ ഇരുത്ത് ഞങ്ങൾ കണ്ടുതുടങ്ങിയത്. പിന്നെയും പത്തുമിനുട്ടിലേറെ ഓടിയപ്പോൾ ബോട്ട് പതുക്കെ ഇരുത്തിൽ അടുപ്പിക്കാൻ തുടങ്ങി. ഇരുത്തിൽ കെട്ടിയുണ്ടാക്കിയ മതിലിനോടു ചേർത്ത് ബോട്ട് നിർത്തി. ഓരോരുത്തരെയായി അയാൾ ബോട്ടിൽനിന്ന് ഇരുത്തിലേക്ക് കയറ്റി. ബാഗുകളും മറ്റ സാധനങ്ങളുമെല്ലാം അയാളും സഹായിയും ചേർന്ന് ബോട്ടിൽനിന്ന് ഇരുത്തിലേക്ക് കയറ്റിവെച്ചു.

അയാളുടെ പരസ്യത്തിൽ പറഞ്ഞിരുന്നത് അക്ഷരാർത്ഥത്തിൽ ശരിയായിരുന്നു. അതിവിശാലമായൊരു പറമ്പ്. തെങ്ങുകളും മറ്റ പലതരം വൃക്ഷങ്ങളുമായി കാട്ടുപോലെ തോന്നിക്കുന്ന പറമ്പിന്റെ കായലിനോട് ചേർന്നുനിൽക്കുന്ന ഭാഗത്തായി ഒരു കെട്ടിടം. അത്ര പുതിയതൊന്നുമല്ലെങ്കിലും പുരാതനമൊന്നുമല്ല. ഞങ്ങളതിന്റെ ഉള്ളിലേക്ക് നടന്നു. കിച്ചൻ ഉൾപ്പെടെ മൂന്നു മുറികളേ ഉള്ളൂ. എങ്കിലും അഞ്ചാറാളുകൾക്ക് സുഖമായി കഴിയാം. പുറത്ത് വിശാലമായൊരു വരാന്തയിൽ മേശയും കസേരകളുമുണ്ട്.

ഞങ്ങളെ കൂടുതൽ ആകർഷിച്ചത് കെട്ടിടത്തിനു മുന്നിലായി കായലിൽനിന്ന് വേർതിരിച്ചെടുത്ത രീതിയിലുള്ള വിശാലമായ കുളമാ യിരുന്നു. നല്ല നീളവും വീതിയുമുള്ള നീന്താൻ യോജിച്ച കുളം. ഞങ്ങൾ കുറച്ചുനേരം അവിടം ചുറ്റിനടന്നുനോക്കി. ഇരുട്ടുപരന്നു തുടങ്ങിയതി നാൽ അധികമൊന്നും കാണാനാവുമായിരുന്നില്ല. പിന്നെ ഞങ്ങൾ ആഘോഷങ്ങളിലേക്കു തിരിഞ്ഞു.

സഹായിയായി ഉണ്ടായിരുന്ന പയ്യൻ തെങ്ങിൽനിന്ന് ഇളനീരിട്ട് ചെത്തിക്കൊണ്ടുവന്ന് ഞങ്ങൾക്കരികിൽ കൊണ്ടുവന്നുവെച്ചു. പിന്നെ അവർ രണ്ടുപേരും അടുക്കളയിൽ ഭക്ഷണമുണ്ടാക്കുന്ന തിരക്കിലായിരു ന്നു. ഞങ്ങളാകട്ടെ ഒരു വർഷത്തെ ഇടവേളയിലുള്ള സംഭവങ്ങളിലൂടെ കടന്നുപോവുകയായിരുന്നു. ഞങ്ങൾ കായലിനോടു ചേർത്ത് കസേര കളിട്ട് മദ്യം കഴിച്ചു തുടങ്ങി. കുറേക്കഴിഞ്ഞ് ഭക്ഷണം റെഡിയായതായി അയാൾ വന്നറിയിച്ചു.

അന്നുരാത്രി ഞങ്ങൾ ഉറങ്ങിയോ എന്ന് സംശയമാണ്. രാത്രിയിൽ ഞങ്ങളാ കെട്ടിടത്തിൽനിന്ന് പുറത്തിറങ്ങി നടന്നു. മുന്നിൽ ഇരുണ്ട നിൽക്കുന്ന കായൽ. ദൂരെ പ്രകാശിക്കുന്ന വിളക്കുകളുടെ തെളിച്ചം കായലിൽ പതിച്ച് തിളങ്ങിനിൽക്കുന്നു. മുകളിൽ വിശാലമായി കാണുന്ന ആകാശവും നക്ഷത്രങ്ങളും. സിരകളിൽ മദ്യത്തിന്റെ വീര്യം. സംസാരത്തിന് പഴയകാലം മുതലുള്ള സൗഹൃദത്തിന്റെ ഊഷ്മളത.

ഞങ്ങളുടെ സംഘാടകനോട് ഞങ്ങൾ മനസ്സുകൊണ്ട് നന്ദി പറഞ്ഞു. കഴിഞ്ഞ കുറേ വർഷക്കാലം ഞങ്ങൾ ഇതേ ദിവസം ഒത്തുകൂടിയിട്ടുണ്ടെ ങ്കിലും ഇത്തരമൊരനുഭൂതി ഞങ്ങൾക്കാദ്യമായിട്ടായിരുന്നു.

രാത്രി എപ്പോഴോ ഞങ്ങൾ ഉറക്കമായി. പിറ്റേന്ന് ഉച്ചയോടെയാണ് ഓരോരുത്തരായി ഉറക്കമുണർന്നത്. വല്ലാത്തൊരു ആലസ്യത്തിലാ യിരുന്നു എല്ലാവരും. അടിയിൽ ചളിയുണ്ടായിരുന്നെങ്കിലും ഞങ്ങൾ കായലിൽ ഏറെനേരം നീന്തിത്തുടിച്ചു. പലതരത്തിലുള്ള രുചികരമായ ഭക്ഷണങ്ങൾ വന്നുകൊണ്ടേയിരുന്നു. ഞങ്ങൾ ആവശ്യപ്പെട്ടതനുസരി ച്ചുള്ള മദ്യം അയാൾ സ്റ്റോക്ക് ചെയ്തിരുന്നു. ഒന്നിലും ഒരു കുറവ് വന്നില്ല. ഉച്ചയ്ക്കുശേഷം അമർവന്ന് ഞങ്ങളോടെല്ലാവരോടുമായി പറഞ്ഞു. നാളെ രാവിലെ 11 മണിയോടെ ബോട്ട് എത്തും. എന്നാൽ ഞാൻ മറ്റൊരു അറേഞ്ച്മെന്റ് കൂടി ചെയ്തിട്ടുണ്ട്. ആർക്കെങ്കിലും അതിനുമുമ്പ് പോകേ ണ്ടതുണ്ടെങ്കിൽ ഒന്നോ രണ്ടോപേർക്ക് കയറാവുന്ന ഒരു തോണി റെഡിയാക്കിയിട്ടുണ്ട്. ഒരു ഇരുപത് മിനുട്ട് തുഴഞ്ഞാൽ മറ്റൊരു ചെറിയ കടവിലെത്താം. അവിടെനിന്ന് ഒരു പതിനഞ്ച് മിനുട്ട് നടന്നാൽ ഒരു പ്രധാന റോഡിലെത്താം. അവിടെനിന്ന് രാത്രി ഉൾപ്പെടെ എപ്പോൾ വേണമെങ്കിലും ബസ് കിട്ടും.

ഞങ്ങൾക്കും ആ ഐഡിയ ബോധിച്ചു. ഇതുവരെയുള്ള കണക്കുകൾ ഞങ്ങൾ അയാളുമായി സെറ്റിൽ ചെയ്തു. തുകയെല്ലാം ക്യാഷായിത്തന്നെ കൊടുത്തു. അക്കാര്യം അയാൾ മുൻകൂട്ടിത്തന്നെ ആവശ്യപ്പെട്ടിരുന്നു. ഇനി ആർക്കുവേണമെങ്കിലും എപ്പോൾ വേണമെങ്കിലും പിരിയാം എന്നൊരു തീരുമാനവുമെടുത്തു. മറ്റോരോരുത്തരേയും വിളിച്ച് യാത്ര പറയണമെന്നില്ല. പോകാൻ തീരുമാനിച്ചാൽ അമറിനോട് പറഞ്ഞ് ബാഗ്ഗമെടുത്ത് തോണിയിൽ കയറി പോയാൽമതി. തലശ്ശേരിയിൽ നിന്നുള്ള പ്രേംചന്ദിന് ഒരു ദിവസം നേരത്തെ പോകേണ്ട ആവശ്യമു ണ്ടെന്ന് വന്ന സമയം മുതൽക്കേ പറഞ്ഞിരുന്നു. അയാൾക്ക് വീട്ടിൽ തിരിച്ചെത്തേണ്ട എന്തോ അത്യാവശ്യമുണ്ട്. പിറ്റേന്ന് ബോട്ടെത്തിയിട്ടേ പോകാൻ പറ്റുകയുള്ളൂ എന്നു പറഞ്ഞ് നിരാശനായി നിൽക്കുകയായി രുന്നു. അമർ തോണിയുടെ കാര്യം പറഞ്ഞതോടെ പ്രേംചന്ദ് വൈകിട്ട് ആറുമണിയോടെ ബാഗ്ഗമെടുത്ത് അമറിന്റെ കൂടെ തോണിയിൽ യാത്രയായി. പയ്യനെ അവിടെ നിർത്തി അമർ തന്നെയാണ് തോണി തുഴഞ്ഞത്. പ്രേംചന്ദിനെ കൊണ്ടുപോയിവിട്ട് ഒരു മണിക്കൂറിനുശേഷം അമർ വീണ്ടും ആ കൊച്ച റിസോർട്ടിലേക്ക് തിരിച്ചെത്തി. രാത്രി ഭക്ഷണം ഉണ്ടാക്കുന്നതിൽ മുഴുകി.

 പകച്ചുരുൾ

ഞങ്ങൾ മദ്യപാന ആഘോഷത്തിന്റെ നെറുകയിലായിരുന്നു. പാട്ടും മേളവും തമാശകളും എത്ര ഉച്ചത്തിലായാലും ആരും വന്ന് ശബ്ദം കുറ യ്ക്കാനൊന്നും പറയാനില്ലാത്തതുകൊണ്ട് വല്ലാത്തൊരു സ്വാതന്ത്ര്യമാണ് ഞങ്ങൾ അനുഭവിച്ചത്. ഓരോരുത്തരായി ഭക്ഷണം കഴിച്ചെന്നുവരുത്തി പതുക്കെ ഉറക്കത്തിലേക്കു വഴുതി വീഴുകയായിരുന്നു.

പിറ്റേന്ന് ഞാനെണീക്കുമ്പോൾ പതിനൊന്നുമണിയായിരുന്നു. അപ്പോഴും മറ്റ രണ്ടുപേർ ഉറങ്ങിക്കൊണ്ടിരിക്കയായിരുന്നു. ശരത്തിനെ അവിടെയെങ്ങും കണ്ടില്ല. ഞാൻ എണീറ്റ് അമറിനോടന്വേഷിച്ചു.

"രാവിലെത്തന്നെ എന്നെ വിളിച്ചുണർത്തി പെട്ടെന്ന് പോകണമെ ന്ന് പറയുകയായിരുന്നു. കട്ടൻ കാപ്പി ഉണ്ടാക്കിക്കുടിച്ച് ഞാൻ അദ്ദേഹ ത്തെ കൊണ്ടുപോയിവിട്ടിട്ട് വന്നതാണ്. ഒരു രണ്ടുമണിക്കൂറെങ്കിലുമാകും പുള്ളി പോയിട്ട്."

"അപ്പോൾ കണക്കുകളൊക്കെ?" ഞാൻ ചോദിച്ചു. പൈസ കൊട്ട ത്തിനുശേഷവും പുതിയ കണക്കുകളുണ്ടായിരുന്നു.

"എല്ലാ കണക്കുകളും തീർത്തു." അമർ പറഞ്ഞു.

ശരത് പോകുന്ന കാര്യം തലേ ദിവസം പറഞ്ഞിരുന്നില്ല. ഇത്രനേര ത്തെ അവനെങ്ങനെ ഉണർന്നെണീറ്റു എന്നതുമാത്രമായിരുന്നു എന്റെ സംശയം. പിന്നെ മറ്റ രണ്ടുപേരേയും വിളിച്ചെണീപ്പിച്ച് ഭക്ഷണമൊക്കെ കഴിച്ച് ഞങ്ങളും റെഡിയായി. ബോട്ട് വേണ്ടെന്ന് പറഞ്ഞിട്ടുണ്ടെന്ന് അമർ പറഞ്ഞു. ഞങ്ങളെയും തോണിയിലാണ് മറ്റൊരു കടവിലെ ത്തിച്ചത്. അയാൾ എടുത്ത ഫോട്ടോകളെല്ലാം എഡിറ്റ് ചെയ്ത് രണ്ടു ദിവസത്തിനുള്ളിൽ ശരത്തിന്റെ ഫോണിലേക്ക് അയച്ചുകൊടുക്കാമെ ന്നാണ് ഏറ്റിട്ടുള്ളത്. കടവിലിറങ്ങി അയാൾ പറഞ്ഞ വഴിയിലൂടെ രണ്ട കിലോമീറ്ററോളം നടന്നപ്പോൾ പ്രധാന റോഡിലെത്തി. മൂന്നുപേരും എറണാകുളത്തെത്തിയ ശേഷമാണ് പല വഴിക്കായി പിരിഞ്ഞത്.

ആ ഫോട്ടോകൾ ഇതുവരെ ശരത് അയച്ചുതന്നിട്ടില്ല. അമർ എന്തായാലും ഇതിനകം അയച്ചുകൊടുത്തിട്ടുണ്ടാവും. കണ്ടിടത്തോളം അമർ വാക്കുപാലിക്കുന്നവനും വിശ്വസിക്കാവുന്നവനുമാണ്. ശരത് ഒരു പക്ഷേ മറ്റെന്തെങ്കിലും തിരക്കിൽപ്പെട്ട് അയയ്ക്കാൻ മറന്നതാകണം. ഇന്ന് വൈകുന്നേരം ഫോട്ടോകൾക്കായി ശരത്തിനെ വിളിക്കണമെ ന്ന് ഞാൻ തീരുമാനിച്ചതായിരുന്നു. ഇത്രയുമൊക്കെയാണ് ഞങ്ങളുടെ കഴിഞ്ഞ യാത്രയുടെ വിശദാംശങ്ങൾ. ഞാനെന്തെങ്കിലും വിട്ടുപോയോ എന്നെനിക്കറിയില്ല. ഓർമ്മയില്ലുള്ളതെല്ലാം ഞാൻ പറഞ്ഞിട്ടുണ്ട്. ഇനി എന്തെങ്കിലും ചോദിക്കാനുണ്ടെങ്കിൽ ഓർക്കുന്നെങ്കിൽ പറയാം."

നഗരമടുത്തതോടെ അവർ സംസാരം നിർത്തി. രാത്രി പത്തുമണി യോടെ അവർ കൊച്ചിയിലെത്തി. ഡിപ്പാർട്ട്‌മെന്റ് ഗസ്റ്റ് ഹൗസിൽ അവർ സാദിഖിനായി ഒരു റൂം ഏർപ്പാടാക്കിയിരുന്നു. കാലത്ത് ഏഴരയോടെ റെഡിയായി നിൽക്കാൻ പറഞ്ഞേൽപിച്ചിട്ട് അവർ മൂന്നുപേരും നേരെ ശ്യാം മനോഹറിന്റെ ഓഫീസിലേക്കാണ് പോയത്.

ശരത്തിന്റെയും കൂട്ടുകാരുടെയും ഒത്തുകൂടലിന്റെ വിവരങ്ങൾ കേട്ടു തുടങ്ങിയപ്പോൾ അസ്വാഭാവികമായതെന്തോ അവിടെ നടന്നിരിക്കാ മെന്നും ശരത്തിന്റെ തിരോധാനവുമായി ബന്ധപ്പെട്ട് തെളിവുകൾ എന്തെങ്കിലും ലഭിക്കുമെന്നും ശ്യാം മനോഹർ പ്രതീക്ഷിച്ചിരുന്നു. എന്നാൽ അവിടെവെച്ച് അപ്രതീക്ഷിതമായി ഒന്നും സംഭവിച്ചില്ലെന്നും എല്ലാവരും ഒത്തുകൂടൽ കഴിഞ്ഞ് അവിടെനിന്ന് തിരിച്ചപോയെന്നും അറിഞ്ഞപ്പോൾ മൂന്നുപേരും നിരാശരായി. ശരത്തിന്റെ തിരോധാനവും ഈ ടൂർ പ്രോഗ്രാമും തമ്മിൽ ഏതെങ്കിലും രീതിയിൽ ബന്ധമുണ്ടാകുമെ ന്ന് ചിന്തിച്ചെങ്കിലും അതിനതക്കവണ്ണമുള്ള ഒരു സൂചനയും സാദിഖിന്റെ വിവരണത്തിൽനിന്ന് ലഭിച്ചിട്ടില്ല.

"മോഹൻദാസ്, തനിക്കെന്തേ തോന്നുന്നു. ശരത്തിന്റെ തിരോധാന ത്തിനപ്പിന്നിൽ അമർ എന്ന ആൾക്ക് എന്തെങ്കിലും പങ്കുണ്ടാവുമോ?"

"അങ്ങനെ സംഭവിക്കാൻ ഒരു ചെറിയ സാധ്യത കാണുന്നുണ്ട്. പക്ഷേ അതിനുള്ള മോട്ടീവ് ഇതുവരെയുള്ള കഥയിലില്ല. ഒന്നുകിൽ സാമ്പത്തികം തട്ടിയെടുക്കാൻ ശരത്തിനെ അപായപ്പെടുത്തിയതാ വാം. അതിനുള്ള സാധ്യത കുറവാണ്. ഒന്നാമത് ശരത്തിന്റെ കയ്യിൽ ആവശ്യത്തിലേറെ പണമുണ്ടാകാനിടയില്ല. മാത്രവുമല്ല ശരത്തിനെ പ്പോലെ ഒരാളെ ഒറ്റയ്ക്ക് നേരിടാൻ അമറിന് കഴിയുമോ എന്നറിയില്ല. അമറിന്റെ ശാരീരികാവസ്ഥയെപ്പറ്റി സാദിഖിനോട് ചോദിച്ചതുമില്ല. അവർ തമ്മിൽ എന്തെങ്കിലും മുൻപരിചയം ഉണ്ടെങ്കിൽ അത് ആദ്യ കാഴ്ചയിൽ തന്നെ വെളിവാകുമായിരുന്നു. അതില്ലാത്തതുകൊണ്ട് അമറിന്റെ ഭാഗത്തുനിന്ന് പ്രതികാര നിർവ്വഹണം എന്ന അജണ്ടയ്ക്ക് സ്കോപ്പില്ല. അമർ തോണിയിൽ കൊണ്ടുപോകുമ്പോൾ എന്തെങ്കി ലും അപകടം പറ്റിയിട്ടുണ്ടെങ്കിൽ തീർച്ചയായും രക്ഷപ്പെടുത്താനുള്ള ശ്രമങ്ങൾ നടന്നേനെ. അതിന്റെ യാതൊരു ലക്ഷണങ്ങളും സംസാ രങ്ങളുമൊന്നും ഉണ്ടായിട്ടില്ല. എനിക്ക് തോന്നുന്നത് ഈ ടൂർ പാക്കേ ജിനുശേഷമാണ് ശരത്തിന് എന്തെങ്കിലും അപകടം പറ്റിയിരിക്കാൻ സാധ്യത എന്നാണ്." മോഹൻദാസ് പറഞ്ഞു.

"ശരത് ഇരുട്ടിൽനിന്ന് പുറത്തുപോയി എന്നതിന് എന്തെങ്കിലും തെളിവ് കിട്ടേണ്ടയുണ്ട്. മെട്രോയിറങ്ങിയതിനുശേഷം ഓഫ് ചെയ്യപ്പെട്ട

ആ മൊബൈൽ പിന്നീടിതുവരെ ഓൺ ചെയ്തിട്ടില്ല. അയാൾ പുറത്തിറ
ങ്ങിയിരുന്നുവെങ്കിൽ ആദ്യം ചെയ്യുക ആ മൊബൈൽ ഓൺ ചെയ്യുക
യാവില്ലേ? എന്റെ സംശയം അതാണ്. അയാൾ ആ തുരുത്തിൽനിന്ന്
പുറത്തു കടന്നിട്ടുണ്ടാവില്ല." വിശ്വനാഥൻ പറഞ്ഞു.

"അമറിന്റെ നമ്പർ സംഘടിപ്പിച്ച് അയാളെ ഒന്നു കോൺടാക്റ്റ്
ചെയ്യണം. അയാൾക്കെന്താണ് പറയാനുള്ളതെന്ന് അറിയണമ
ല്ലോ. സാദിഖിനോട് അമറിന്റെ നമ്പർ ചോദിക്കാനും വിട്ടുപോയി."
മോഹൻദാസ് പറഞ്ഞു.

"ഇതിനെല്ലാം നാളെ നമുക്ക് ഉത്തരം കണ്ടെത്താനായേക്കും.
നാളെ രാവിലെ സാദിഖിനേയും കൂട്ടി ആ കടവും ബോട്ടും കണ്ടെ
ത്തണം. എങ്കിലേ നമുക്കാ തുരുത്തിലെത്താനാവൂ. അവിടെ ചെന്നാലേ
ശരത്തിനെന്തുപറ്റിയെന്നുള്ള സൂചനകൾ ലഭിക്കൂ. പല സാധ്യതകളും
തുറന്നുകിടക്കുകയാണ്. നാല്വ് സുഹൃത്തുക്കളും ചേർന്ന് ശരത്തിനെ
തല്ലിക്കൊന്ന് ആ വിജനമായ പറമ്പിൽ കുഴിച്ചിട്ടിരിക്കാൻ വരെ
സാധ്യതയുണ്ട്. അല്ലെങ്കിൽ കായലിൽ കെട്ടിത്താഴ്ത്തിയിട്ടുണ്ടാവും.
ഇതിലേതാണ് നടന്നിട്ടുള്ളതെന്ന് അവിടെ ചെന്നാലേ അറിയൂ. പോകു
ന്നതിനുമുമ്പ് രാവിലെതന്നെ അമറിനെ വിളിച്ചവരുത്തണം. സാദിഖ്
വന്നാലുടൻ ചെയ്യേണ്ട കാര്യമതാണ്. യാത്രാക്ഷീണം മാറാൻ കുറച്ച
നേരം നന്നായി ഉറങ്ങണം. കാലത്ത് ഏഴുമണിക്കതന്നെ അന്വേഷണം
തുടങ്ങാം." വിശ്വനാഥന് ഏർപ്പാടുചെയ്ത മുറിയിൽ കൊണ്ടുചെന്നാക്കി
അവർ താമസസ്ഥലങ്ങളിലേക്ക തിരിച്ചു.

***

കാലത്തെണീറ്റ് പോകാൻ റെഡിയായി ഫോണിൽ നോക്കുമ്പോൾ
തന്നെ ശ്യാം മനോഹറിന്റെ മൊബൈലിൽ സമീപത്തുള്ള കായലിന്റെ
കടവുകളെക്കുറിച്ചുള്ള വിവരങ്ങൾ നിറഞ്ഞിരുന്നു. തലേ ദിവസത്തെ
അന്വേഷണത്തിനുള്ള മറുപടികളാണ്. ഒറ്റപ്പെട്ട തുരുത്തുകളും ഒറ്റപ്പെട്ട
റിസോർട്ടുകളും അത്ര അധികമില്ല. സാദിഖിന്റെ വിവരണമനുസരിച്ച്
റിസോർട്ടിലേക്ക് പോകുമ്പോൾ കടവിനടുത്തുവരെ വാഹനമെത്തിയി
രുന്നു. വാഹനങ്ങൾ അടുത്തെത്താൻ കഴിയാത്ത കടവുകളെ ആദ്യഘ
ട്ടത്തിൽതന്നെ ഒഴിവാക്കി. പിന്നെയുമുണ്ട് ഒമ്പത് കടവുകൾ. ഇവയിൽ
ഏതിൽനിന്നായിരിക്കും ആ ബോട്ട് പുറപ്പെട്ടിട്ടുണ്ടാവുക. ബോട്ടിന്റെ
പേര് സാദിഖ് ഓർമ്മിക്കാത്തത് വലിയ പ്രശ്നമായി. സാദിഖ് എത്തി
യപ്പോൾ ആദ്യം ശ്യാം മനോഹർ ആവശ്യപ്പെട്ടത് മറ്റ് മൂന്നുപേരെയും
വിളിച്ച് ബോട്ടിന്റെ പേര് ഓർമ്മയുണ്ടോ എന്ന് ചോദിക്കാനാണ്.
ആർക്കും പേരോർമ്മയില്ല. എങ്കിലും രോഹിത്താണ് വ്യക്തമായൊരു

സൂചന നൽകിയത്. ബോട്ടിനുള്ളിൽ അത്യാവശ്യം വലുപ്പത്തിൽ ശ്രീകൃ
ഷ്ണന്റെ ഫോട്ടോ പതിച്ചിരുന്നവെന്ന്.

ശ്യാം മനോഹർ സാദിഖിനോട് ചോദിച്ചു.

"ആ അമറിന്റെ നമ്പറൊന്നു തരൂ. അയാളെ കിട്ടിയാൽ നമുക്ക് ഇത്ര
ബുദ്ധിമുട്ടുണ്ടല്ലോ."

"അമറിന്റെ നമ്പർ എന്റെ കൈയിലില്ല. ശരത്തിന്റെ കൈയിൽ
മാത്രമേയുള്ളൂ. അയാളും ശരത്തുമായി മാത്രമേ ബന്ധപ്പെട്ടിരുന്നുള്ളൂ.
ഞങ്ങൾക്കെല്ലാം ശരത്താണ് നിർദ്ദേശം തന്നിരുന്നത്."

"ആ റിസോർട്ടിനെക്കുറിച്ചുള്ള പരസ്യം നിങ്ങൾക്കയച്ചു തന്നിരുന്നി
ല്ലേ? അതൊന്നു നോക്കട്ടെ."

"ക്ഷമിക്കണം. ഞാനതു കണ്ടത് ശരത്തിന്റെ ഫോണിലാ. അന്ന്
ശരത്തിന്റെ ഷോപ്പിൽവെച്ച്."

"എങ്കിൽ വണ്ടിയിൽ കയറ്. ആ കടവ് എവിടെ എന്നു കണ്ടെത്താം."

ഇത്തവണയും ശ്യാം മനോഹറിന്റെ കാറിൽ തന്നെയായിരുന്നു
യാത്ര.

ഒമ്പത് കടവുകളാണ് പരിശോധിക്കേണ്ടിയിരുന്നത്. അയച്ചുകിട്ടിയ
റൂട്ട് മാപ്പ് പ്രകാരമുള്ള ആദ്യ കടവിലേക്കായിരുന്നു യാത്ര.

"അല്ല അല്ല, ഇതാ കടവല്ല." സാദിഖ് തറപ്പിച്ച പറഞ്ഞു.

വീണ്ടും വാഹനം നീങ്ങിത്തുടങ്ങി. അഞ്ചു കടവുകൾ പിന്നിട്ടെങ്കിലും
സാദിഖും ടീമും ബോട്ടിൽ കയറിയ കടവ് കണ്ടെത്താനായില്ല.

ആറാമത്തെ കടവിലെത്തിയപ്പോൾ സാദിഖിന്റെ മുഖം തെളിഞ്ഞു.

"സാർ, ഇതാണാ കടവ്. ഞങ്ങൾ ഉരുത്തിലേക്ക് പുറപ്പെട്ട കടവ്.
ഇവിടെ നിന്നാണ് ഞങ്ങൾ ബോട്ടിൽ കയറിയത്."

ശ്യാം മനോഹർ പുറത്തിറങ്ങി. അവിടെ ബോട്ടകൾ കിട്ടുമോ എന്ന
ന്വേഷണം നടത്തി. ഇരുപതോളം ടൂറിസ്റ്റ് ബോട്ടുകൾ ആ കടവിൽനി
ന്ന് ഓപ്പറേറ്റ് ചെയ്യുന്നുണ്ട്. ഒന്നോ രണ്ടോ ബോട്ടുകൾ മാത്രമേ ആ
സമയത്ത് അവിടെ ഉണ്ടായിരുന്നുള്ളൂ.

ശ്യാം മനോഹർ രണ്ട് ബോട്ടുകളുടേയും ഓപ്പറേറ്റർമാരെ അടുത്തേ
ക്കു വിളിച്ചു.

"ഞങ്ങൾ ഒരു കേസന്വേഷണത്തിന്റെ ഭാഗമായി എത്തിയതാണ്.
ഏഴു ദിവസം മുമ്പ് ഈ കടവിൽനിന്ന് അഞ്ച് യാത്രക്കാരേയും കൊണ്ട്
ഒരു ബോട്ട് ഒരു ഉരുത്തിലുള്ള റിസോർട്ടിലേക്ക് പോയിരുന്നു. നല്ല

     പകച്ചുരുൾ

ഉയരമുള്ള താടിയുള്ള ചെറുപ്പക്കാരനായിരുന്ന ബോട്ട് വാടകയ്ക്കെടു ത്തിരുന്നത്. അയാൾ ഒരു തൊപ്പിയും കണ്ണടയും ധരിച്ചിട്ടുണ്ടായിരുന്നു. സഹായിയായി ഈ പരിസരത്തെവിടെയോ ഉള്ള ഒരു പയ്യനും ഉണ്ടാ യിരുന്നു. ആ ബോട്ട് കണ്ടെത്താൻ ഞങ്ങളെയൊന്നു സഹായിക്കണം.”

“അതിനെന്താ, ഞങ്ങൾ എല്ലാവരേയും ഒന്നുവിളിച്ച നോക്കാം. തിയ്യതി എന്നാണെന്നാ പറഞ്ഞത്?”

“കഴിഞ്ഞ പതിനെട്ടാം തിയ്യതി.”

“ബോട്ടിന്റെ പേരെന്താ?”

“അതറിയില്ല, പക്ഷേ ബോട്ടിന്റെ ഉള്ളിൽ ശ്രീകൃഷ്ണന്റെ ഒരു ഫോട്ടോ പതിച്ചിട്ടുണ്ട്.”

“ആഹാ, കിട്ടി. അത് നമ്മുടെ കുഞ്ഞപ്പേട്ടന്റെ ശ്രീ ഗുരുവായൂരപ്പൻ ബോട്ടാ. ഞാൻ കുഞ്ഞപ്പേട്ടനെയൊന്ന് വിളിക്കട്ടെ...”

അയാൾ കുഞ്ഞപ്പേട്ടൻ എന്നു പറഞ്ഞ ആളെ ഫോണിൽ വിളിച്ചു.

“അയാൾ ഇങ്ങോട്ട വന്നുകൊണ്ടിരിക്കുന്നുണ്ട്. ഒരു അരമണിക്കൂറ കൊണ്ട് എത്തുമെന്നാണ് പറഞ്ഞത്.”

അവർ കാത്തുനിന്നു. കുഞ്ഞപ്പന്റെ ഗുരുവായൂരപ്പൻ ബോട്ട് കടവില ട്ടത്തോടെ സാദിഖ് ബോട്ട് തിരിച്ചറിഞ്ഞു. സാദിഖിനെക്കണ്ട് കുഞ്ഞ പ്പൻ പരിചയം പുതുക്കി. ശ്യാം മനോഹർ കുഞ്ഞപ്പനെ വിളിച്ച് ആദ്യം സാദിഖും കൂട്ടരും പോയ തുരുത്തിലേക്ക് ബോട്ട് വിടാൻ ആവശ്യപ്പെട്ടു.

“ഇപ്പം വരാം. ഒരു ചായകുടിക്കട്ടെ. കാലത്ത് പോയതാ.” പതിനഞ്ചു മിനുട്ടിനുശേഷം കുഞ്ഞപ്പൻ യാത്രയ്ക്ക് തയ്യാറായി വന്നു. ബോട്ട കായലിലെ ഓളങ്ങളെ പിളർത്തിക്കൊണ്ട് മുന്നോട്ട നീങ്ങി.

ശ്യാം മനോഹർ കുഞ്ഞപ്പനുമായി സൗഹൃദം സ്ഥാപിച്ചുകൊണ്ടിരി ക്കയായിരുന്നു. അമറിനെക്കുറിച്ച് കുഞ്ഞപ്പന്റെ ഓർമ്മയിലുണ്ടായിരുന്ന എല്ലാ വിവരങ്ങളും ശ്യാം മനോഹർ ചോദിച്ചറിഞ്ഞു.

“സംസാരം കേട്ടിട്ട് ആള് ഈ ജില്ലക്കാരനല്ല. നല്ല വിദ്യാഭ്യാസ മുണ്ടെന്നാണ് തോന്നുന്നത്. ആവശ്യത്തിനുമാത്രമേ സംസാരിക്കൂ. പറഞ്ഞ പൈസ മുൻകൂട്ടി തന്നിരുന്നു. പോരാൻ നേരം കുറച്ച പൈസ അധികമായും തന്നു. മൂന്നാം ദിവസം തിരിച്ചുകൊണ്ടുവരാൻ വരണമെ ന്ന് ആദ്യം പറഞ്ഞിരുന്നെങ്കിലും പോരാൻ നേരം വേണ്ടെന്നു പറഞ്ഞു. ഇടയ്ക്കിടയ്ക്ക് സിഗരറ്റ് വലിക്കും. വിൽസ്. എനിക്ക് രണ്ടുപ്രാവശ്യം ഓരോന്ന് തന്നിരുന്നു. ഇനി എവിടെവെച്ച് കണ്ടാലും തിരിച്ചറിയാമെ ന്നാണ് തോന്നുന്നത്. തൊപ്പിയും താടിയും കണ്ണടയുമൊന്നുമില്ലാതെ കണ്ടാൽ തിരിച്ചറിയുമോ എന്നറിയില്ല. പിന്നീട് ഞാനങ്ങേരെ കണ്ടിട്ടില്ല.

ഇതിനുമുമ്പും ഇവിടെ കണ്ടതായി ഓർക്കുന്നില്ല. നമ്മളിപ്പം പോകുന്ന തുരുത്ത് അങ്ങനെ ട്ടൂറിസ്റ്റുകൾ പോകുന്ന സ്ഥലമല്ല. അതൊരു പ്രൈവറ്റ് പ്രോപ്പർട്ടിയാ. ബോംബേ തുരുത്തെന്നാ നാട്ടുകാർ പറയു ന്നത്. പഴയ പേര് വേറെ എന്തോന്നാ. കുറേ വർഷങ്ങൾക്കു മുമ്പ് ഒരു ബോംബേക്കാരൻ മലയാളി മേടിച്ച തുരുത്താ ഇത്. അതുമുതൽക്കാ ബോംബേ തുരുത്തായത്. അന്നുണ്ടാക്കിയ കെട്ടിടം ഇപ്പോഴുമുണ്ട്. കുറേ തെങ്ങൊക്കെ നട്ടുപിടിപ്പിച്ചിട്ടുണ്ട്. ഇപ്പോഴെല്ലാം കാട്ടുപിടിച്ച തുടങ്ങി. പിന്നെ ചില നാടൻ ട്ടൂറിസ്റ്റുകളൊക്കെ ചിലപ്പോൾ അനുവാദമില്ലാതെ അവിടെ ഇറങ്ങും. പുറത്തുവെച്ച് അർമാദിച്ച് തിരിച്ചുപോരും. കഴിഞ്ഞ തവണ കൊണ്ടുപോയ ആളെട്ത്ത് കെട്ടിടത്തിന്റെ താക്കോലുമുണ്ടാ യിരുന്നു. അയാൾ ആ തുരുത്തിന്റെ ഉടമസ്ഥന്റെ ആളാണെന്നാ തോന്നു ന്നത്. അല്ലെങ്കിൽ താക്കോൽ അയാളുടെ കൈവശമുണ്ടാവില്ലല്ലോ. ചിലപ്പോൾ ബോംബേക്കാരന്റെ ആരെങ്കിലുമായിരിക്കും.”

“എങ്ങിനെയാണയാൾ കുഞ്ഞപ്പനെ തിരഞ്ഞെത്തിയത്?”

“ഓ, അങ്ങനെ തെരഞ്ഞുവന്നതൊന്നുമല്ല. അയാൾ കവലയിലെ ത്തിയപ്പോൾ ആദ്യം മുട്ടിയത് ഞാനുമായിട്ടാ. അത്രയേയുള്ളൂ.”

“അയാൾ കാറിലാണോ വന്നിരുന്നത്?”

“അതെ, സ്വന്തം കാറിലല്ല. ടാക്സിയില്.”

മുക്കാൽ മണിക്കൂറോളം യാത്രയുണ്ടായിരുന്ന തുരുത്തിലേക്ക്. പതുക്കെ അവർ ബോംബേ തുരുത്ത് എന്നറിയപ്പെട്ടിരുന്ന ആ തുരു ത്തിന്റെ മതിൽക്കെട്ടിനടുത്തെത്തി.

●

6

കുഞ്ഞപ്പനാണ് നാല്വപേരെയും തുരുത്തിലേക്ക് പിടിച്ചുകയറ്റിയത്.

നേരത്തെ സാദിഖിന്റെ വിസ്തരിച്ച വിവരണം കേട്ടിട്ടുണ്ടാ യിരുന്നതിനാൽ ശ്യാം മനോഹറിനും സഹപ്രവർത്തകർക്കും ആ സ്ഥലം ഒട്ടും അപരിചിതമായി തോന്നിയില്ല. ഒരു റിസോർട്ടിന്റെ കാഴ്ച ഭംഗിയൊന്നുമില്ല ആ കെട്ടിടത്തിന്. കെട്ടിടവും നീണ്ടുകിടക്കുന്ന കുളവും ചുറ്റും നിറഞ്ഞു നിൽക്കുന്ന കാട്ടുപിടിച്ച തോട്ടവും അവർ നോക്കിക്കണ്ടു. ആ സ്ഥലത്ത് നിന്നപ്പോൾ സാദിഖ് പറഞ്ഞ ഓരോ രംഗങ്ങളും അവരോർമിച്ചു. പുറത്തെ വരാന്തയിലെ മേശയും കസേരകളും ഇപ്പോഴും അതേപടി ഇരിപ്പുണ്ട്. ശ്യാം മനോഹർ ആ കെട്ടിടത്തിനു ചുറ്റും നടന്ന് സൂക്ഷ്മതയോടെ നിരീക്ഷിച്ചുകൊണ്ടിരുന്നു. കുളത്തിനുചുറ്റും നടന്നുനോ ക്കി. കായലിനോടു ചേർന്ന ഭാഗങ്ങളിലും നിരീക്ഷണം തുടർന്നു.

"നമുക്കിനി ഈ തോട്ടം മുഴുവനുമായൊന്നു കറങ്ങിവരണം. ഇളകിയ പുതിയ മണ്ണ് കണ്ടാൽ പറയണം. മറ്റെന്തെങ്കിലും പ്രത്യേകമായി ശ്രദ്ധ യിൽപ്പെട്ടാലും അറിയിക്കണം."

കുഞ്ഞപ്പനുൾപ്പെടെ എല്ലാവർക്കും ഓരോ ഭാഗങ്ങൾ നിർദ്ദേശിച്ചു കൊടുത്തു. അരമണിക്കൂറോളം നീണ്ടുനിന്ന സൂക്ഷ്മപരിശോധനയ്ക്കുശേഷം വീണ്ടുമവർ വീടിന് മുൻവശത്ത് ഒത്തുകൂടി.

പ്രത്യേകിച്ചൊന്നും കണ്ടെത്താൻ അവർക്ക് സാധിച്ചില്ല. കാട്ടുപി ടിച്ചിരുന്നതിനാൽ സാഹസികമായിരുന്ന അവരുടെ പര്യവേഷണം. പലർക്കും കൈകളിലും കാലുകളിലും മുള്ളുപോറിയിട്ടുണ്ടായിരുന്നു.

"കുഞ്ഞപ്പാ, ഇവിടെനിന്ന് മെയിൻ റോഡിലെത്താൻ എളുപ്പവഴി വല്ലതു മുണ്ടോ?"

"ഉണ്ടല്ലോ. കുറച്ചുകൂടി മുന്നോട്ടപോയാൽ ഒരു ചെറിയ കടവുണ്ട്. ഈ ബോട്ടൊന്നും അടുപ്പിക്കാൻ പറ്റില്ല. തോണിയാണെങ്കിൽ പറ്റും. അവിടെ ഇറങ്ങി രണ്ടു കിലോമീറ്റർ നടന്നാൽ മെയിൻ റോഡിലെത്താം."

"ഈ കായലിൽനിന്ന് കടലിലേക്ക് എത്ര ദൂരമുണ്ട്?"

"ഇവിടെനിന്ന് ഒരു പത്തിരുപത്തഞ്ച് കിലോമീറ്റർ സഞ്ചരിച്ചാൽ കടലിലെത്തും. എന്റെ ഒരു ഊഹമാണ്. കൃത്യമറിയില്ല."

"നല്ല ഒഴുക്കുണ്ടോ?"

"ഒഴുക്കെപ്പോഴുമുണ്ട്. അതിനുപുറമേ വേലിയേറ്റത്തിൽ കടലിൽനി ന്ന് തിരിച്ചിങ്ങോട്ട് നല്ല അടിയൊഴുക്കുണ്ടാവും. വേലിയിറക്കമാവുമ്പോൾ തിരിച്ചും നല്ല അടിയൊഴുക്കുണ്ടാവും."

"ഈ കായലിൽ ഒരാൾ വീണുപോയാൽ എങ്ങിനെയാ രക്ഷപ്പെ ടുത്താൻ പറ്റുക?"

"അത് സമയം നോക്കണം. വേലിയിറക്കമോ വേലിയേറ്റമോ ഉള്ള സമയമാണോ എന്നറിയണം. അതുനോക്കി മീൻ പിടുത്തക്കാരുടെ കൈവശമുള്ള അടിവല വീശി കോരിയെടുക്കാം. അതല്ലെങ്കിൽ നേവി ക്കാരുടെ മുങ്ങൽ വിദഗ്ധരെ കൊണ്ടുവരേണ്ടിവരും. എന്തായാലും ഒഴുക്കാണ് പ്രശ്നം. വീണസ്ഥലത്ത് ആള് കാണത്തില്ല. കിലോമീറ്റ റുകൾ ഒഴുകിപ്പോയിട്ടുണ്ടാവും"

"കുഞ്ഞപ്പാ, ഒരാളെ കൊന്ന് കായലിൽ കല്ല് കെട്ടിതാഴ്ത്തി എന്നിരി ക്കട്ടെ. അതിനെന്തു സംഭവിക്കും?"

"നല്ല അടിയൊഴുക്കുള്ള ഭാഗത്താണെങ്കിൽ കുറച്ച ദിവസം കഴിഞ്ഞാൽ ശരീരം മുറിഞ്ഞ് അടിയില്ലൂടെ തന്നെ ഒഴുകിപ്പോകും. ചില ഭാഗങ്ങൾ മോളിലേക്ക് പൊന്തിവന്ന എന്നും വരാം. ജീർണിക്കാൻ തുടങ്ങിയാൽ അവിടെക്കിടന്ന് ജീർണിച്ച് ഒഴുകി കടലിലെത്തും. രണ്ടു ദിവസത്തിനുള്ളിൽ മുങ്ങൽ വിദഗ്ധരെക്കൊണ്ടുവന്ന കണ്ടെത്താനോ വലക്കാരെക്കൊണ്ട് വീശിയെടുപ്പിക്കാനോ കഴിഞ്ഞില്ലെങ്കിൽ പിന്നെ ബോഡി വീണ്ടെടുക്കൽ നടക്കുമെന്ന തോന്നുന്നില്ല. ആരെയാ സാറെ കൊന്ന് കെട്ടിത്താഴ്ത്തിയത്?"

"ഏയ്, ആരെയുമില്ല. ഞാനിവിടുത്തെ അന്തരീക്ഷം കണ്ട് വെറുതെ ചോദിച്ചതാ."

"ഒരാളെ കാണാതായിട്ടുണ്ടല്ലേ? അയാൾ കൊല്ലപ്പെട്ടിട്ടുണ്ടാവുമെന്ന് സാറന്മാർ കരുതുന്നു. തല്ലിക്കൊന്ന് ഈ കാട്ടിൽ കഴിച്ചിട്ടുണ്ടാവുമോന്ന്

അറിയാൻ നമ്മൾ ഈ കാട്ടിൽ മുഴുവൻ തെരഞ്ഞു. ഇനി കൊന്ന് കല്ല് കെട്ടി കായലിൽ താഴ്ത്തിയിട്ടുണ്ടോ എന്നാണറിയേണ്ടത്. അല്ലേ സാർ? അന്ന് ആ ബോട്ടിൽ വന്നവരിൽ ആരാണ് സാർ കൊല്ലപ്പെ ട്ടത്? ബോട്ട് ഏർപ്പാടാക്കിയ ആ തൊപ്പിക്കാരനോ? അതോ ഈ സാറിന്റെ കൂട്ടത്തിലുണ്ടായിരുന്നവരിൽ ഒരാളോ?"

"അതെ അതിലൊരാളെ കാണാനില്ല."

"ഇപ്പോഴാണ് എനിക്ക് കാര്യം പിടികിട്ടിയത്. എന്റെ ബോട്ടിൽ ഇവിടെ കൊണ്ടുവിട്ടെങ്കിലും തിരിച്ച് എന്റെ ബോട്ടില്ല പോയത്. അതേത് ബോട്ടിലാണെന്ന് അന്വേഷിച്ചോ?"

"അത് ബോട്ടിലല്ല. ഇവിടെ അടുത്തുനിന്ന് ഒരു തോണി ഏർപ്പാടാ ക്കിയിരുന്നു. ഓരോരുത്തരേയും നിങ്ങൾ നേരത്തെ പറഞ്ഞ ആ ചെറിയ കടവിൽ കൊണ്ടുവിട്ടകയാണ് ചെയ്തത്. അവിടെനിന്ന് നടന്നാണ് പോയി ബസ് കയറിയത്. അതിൽ നാല്പേരും വീടെത്തിയിട്ടുണ്ട്. ഒരാൾ മാത്രം ഇതുവരെ എത്തിയിട്ടില്ല. ഫോണിൽ വിളിച്ചിട്ടുമില്ല. അയാളെയാണ് ഞങ്ങളന്വേഷിക്കുന്നത്."

"ആ പയ്യനെ കണ്ടെത്തിയാൽ തോണി ഏതാണെന്നറിയാൻ പറ്റും."

"തോണിക്കാരനെ കണ്ടെത്തിയിട്ടും പ്രയോജനമുണ്ടാകണമെന്നി ല്ല. ഓരോരുത്തരേയും കൊണ്ടുവിട്ടത് ആ അമർ എന്ന ആൾ ഒറ്റയ്ക്ക് തുഴഞ്ഞിട്ടാ. പയ്യനെ കണ്ടെത്തി ചോദിച്ചാലും തോണി കണ്ടെത്തി യാലും എന്തുവിവരമാണ് കിട്ടാൻ പോകുന്നത്. ആ പയ്യൻ പറയും ഒരാൾ യാദൃച്ഛികമായി സമീപിച്ച് രണ്ട് ദിവസം പാചകത്തിനൊന്ന് സഹായിക്കാമോ, നല്ല പൈസ തരാമെന്ന പറഞ്ഞു. അവൻ രണ്ട ദിവസം അയാളോടൊപ്പം ഈ തുരുത്തിൽ കഴിഞ്ഞു. അവനമായി സംസാരിക്കുമ്പോഴാണ് അവനൊരു തോണിയുള്ള വിവരം അയാ ളറിയുന്നത്. ആ തോണി അയാൾ വാടകയ്ക്കെടുക്കുന്നു. ആളകളെ കൊണ്ടുവിടുന്നു. അതിനും നല്ലൊരു തുക കൊടുക്കുന്നു. ഈ വിവരമാണ് ആ പയ്യന്റെ കൈവശമുണ്ടാവുക. ഈ വിവരം കിട്ടാൻതന്നെ നമ്മളെ ത്ര പ്രയാസപ്പെടണം. അതുകൊണ്ട് സമയനഷ്ടം മാത്രമേ നമുക്ക് ലാഭമായി കിട്ടുകയുള്ളൂ."

"ഒരുകണക്കിന് സാറ് പറഞ്ഞതു ശരിയാ. പയ്യനെ കണ്ടെത്തണ മെങ്കിൽതന്നെ നല്ല പാടായിരിക്കും."കുഞ്ഞപ്പൻ അഭിപ്രായപ്പെട്ടു.

"ഇവിടെനിന്ന് കാര്യമായൊന്നും കിട്ടിയില്ലല്ലോ സാർ." വിശ്വനാഥൻ പറഞ്ഞു.

"ശരിയാണ്. വലിയ പ്രതീക്ഷയോടെയാണ് ഞാനീതുരുത്തിൽ കാല്യകുത്തിയത്. നമുക്കിവിടെനിന്ന് പുതുതായൊന്നും കിട്ടിയില്ല. ആകെ നമുക്ക് ചെയ്യാനുള്ളത് ആ ചെറിയ കടവിലിറങ്ങി ശരത് നടന്നുപോ യിട്ടുണ്ടാകുമെന്ന് കരുതുന്ന വഴിയിലൂടെ മെയിൻ റോഡുവരെ നടക്ക കയാണ്. മെയിൻ റോഡിലേക്ക് കേറുന്ന ഭാഗത്ത് എവിടെയെങ്കിലും സി.സി.ടി.വി സ്ഥാപിച്ചിട്ടുണ്ടെങ്കിൽ ദൃശ്യങ്ങൾ പരിശോധിച്ച് ഉറപ്പുവരു ത്താമായിരുന്നു." ശ്യാം മനോഹർ പറഞ്ഞു.

"ഈ വഴി ചെന്നുചേരുന്ന ഭാഗത്ത് ഒരു ബസ് സ്റ്റോപ്പ് ഉണ്ടെന്ന ല്ലാതെ കാര്യമായി കടകളൊന്നുമില്ല." കുഞ്ഞപ്പൻ പറഞ്ഞു.

"തൽക്കാലം നമുക്ക് തിരിച്ചപോകാം. അമറിനെക്കുറിച്ച് എന്തെ ങ്കിലും വിവരം ലഭിക്കുകയോ മറ്റെന്തെങ്കിലും സൂചനകൾ കിട്ടുകയോ ചെയ്താൽ ചിലപ്പോൾ നമുക്കിങ്ങോട്ട് വീണ്ടും വരേണ്ടി വന്നേക്കും. അതുപോലെതന്നെ നമുക്ക് ഈ കെട്ടിടത്തിന്റെ ഉള്ളിൽ കയറിയൊന്ന് പരിശോധിക്കേണ്ടതുണ്ട്. ഇപ്പോൾ നമ്മൾ ചെയ്താൽ അത് അതിക്രമിച്ച കടക്കലാകും. ആവശ്യമായ ഓർഡറുകളുമായിത്തന്നെ നമുക്കെത്താം."

അവർ മടക്കയാത്രുയ്ക്കായി ബോട്ടിൽ കയറി. സാദിഖിന്റെ മനസ്സ് മുഴുവൻ ആഘോഷപൂർണമായ അന്നത്തെ ഒത്തുചേരലിന്റെ അലയൊ ലികളായിരുന്നു. പക്ഷേ ഈ യാത്രയോ? അന്നത്തെ ആഘോഷത്തി ന്റെ നായകനായ ശരത്തിനെത്തേടിയും. ശരത് ഇപ്പോൾ എവിടെയാ യിരിക്കും. എന്തുകൊണ്ടായിരിക്കും അയാൾ ആരെയും കോൺടാക്ട് ചെയ്യാതിരിക്കുന്നത്? പതുക്കെപ്പതുക്കെ അവർ ബോംബേ തുരുത്തിൽ നിന്നും അകന്നകന്നുപോയി.

***

സാദിഖിനെ തന്റെ റൂമിലാക്കിയിട്ട് അവർ മൂന്നുപേരും വീണ്ടും ശ്യാം മനോഹറിന്റെ ഓഫീസ് റൂമിൽ ഒത്തുകൂടി.

ശ്യാം മനോഹറിനെ വല്ലാത്തൊരു നിരാശ ബാധിച്ചിരുന്നു. വളരെ പ്രതീക്ഷയോടെയാണ് ഇന്നത്തെ ദിവസത്തെ കണ്ടിരുന്നത്. ശരത്തി ന്റെ തിരോധാനം സംബന്ധിച്ച് എന്തെങ്കിലുമൊരു ബ്രേക്ക് ത്രൂ ഇന്ന് ലഭിക്കുമെന്നാണ് കരുതിയിരുന്നത്. സത്യത്തിൽ ഒരു ദിവസം പൂർ ണ്ണമായും നഷ്ടപ്പെട്ടതല്ലാതെ പുതിയ ഒരു തെളിവിലേക്കും ഇന്നത്തെ യാത്ര നയിച്ചില്ല.

"മോഹൻദാസ്, നിങ്ങളുടെ അനുമാനങ്ങൾ അവതരിപ്പിക്കൂ."

"അമർ എന്ന വ്യക്തി എന്തെങ്കിലും തെറ്റ് ചെയ്തു എന്നതിന് ഒരു സൂചനയുമില്ല. അയാൾ ആരെയും പറ്റിച്ചിട്ടില്ല. ആ അഞ്ചുപേരിൽനിന്ന്

അമിതമായി പണം വാങ്ങിയില്ല. അവരാവശ്യപ്പെട്ടതെല്ലാം നൽകുകയും അവരാവശ്യപ്പെട്ട സമയത്ത് പുറത്തെത്തിക്കുകയും ചെയ്തു. ശരത്തിനെ കൊണ്ടുവിട്ടത് മറ്റാരും കണ്ടില്ല എന്നതിന് അയാളെ കുറ്റപ്പെടുത്താനാ വില്ല. മറ്റ മൂന്നുപേരും അഗാധമായ ഉറക്കത്തിലായിരുന്നു. ആ കുറഞ്ഞ സമയംകൊണ്ട് ശരത്തിനെ അപായപ്പെടുത്തി തെളിവുകളൊക്കെ ഇല്ലാതാക്കി തിരിച്ച് റിസോർട്ടിലെത്തി ഭക്ഷണം തയ്യാറാക്കി എന്ന് പറയുന്നത് തികച്ചും അവിശ്വസനീയമാണ്. മാത്രവുമല്ല, അയാളും ശരത്തും തമ്മിൽ എന്തെങ്കിലും പ്രകോപനം ആ റിസോർട്ടിൽവെച്ച് ഉണ്ടായതായി സാദിഖിന്റെ വിവരണത്തിൽനിന്നും ലഭിച്ചിട്ടില്ല. പിന്നെ മുൻ വൈരാഗ്യമുണ്ടാകാൻ, അവർ തമ്മിൽ മുമ്പ് കണ്ട പരിചയം പോലുമില്ല. ഈ സാഹചര്യത്തിൽ എനിക്ക് തോന്നുന്നത് ശരത്തി ന്റെ തിരോധാനം സംഭവിച്ചിട്ടുള്ളത് കായലിലോ തുരുത്തിലോ വെച്ചല്ല. മെയിൻ റോഡിലെത്തിയതിനു ശേഷമാകും എന്നാണ്."

"വിശ്വനാഥന് എന്ത് തോന്നുന്നു?"

"നമുക്കാദ്യം മുതൽത്തന്നെ ചിന്തിക്കാം. എങ്ങിനെയാണ് ശരത്തിന്റെ മൊബൈലിലേക്ക് ഈ റിസോർട്ടിന്റെയും തുരുത്തിന്റെയും പരസ്യം അമർ അയച്ചുകൊടുക്കുന്നത്? ശരത് ഇത്തരമൊരു ഹൈഡ് ഔട്ട് ഒരു കൂടിച്ചേരലിനായി തെരഞ്ഞെടുക്കും എന്ന് മുൻകൂട്ടിത്തന്നെ അറിഞ്ഞി ട്ടല്ലേ. അവരുടെ വാർഷിക കൂടിച്ചേരലിനെപ്പറ്റിപോല്യം ചിലപ്പോൾ അയാൾക്കറിയുമായിരിക്കും. അവരുടെ താൽപര്യങ്ങൾക്കനുസരിച്ചുള്ള തെല്ലാം അയാൾ മുന്നോട്ടുവെച്ചു. അതൊരു ചൂണ്ടയായിരുന്നു. അതിൽ ശരത്തും കൂട്ടരും കൊത്തുകയായിരുന്നു. എനിക്ക് തോന്നുന്നത് അമർ മനഃപൂർവ്വം ശരത്തിനെയും കൂട്ടരേയും ഈ തുരുത്തിലേക്ക് വരുത്തുകയാ യിരുന്നു. എന്തായിരുന്നു അയാളുടെ ഉദ്ദേശമെന്ന് വ്യക്തമല്ല. അയാളും ശരത്തും തമ്മിൽ എന്തെങ്കിലും കണക്ക് തീർക്കാനുണ്ടായിരുന്നോ എന്നറിയില്ല. എനിക്ക് തോന്നുന്നത് ശരത്തിനെ കണ്ടെത്തണമെങ്കിൽ അമറിന്റെ വഴിയിലൂടെത്തന്നെയാണ് നമ്മൾ പോകേണ്ടത് എന്നത ന്നെയാണ്."

ശ്യാം മനോഹർ സംസാരിക്കാനാരംഭിച്ചു.

"ഈ സംഭവങ്ങൾക്കെന്തെങ്കിലും പൂർവ്വകഥയുണ്ടോ എന്നറിയേ ണ്ടതുണ്ട്. വിജയനാരായണൻ എന്ന അച്ഛനിൽനിന്നാണോ ശരത് എന്ന മകനിൽനിന്നാണോ തുടങ്ങിയത് എന്നറിയണം. കാരണം, ഇവിടെ അമർ എന്ന വ്യക്തി വളരെ ആസൂത്രിതമായാണ് ഇടപെട്ടത് എന്ന് വ്യക്തമാണ്. ആദ്യം ഇവരുടെ വാർഷിക കൂട്ടായ്മയെക്കുറിച്ചറി യുന്നു. എനിക്ക് തോന്നുന്നത് ഇതിനുമുമ്പ് നടന്ന ഏതെങ്കിലുമൊരു

കൂട്ടായ്മയിൽ ഇയാൾ അടുത്തുതന്നെ ഉണ്ടായിരുന്നിരിക്കണം. അതുകൊ
ണ്ടുതന്നെ ആഗസ്റ്റ് പതിനെട്ടിലെ ആഘോഷത്തിന് സ്ഥലം തീരുമാ
നിക്കുന്നതിനുമുമ്പ് ഇയാൾ ശരത്തിന്റെ ഫോൺനമ്പർ സംഘടിപ്പിച്ച്
അതിലേക്ക് പരസ്യം അയച്ചുകൊടുത്ത് പ്രലോഭിപ്പിക്കുന്നു. അയാൾ
ആസൂത്രണങ്ങളെല്ലാം വളരെ നേരത്തെ തുടങ്ങിയിരിക്കും. അതുകൊ
ണ്ടുതന്നെ ഒരു തെളിവുകളും ബാക്കിവയ്ക്കാത്ത രീതിയിൽ ആസൂത്രണം
ചെയ്യാൻ അയാൾക്ക് സാധിച്ചു. ഒരു ആൾമാറാട്ടത്തിന്റെ ഏറ്റവും
സിമ്പിളായ രീതിയാണ് അയാളപയോഗിച്ചത്. തൊപ്പിയും കണ്ണടയും
മാറ്റുകയും താടി ഒഴിവാക്കുകയും ചെയ്താൽ ഒരാൾക്കുപോലും അയാളെ
തിരിച്ചറിയാനാവില്ല. ശരത്തിന്റെ ഫോണിൽ മാത്രമാണ് അയാളുടെ
നമ്പർ ഉള്ളതെന്നതിനാൽ ആ വഴിയും അടഞ്ഞുകിടക്കുകയാണ്.
പണം ക്യാഷായി വാങ്ങിയതിനാൽ ബാങ്ക് ഡീറ്റെയിൽസിലൂടെയും
ആളെ കണ്ടെത്താനാവില്ല. എന്തായാലും ഈ ദിവസങ്ങൾ അയാൾ
ഇവിടെ അടുത്തെവിടെയെങ്കിലും താമസിച്ചിട്ടുണ്ടാകും. എല്ലാ ഹോട്ടലു
കളിലും റിസോർട്ടുകളിലും ലോഡ്ജ്ജകളിലും അമറിനെ തിരയാനുള്ള
ഏർപ്പാടുകൾ ചെയ്യാം. അതിനായി കുഞ്ഞപ്പന്റെ സഹായത്താൽ
അമറിന്റെ ഒരു ചിത്രം വരപ്പിക്കാം. ഫലമുണ്ടാകുമെന്ന് ഉറപ്പില്ലെങ്കിലും
അതല്ലാതെ മറ്റവഴികളില്ല.

ഇനി രണ്ടാമത്തെ കാര്യം. നമുക്ക് വീണ്ടും വിജയൻസാറിനെ
കാണണം. വിജയൻസാറുമായി ബന്ധപ്പെട്ട് നിരവധി കേസുകളുണ്ടാ
കാമെങ്കിലും അദ്ദേഹവും ശരത്തും ഒരുപോലെ ഇൻവോൾവ്ഡ് ആയ
കേസുകൾ അധികമുണ്ടാവാൻ വഴിയില്ല. ഞാനിതു പറയാൻ കാരണം
വിജയൻസാറിനോട മാത്രമുള്ള പ്രതികാരമായിരുന്നെങ്കിൽ ഇതിനകം
സാറിനെ അറിയിക്കുകയോ, സാറിന് റാൻസം കോൾ വരികയോ
ചെയ്യമായിരുന്നു. അതിതുവരെ ഉണ്ടായിട്ടില്ല. മറ്റെല്ലാ കാര്യങ്ങളും
ഡിപ്പാർട്ട്മെന്റ് വഴി അന്വേഷിച്ചിട്ടുണ്ട്. ആത്മഹത്യകൾ, കൊലപാതക
ങ്ങൾ, അപകടങ്ങൾ, അപകടമരണങ്ങൾ, അജ്ഞാത മൃതദേഹങ്ങൾ,
കടൽ, കായൽ എന്നിവയിലടിയുന്ന ബോഡികൾ തുടങ്ങിയവയെല്ലാം
പോലീസ് പരിശോധിച്ചുകഴിഞ്ഞു. ഇതുവരെ സംശയാസ്പദമായ ഒന്നും
റിപ്പോർട്ട് ചെയ്തിട്ടില്ല. അതിന് രണ്ടർത്ഥങ്ങളെ ഉള്ളൂ, ഒന്ന് ശരത് മരിച്ചി
ട്ടുണ്ടാവില്ല. അമറോ മറ്റാരെങ്കിലുമോ ശരത്തിനെ കസ്റ്റഡിയിൽവെച്ചിട്ടു
ണ്ടാകും. അതല്ലെങ്കിൽ ശരത്തിന്റെ ബോഡിപോലും പുറത്തെത്താത്ത
രീതിയിൽ ശരത്തിന്റ മരണം ഉറപ്പുവരുത്തിയിട്ടുണ്ടാകും. രണ്ടായാലും
നമ്മളത് കണ്ടുപിടിച്ചേ തീരൂ. രണ്ട് കാര്യങ്ങളാണ് നമ്മൾ ഉടനടി
ചെയ്യേണ്ടത്. അന്നാ യാത്രയിൽ ശരത്തിനോടൊപ്പം പങ്കെടുത്ത മറ്റ

   പകച്ചുരൾ

മൂന്നപേരേയും ഉടനടി കാണണം. സാദിഖ് പറഞ്ഞതിനപ്പുറം പ്രയോ ജനപ്രദമായ എന്തെങ്കിലും വിവരം കിട്ടിയേക്കാം. രണ്ടാമത് വിജയൻ സാറിനെ വീണ്ടുമൊരിക്കൽക്കൂടി കാണുക. ആദ്യതവണ കണ്ടപ്പോൾ പറഞ്ഞില്ലെങ്കിലും ഇപ്പോൾ സിറ്റ്വേഷൻ വല്ലാതെ മാറിയിരിക്കുന്നു. ഇത്തവണ എന്തെങ്കിലും തുറന്ന പറയാനുള്ള സാധ്യതയുണ്ട്. മകൻ ജീവിതത്തിനും മരണത്തിനുമിടയ്ക്കുള്ള ഒരു നൂൽപാലത്തിലാണെന്നുള്ള കാര്യം ബോധ്യപ്പെടുത്തിയാൽ അദ്ദേഹത്തിന് വായ തുറക്കാതിരിക്കാ നാവില്ല.

അതുകൊണ്ട് വെളുപ്പിന് നമുക്ക് കോഴിക്കോട്ടേക്ക തന്നെ പോകാം. മറ്റ് മൂന്നുപേരേയും നാളെ ഉച്ചയ്ക്ക് കോഴിക്കോട്ടുവെച്ച് കാണാനായി വിളിച്ച പറയണം.”

“സാദിഖിൽനിന്ന് നമ്പർ വാങ്ങി ഞാൻ വിളിച്ചോളാം.” വിശ്വനാഥൻ പറഞ്ഞു.

“കാലത്ത് അഞ്ചുമണിക്ക് പുറപ്പെടാം. സാദിഖിനെയും വിളിച്ച പറഞ്ഞോളൂ. ഇപ്പോൾ നമുക്ക് പിരിയാം. നേരത്തെ ഇറങ്ങാനുള്ളത ല്ലേ?”

***

അവർ കോഴിക്കോട്ടേക്കുള്ള യാത്രയിലായിരുന്നു. സൂര്യോദയത്തിന മുമ്പുതന്നെ പുറപ്പെടാൻ സാധിച്ചതിൽ ശ്യാം മനോഹർ നല്ല സന്തോഷ ത്തിലായിരുന്നു. സമയം ഒട്ടും നഷ്ടപ്പെടുത്തിക്കൂടാ. ശരത്തിന് എന്താണ് സംഭവിച്ചത് എന്നത് എത്രയും പെട്ടെന്ന് കണ്ടെത്തേണ്ടിയിരിക്കുന്നു.

“എല്ലാവർഷവും ഓഗസ്റ്റ് പതിനെട്ടിനായിരുന്നല്ലോ നിങ്ങളുടെ ഒത്തു കൂടൽ. എത്ര കാലമായി ഈ ഒത്തുകൂടൽ തുടങ്ങിയിട്ട്? ആ തിയ്യതിക്കെ ന്താണ് നിങ്ങളുടെ ജീവിതത്തിൽ ഇത്ര പ്രത്യേകത?” യാത്രയ്ക്കിടയിൽ ശ്യാം മനോഹർ സാദിഖിനോട് ചോദിച്ചു.

“സത്യത്തിൽ എഞ്ചിനീയറിംഗ് കോളജിൽ പഠിക്കുന്ന കാലത്തേ തുടങ്ങിയതാണ്. ശരത് തന്നെയാണ് തുടങ്ങിവെച്ചത്. ആദ്യമൊക്കെ കോഴിക്കോട് മഹാറാണിയിൽ മാത്രം ഒതുങ്ങി നിൽക്കുന്ന പ്രോഗ്രാമേ ഉണ്ടാവാറുള്ളൂ. വർഷങ്ങൾ പിന്നിട്ടപ്പോൾ അത് അവസാനിക്കുകയല്ല, വിപുലമാവുകയാണ് ചെയ്തത്.”

“ആഘോഷം തുടങ്ങാനുള്ള കാരണം എന്തായിരുന്നു?”

“ഒരു ചെറിയൊരു സംഭവമായിരുന്നു എന്നാണെന്റെ ഓർമ്മ. ജൂനിയർ വിദ്യാർത്ഥികളെ റാഗ് ചെയ്തു എന്നൊരു തെറ്റായ കംപ്ലെ യ്ന്റിന്റെ പുറത്ത് ഞങ്ങളെ അഞ്ചുപേരെയും ഹോസ്റ്റലിൽനിന്ന്

പുറത്താക്കി. എന്നാൽ സത്യം മനസ്സിലാക്കി പ്രിൻസിപ്പാൾ തന്നെ ഹോസ്റ്റൽ വാർഡനോട് പറഞ്ഞ് പിറ്റേന്നുതന്നെ ഞങ്ങളെ തിരി ച്ചെടുത്തു. അന്ന് ശരത് പറഞ്ഞു. നമുക്കിതൊന്ന് ആഘോഷിക്കണം. അങ്ങനെയാണ് ആദ്യമായി കോഴിക്കോട് മഹാറാണി ബാറിൽപോയി ആഘോഷം തുടങ്ങിവെച്ചത്. പിറ്റേ വർഷവും ആ ദിവസം ഒത്തുകൂടാൻ വേണ്ടി ശരത് വിളിച്ച പറയുകയായിരുന്നു. അന്നാണ് എല്ലാവർഷവും കൂടാനുള്ള തീരുമാനമെടുത്തത്."

"ഇത്രയും ചെറിയൊരു കാര്യത്തിനാണോ ഇത്രയും വർഷങ്ങൾ മുടങ്ങാതെയുള്ള ആഘോഷം? വിശ്വസിക്കാനാവുന്നില്ല. പിന്നീട് അതു സംബന്ധിച്ച് എന്തെങ്കിലും സംഭവങ്ങളുണ്ടായയോ?"

"റാഗിംഗ് കേസിൽനിന്ന് ഞങ്ങൾ ഒഴിവാക്കപ്പെട്ടതിനശേഷം എന്തൊക്കെയോ ഹോസ്റ്റലിൽ നടന്നിരുന്നു. കൃത്യമായി ഓർക്കുന്നി ല്ല. ഒരു ജൂനിയർ വിദ്യാർത്ഥി കൊല്ലപ്പെടുകയോ ഞങ്ങളുടെ ഒരു ബാച്ച്മേറ്റ് പിടിക്കപ്പെടുകയോ ഒക്കെ ചെയ്തിട്ടുണ്ട്. അതൊന്നുംതന്നെ ഞങ്ങളുമായി ബന്ധപ്പെട്ട വിഷയങ്ങളായിരുന്നില്ല."

"ശരത്തിന്റെ തിരോധാനത്തിന കാരണമായേക്കാവുന്ന എന്തെ ങ്കിലും സംഭവങ്ങൾ സാദിഖിനറിയുമോ? എന്തെങ്കിലും പ്രതികാര സാധ്യതയുള്ള സംഭവങ്ങൾ. നിങ്ങളീപറഞ്ഞ റാഗിംഗ് പ്രശ്നം കൂടാതെ ശരത്തും നിങ്ങൾ നാലുപേരും ഉൾപ്പെട്ട മറ്റെന്തെങ്കിലും ഇഷ്യൂസ് ഉണ്ടാ യിട്ടുണ്ടോ?"

"കോളേജ് പഠനകാലത്ത് ചെറിയ ധാരാളം സംഭവങ്ങളുണ്ടായിട്ട ണ്ടെങ്കിലും അവയൊന്നും വർഷങ്ങൾക്കുശേഷം പ്രതികാരം വീട്ടാൻ തക്കതായ വിഷയങ്ങളായിരുന്നില്ല. പഠനം കഴിഞ്ഞതിനശേഷം ഞങ്ങൾ തമ്മിൽ കാണാറുള്ളത് വർഷത്തിലൊരിക്കലുള്ള ഈ കൂട്ടാ യ്മയിലാണ്. ഞാനയാളുടെ വീട്ടിൽപോലും ഇതുവരെ പോയിട്ടില്ല. അതുകൊണ്ട് കോളേജ് വിട്ടതിനശേഷമുള്ള എന്തെങ്കിലും സംഭവ ങ്ങളുണ്ടായിട്ടുണ്ടോ എന്നെനിക്കറിയില്ല. കോളേജ് കാലഘട്ടത്തിൽ എന്തായാലും അങ്ങനെയൊന്നും ഉണ്ടായിട്ടില്ല."

"വർഷത്തിലൊരിക്കൽ നിങ്ങൾ ഒന്നിച്ചുകൂടുമ്പോൾ ഇത്തരം വ്യക്തി പരമായ വിഷയങ്ങൾ സംസാരിക്കാറില്ലേ? ഇത്തവണ കൂട്ടായ്മക്കിട യിൽ ശരത് വ്യക്തിപരമായി എന്തെല്ലാം പ്രശ്നങ്ങളാണ് നിങ്ങളോട് പറഞ്ഞത്?"

"സാറിന് ശരത്തിനെ അറിയാത്തതുകൊണ്ടാണ്. അയാൾക്ക് ഒന്നിനേയും ഒരു കുസലുമില്ല. ഒരു പ്രശ്നവും അയാളെ ബാധിച്ചതായി

തോന്നുകില്ല. അയാൾ ഒരു പ്രശ്നവും ഒരാളോട്ടം പറയുകയുമില്ല. മറ്റുള്ള വരുടെ പ്രശ്നങ്ങളൊക്കെ അവൻ ചോദിച്ചറിയും. മറ്റെല്ലാവരെക്കുറിച്ചും സംസാരിക്കും. എന്നാൽ തന്റെ കുടുംബത്തെക്കുറിച്ച് ഏത് മദ്യത്തിന്റെ പുറത്തായാലും ഒരക്ഷരം പോലും സംസാരിക്കില്ല."

"നമുക്കൊരു ചായ കുടിക്കാൻ എവിടെയെങ്കിലും നിർത്താം."

●

7

"**ഞാ**ൻ പ്രേംചന്ദ് തലശ്ശേരിയിലാണ് വീട്. ഒരു കൺസ്ട്രക്ഷൻ കമ്പനിയിൽ സൂപ്പർവൈസറാണ്."

"എന്റെ പേര് രോഹിത്. സ്ഥലം ഇരിങ്ങാലക്കുട. കുറച്ചവർഷങ്ങ ളായി പാലക്കാട് ഇലക്ട്രിക്കൽ കോൺട്രാക്ട് വർക്ക് ചെയ്തവരുന്നു."

"ഞാൻ ബെന്നി. വയനാട് ജില്ലയിലെ ബത്തേരിയാണ് സ്വന്തം സ്ഥലം. പോളി ടെക്നിക് അധ്യാപകനാണ്."

ശ്യാം മനോഹർ എല്ലാവരുടേയും മുഖത്തേക്ക സൂക്ഷിച്ച നോക്കി. ആർക്കും കാര്യമായ പരിഭ്രമമൊന്നുമില്ല. മുഖത്ത് ചെറിയൊരു ആകാംക്ഷ മാത്രം. പോലീസ് ഗസ്റ്റ് ഹൗസിൽ ശ്യാം മനോഹറും ടീമും എത്തുമ്പോഴേക്കതന്നെ ബെന്നിയും രോഹിതും എത്തിയിരുന്നു. പ്രേംചന്ദ് കുറച്ച വൈകിയാണ് എത്തിയത്.

"നിങ്ങളെ മൂന്നുപേരെയും ഇങ്ങോട്ട വിളിച്ചതിന്റെ ഉദ്ദേശ്യത്തെക്ക റിച്ച് നിങ്ങൾ ഊഹിച്ചിട്ടുണ്ടാകും. നിങ്ങൾ മൂന്നുപേരും സാദിഖ്, ശരത് എന്നിവരോടൊപ്പം എട്ടദിവസം മുമ്പ് എറണാകുളം ജില്ലയിലെ ഒരു ഇടുത്തിൽ ആഘോഷിക്കാൻ പോയിരുന്നല്ലോ. സാദിഖടക്കം നിങ്ങൾ നാല്യപേരും വീട്ടിൽ തിരിച്ചെത്തിയെങ്കിലും ശരത് ഇപ്പോഴും വീട്ടിലെത്തി യിട്ടില്ല. ഞങ്ങൾ അയാളെ കണ്ടെത്താനുള്ള അന്വേഷണത്തിലാണ്. അതുകൊണ്ട് നിങ്ങൾ മൂന്നുപേരും ശരത്തിനെ കണ്ടെത്താനുള്ള അന്വേ ഷണത്തോട് പൂർണമായും സഹകരിക്കണം. അന്ന് ആ ഇടുത്തിൽ വച്ചനടന്ന സംഭവങ്ങളും സംസാരിച്ച വിഷയങ്ങളുമൊക്കെ ഓർത്തെ ടുക്കുക. അവയിൽ ശരത്തിന്റെ തിരോധാനവുമായി ബന്ധപ്പെടാൻ

നേരിയ സാധ്യതയെങ്കിലുമുള്ള കാര്യങ്ങൾ ഇറന്ന പറയുക. ശരത് നിങ്ങളുമായി വ്യക്തിപരമായി എന്തെങ്കിലും സംസാരിച്ചിട്ടുണ്ടെങ്കിൽ, അത് ഈ കേസുമായി ഏതെങ്കിലും തരത്തിൽ ബന്ധപ്പെടാൻ സാധ്യതയുണ്ടെങ്കിൽ അതും ഒഴിവാക്കരുത്."

രോഹിത്താണ് പറഞ്ഞുതുടങ്ങിയത്. യാത്രയെക്കുറിച്ച് പറയാൻ തുടങ്ങിയപ്പോഴേ ശ്യാം മനോഹർ വിലക്കി.

"ഞാൻ ഒന്നുകൂടി കൃത്യമായി കാര്യത്തിലേക്കുവരാം. സാദിഖിൽ നിന്ന് യാത്രയുടെ ഏറെ കാര്യങ്ങളും കിട്ടിക്കഴിഞ്ഞു. ഇനി കിട്ടേണ്ടത് അവിടെ നടന്ന സംഭാഷണങ്ങളാണ്. ഈ യാത്രയുടെ സംഘാടകനായ അമറിനെക്കുറിച്ച് എന്തെങ്കിലും പറയാനാകുമോ? ശരത്തിന് വ്യക്തിപരമായ എന്തെങ്കിലും ഭീഷണിയുള്ളതായോ അയാൾ ആരെയെങ്കിലും ഭയക്കുന്നതായോ എന്തെങ്കിലും തരത്തിൽ പരാമർശിച്ചോ? കുടിച്ചേരലിന്റെ ഏതെങ്കിലും ഘട്ടത്തിൽ അമറിന്റെ ഭാഗത്തുനിന്ന് എന്തെങ്കിലും ചതി നിങ്ങൾക്ക് തോന്നിയോ? തിരിച്ചപോകാൻ ബോട്ട് വേണ്ടെന്ന തീരുമാനവും ഒന്നോ രണ്ടോ പേരെയായി തോണിയിൽ കൊണ്ടുപോകാമെന്ന തീരുമാനവും ആരുടേതായിരുന്നു? ഇങ്ങനെ കുറച്ച കാര്യങ്ങളാണ് അറിയേണ്ടത്. ശരത്തിനെ കണ്ടെത്താനുള്ള വഴികളിലേക്ക് നയിക്കാവുന്ന എത്രചെറിയ വിവരമാണെങ്കിലും പറയണം."

മൂന്നുപേരും കുറച്ചനേരത്തേക്ക് ഒന്നും മിണ്ടിയില്ല.

രോഹിത് തന്നെയാണ് വീണ്ടും സംസാരിച്ച തുടങ്ങിയത്.

"സത്യത്തിൽ ആ തുരുത്തിലെ റിസോർട്ടിൽവെച്ച് നടന്ന പാർട്ടിക്കിടയിൽ ആരൊക്കെ എന്തൊക്കെ സംസാരിച്ച എന്നുള്ളത് ഒന്നും ഓർമ്മിച്ചെടുക്കാനാകുന്നില്ല. ഞാൻ വല്ലാത്തൊരു എക്സൈറ്റ്മെന്റിലായിരുന്നു. ആ കായൽ യാത്രയും കായലിൽ ഇരുന്നുള്ള കള്ളകുടിയും നീന്തലുമെല്ലാം ഞങ്ങളെല്ലാം നന്നായി ആസ്വദിച്ചുകൊണ്ടിരുന്നു. പറഞ്ഞതിലേറെയും തമാശകളും ഗോസിപ്പുകളുമായിരുന്നു. പിന്നെ മദ്യപിക്കുമ്പോൾ മാത്രം പറയുന്ന സ്ത്രീ വിഷയങ്ങളും. ഞങ്ങളെല്ലാം ഞങ്ങളുടെ വീടുകളിലെ പ്രശ്നങ്ങളോ വ്യക്തിപരമായ അസ്വസ്ഥതകളോ ഒന്നും തന്നെ സംസാരിക്കാനല്ല, മറിച്ച് എല്ലാം മറന്ന് ഒന്നോ രണ്ടോ ദിവസം ചിലവഴിക്കാനാണ് വാർഷിക കുടിച്ചേരലുകളെ പ്രയോജനപ്പെടുത്താറുള്ളത്. യാത്രയുടെ ടൂർ ഓപ്പറേറ്ററുടെ പേര് ഇപ്പോൾ സാറ് പറയുമ്പോഴാണ് ഞാൻ ഓർമ്മിക്കുന്നതുതന്നെ. അയാളെ ഇനി ഒരിക്കൽ കണ്ടാൽപോലും തിരിച്ചറിയാൻ പറ്റമോ എന്ന് എനിക്കുറപ്പില്ല. സാറ് അവന്റെ ഭാഗത്തുനിന്നുള്ള ചതിയെപ്പറ്റി എന്തെങ്കിലും

പറയാനുണ്ടോ എന്നു ചോദിച്ചല്ലോ. ഞങ്ങളുടെ ചില യാത്രകളിൽ അപൂർവമായി ചതിയിൽപ്പെട്ടിട്ടുണ്ട്. എന്നാൽ ഇത്തവണ ഒരുതര ത്തിലും ചതിക്കപ്പെട്ടിട്ടില്ല എന്നാണെന്റെ വിശ്വാസം. ഞങ്ങളാവശ്യ പ്പെട്ടതെല്ലാം അവൻ ഒരുക്കിയിരുന്നു. അവൻ അവകാശപ്പെട്ടതെല്ലാം അവിടെ ഉണ്ടായിരുന്നു. സാമ്പത്തികമായി ഒരു പൈസപോലും അവൻ കൂടുതൽ വാങ്ങിയിട്ടില്ല. പിന്നെ ബോട്ടിന്റെ കാര്യത്തിൽ..."

"അത് ഞാൻ പറയാം." പ്രേംചന്ദ് ഇടപെട്ടു.

"ഇത്തവണത്തെ ഓഗസ്റ്റ് പതിനെട്ട് വരുമ്പോൾതന്നെ ഞാൻ കുറച്ചൊരു ടെൻഷനിലായിരുന്നു. ഇരുപത്തിരണ്ടിനാണ് അച്ഛന്റെ ശ്രാദ്ധം. കുറച്ചകാര്യങ്ങൾ ഒരുക്കാനുണ്ട്. ഞാൻ തനിച്ചേ ഉള്ളൂ. എന്തെങ്കിലും സാധ്യതയുണ്ടെങ്കിൽ പത്തൊമ്പതിനതന്നെ തിരിച്ച പോരണമെന്നാണ് ഞാൻ മനസിൽ തീരുമാനിച്ചിരുന്നത്. ബോട്ടിൽ കയറിയതിനുശേഷം ഞാൻ അമറിനോട്ടതന്നെയാണ് ആദ്യം ഈ ആവശ്യം ഉന്നയിച്ചത്. ഇരുത്തിലെത്തിയതിനുശേഷം രണ്ടുതവണ ഓർമ്മപ്പെടുത്തുകയും ചെയ്തു ഇതിനൊക്കെ ശേഷമാണ് അയാൾ തോണിയുടെ കാര്യം റെഡിയാക്കിയത്. ഇരുപതിന് പുലർച്ചെയെങ്കിലും എനിക്ക് വീട്ടിലെത്താൻ സാധിച്ചതിന് എനിക്കയാളോട് നന്ദിയുണ്ട്.

പിന്നെ ഒരു കാര്യം കൂടി എനിക്ക് പറയാനുണ്ട്. ഞങ്ങൾ ചെന്ന ദിവസം രാത്രിയിൽ ഞാനും ശരത്തും കുറച്ചുനേരം തനിച്ചായിരുന്നു. മറ്റുള്ളവർ ഉറങ്ങാൻ ഇടങ്ങിയിരുന്നു. ശരത് നല്ല ലഹരിയിലായിരുന്നു. ഒറ്റയ്ക്ക് സംസാരിക്കുംപോലെ ചില വാക്കുകൾ പറഞ്ഞതപ്പോഴാണ്. എന്നോട് പറയുന്നതായി തോന്നിയില്ല."

"എന്തായിരുന്നു പറഞ്ഞത്?"

"അവകാശം ചോദിച്ചവന്നാൽ നിന്റെ തല കാണില്ല. എന്റടുത്ത് കളിക്കാൻ വന്നാൽ ഞാൻ വിവരമറിയിക്കും. മുംബൈയിൽവന്ന് ഞാൻ നിന്നെ തട്ടും. ഇങ്ങനെ ചിലതെല്ലാം. പിന്നെയും ചിലതെല്ലാം പറഞ്ഞി രുന്നു. ഒന്നും വ്യക്തമായില്ല."

വിശ്വനാഥൻ ആ വാചകങ്ങൾ എഴുതിയെടുത്തു.

"ബെന്നി എന്താ മിണ്ടാത്തത്?"

"പ്രേംചന്ദ് ഇപ്പോൾ പറഞ്ഞതുകേട്ടപ്പോൾ ഒരു കാര്യം കൂട്ടിച്ചേർക്ക ണമെന്ന തോന്നുന്നു. ശരത് ഇങ്ങനെ പറഞ്ഞിട്ടുണ്ടെങ്കിൽ അതിനൊരു കാരണമുണ്ട്. ശരത്തിന്റെ ഭാരിച്ച സ്വത്തിന് അവകാശം ചോദിച്ചവരാൻ ഒരാളുണ്ട്. ശരത്തിന്റെ അച്ഛൻ സർവീസിലുണ്ടായിരുന്ന സമയത്ത്, അന്ന് എസ്.ഐയോ സി.ഐ.യോ ആണെന്നെനിക്കറിയില്ല.

വയനാട്ടിലെ ഒരു ബിസിനസ്സുകാരനെ ചവിട്ടിക്കൊന്നിട്ടുണ്ട്. മരിച്ച ആള്‍ ഒരു ക്രിമിനലായിരുന്നെന്നാ പറയുന്നത്. അല്ലറ ചില്ലറ തട്ടിപ്പുകളേ ഉണ്ടായിരുന്നുള്ളൂ എന്നും പറയുന്നുണ്ട്. അതിനുശേഷം കുറേക്കാലം ശരത്തിന്റെ അച്ഛന്‍ ആ വീട്ടിലെ പതിവ്സന്ദര്‍ശകനായിരുന്നു. അതില്‍ അയാള്‍ക്കൊരു കുട്ടിയുമുണ്ടായി. പത്തുപതിനഞ്ച് വയസ്സുള്ളപ്പോള്‍ കുട്ടി ഒരു ദിവസം അച്ഛനെത്തേടി പോയെന്നും പിന്നീടാരും അവനെ കണ്ടിട്ടില്ലെന്നുമാണ് കേള്‍വി. അവനന്ന് മരിച്ചിട്ടില്ലെങ്കില്‍ ഇപ്പോള്‍ അവകാശം ചോദിച്ചവരാനുള്ള പ്രായമൊക്കെ ആയിക്കാണും."

"ഈ ഒരു വിഷയം ഞാനും കേട്ടിട്ടുണ്ട്." ശ്യാം മനോഹര്‍ പറഞ്ഞു. "അങ്ങനെയൊരാള്‍ ഇപ്പോഴും ജീവിച്ചിരിപ്പുണ്ട് എന്നതിന് യാതൊരു തെളിവുമില്ല. മരിച്ചപോയതിനും തെളിവില്ല. ശരത്തിന്റെ തിരോധാനവും ഇതും തമ്മിലുള്ള ബന്ധമാണ് പ്രധാനം."

"ഭീഷണിപ്പെടുത്തി എന്നതിന്റെ സൂചനയാണല്ലോ ശരത്തിന്റെ സംസാരത്തില്‍നിന്നു കിട്ടുന്നത്. ആളിപ്പോള്‍ മുംബൈയിലാണ് താമസം എന്നും സൂചനയുണ്ട്. എന്തായാലും അയാളെക്കുറിച്ചുള്ള വിവരം ശരത്തിന് കിട്ടിയിരുന്നു എന്ന കാര്യം ഉറപ്പാണ്." വിശ്വനാഥന്‍ പറഞ്ഞു.

മൂന്നുപേരും കുറച്ചനേരം കൂടി സംസാരിച്ചു. പ്രസക്തമായതെല്ലാം വിശ്വനാഥന്‍ കുറിച്ചെടുത്തു. ശ്യാം മനോഹര്‍ പിന്നേയും പല ചോദ്യങ്ങളും ചോദിച്ചുകൊണ്ടിരുന്നു. എന്നാല്‍ ശരത്തിന്റെ തിരോധാനത്തിലേക്ക് വെളിച്ചം വീശുന്ന ഉത്തരങ്ങളൊന്നും ലഭിച്ചില്ല.

ബെന്നിയും രോഹിത്തും എന്തോ പരസ്പരം സംസാരിക്കുന്നതു കേട്ട ശ്യാം മനോഹര്‍ ഇടപെട്ടു.

"എന്താണെങ്കിലും ഉറക്കെ പറയൂ."

"അല്ല സാര്‍, പ്രേംചന്ദും ശരത്തും തമ്മില്‍ എന്തോ പറഞ്ഞ് വഴക്ക ണ്ടായതായി തോന്നിയെന്ന് ബെന്നി പറഞ്ഞു." രോഹിത് പറഞ്ഞു.

"എന്ത്യ വഴക്ക്? എന്താണ് സംഭവിച്ചതെന്ന് പ്രേംചന്ദ് തന്നെ തുറന്നു പറയൂ."

"ശരത് എപ്പോഴും എന്റെ അമിതമായ ഭക്ഷണത്താല്‍പര്യത്തെക്ക റിച്ച് കളിയാക്കാറുണ്ട്. അന്നും വല്ലാതെ ഇടിച്ചതാഴി സംസാരിച്ചു. നല്ല ലഹരിയായിരുന്നതിനാല്‍ ഞാനും കുറച്ചെന്തൊക്കെയോ തിരിച്ചപറ ഞ്ഞു. നോര്‍മല്‍ അവസ്ഥയില്‍ ഞാനങ്ങനെയൊന്നും പറയുമായിരു ന്നില്ല."

"അത്രയേ ഉണ്ടായിട്ടുള്ളൂ? ഇതിനെ തുടർന്ന് മറ്റെന്തെങ്കിലും സംസാരം ഉണ്ടായോ?"

"ഏയ് ഇല്ല. അതൊക്കെ അപ്പഴേ മറന്നുപോയി."

"ഈ സംഭവവുമായി ബന്ധപ്പെട്ട് നിങ്ങൾ രണ്ടുപേർക്കും മറ്റെന്തെ ങ്കിലും കൂട്ടിച്ചേർക്കാനുണ്ടോ?"

"ഇല്ല സാർ."

"നിങ്ങളിലാർക്കെങ്കിലും ശരത്തുമായി ബന്ധപ്പെട്ട് ഫോൺ കോളകളോ മറ്റുവിവരങ്ങളോ ലഭിച്ചാൽ ഉടനെ ഞങ്ങളെ അറിയി ക്കണം. ഇനിയുള്ള ഓരോ നിമിഷവും വിലപ്പെട്ടതാണ്. ആളിപ്പോഴും ജീവിച്ചിരിപ്പുണ്ടോ എന്നുപോലും ഉറപ്പില്ലാത്ത അവസ്ഥയാണ്. അവസാനമായി ഒരു ചോദ്യംകൂടി. ശരത്തിന്റെ അച്ഛൻ വിജയനാരാ യണൻസാറിനെപ്പറ്റി നിങ്ങളുടെ അഭിപ്രായമെന്താണ്?"

"ആളൊരു പുലിയായിരുന്നു. മുഖം നോക്കാതെ നടപടിയെടുക്കും." രോഹിത് പറഞ്ഞു.

"മനുഷ്യത്വമില്ലാത്തൊരു പിശാചാണയാൾ. എത്ര മനുഷ്യരാണ് അയാളടെ കൈകൾകൊണ്ട് ജീവച്ഛവമായി മാറിയിട്ടുള്ളത്."

ബെന്നിയാണത് പറഞ്ഞത്.

"എല്ലാ മനുഷ്യരിലും നന്മയും തിന്മയുമുണ്ടാകും. എന്നാൽ ശരത്തിന്റെ അച്ഛനിൽ എൺപത് ശതമാനത്തോളം തിൻമയാണുള്ളത്."

പ്രേംചന്ദ് അഭിപ്രായപ്പെട്ടു.

"ഓക്കെ ഗയ്സ്. നമുക്ക് ഇപ്പോൾ പിരിയാം. ഈ അന്വേഷണം പൂർത്തിയാക്കുന്നതുവരെ ഇടയ്ക്ക് ബന്ധപ്പെടേണ്ടിവരും. എന്തുവിവരം കിട്ടിയാലും സി.ഐ വിശ്വനാഥന്റെ നമ്പറിൽ വിളിച്ച് പറയണം."

***

റിട്ട എസ്.പി വിജയനാരായണന്റെ മറുപടിക്കായി കാത്തുനിൽക്ക കയായിരുന്ന അവർ മൂന്നുപേരും. മുപ്പതോളം വർഷങ്ങൾ നീണ്ടുനിന്ന സർവ്വീസ് ജീവിതത്തിലേക്ക് എത്തിനോക്കാൻ പ്രേരിപ്പിക്കുന്ന ചോദ്യ മായിരുന്നു ശ്യാം മനോഹറിന്റേത്.

"ഇത്രയും വർഷങ്ങൾക്കുശേഷം മകനെ അപായപ്പെടുത്തി അച്ഛനോട് പ്രതികാരം വീട്ടാൻ തക്കവണ്ണം എന്താണ് സാർ സാറിന്റെ സർവ്വീസ് ജീവിതത്തിലുണ്ടായിട്ടുള്ളത്?"

"ചെറിയ ചില കയ്യബന്ധങ്ങൾ ഒഴിച്ചുനിർത്തിയാൽ ഞാൻ ചെയ്തതൊക്കെയും സർക്കാർ അനുശാസിക്കുന്ന നിയമത്തിന്റെ

ഉള്ളിൽനിന്നുതന്നെയാണ്. ബലപ്രയോഗം വേണ്ടയിടങ്ങളിൽ ബലപ്ര
യോഗം നടത്തിയിട്ടുണ്ട്. കുറ്റവാളികളോട് യാതൊരു ദാക്ഷിണ്യവും
കാണിച്ചിട്ടില്ല. ഒരു പോലീസുദ്യോഗസ്ഥൻ എന്ന നിലയിൽ കുറ്റവാളി
കളെ പിടിക്കൂടാനും ക്രമസമാധാനം പാലിക്കാനും എന്റെ കഴിവിന്റെ
പരമാവധി ശ്രമങ്ങൾ നടത്തിയിട്ടുണ്ട്. അതിനിടയില്യുണ്ടാകുന്ന ചെറിയ
ചെറിയ ഇഷ്യൂസിനെ ഞാൻ ഓർത്തുവയ്ക്കാറില്ല."

ശ്യാം മനോഹറിന് ആ മറുപടി ഒട്ടും തൃപ്തികരമായി തോന്നിയില്ല.
സ്വന്തം മകനെയാണ് കാണാതായിട്ടുള്ളത്. എന്നിട്ടും സാറൊന്നും
തുറന്നുപറയാൻ പോല്യം തയ്യാറാകുന്നില്ല.

"വയനാട്ടിൽ ഒരു ബിസിനസ്സുകാരനെ ചവിട്ടിക്കൊന്ന കേസിലും
ഇത്തരം ന്യായീകരണങ്ങളുണ്ടോ?"

"അയാളൊരു തട്ടിപ്പുകാരനായിരുന്നു. നിരവധി പരാതികളും
ലഭിച്ചിരുന്നു. ചോദ്യം ചെയ്യലിനിടയ്ക്ക് ഞങ്ങൾക്കു പറ്റിയ ചെറിയൊ
രബദ്ധമായിരുന്നു. അയാൾ ഒരു ഹൃദ്രോഗിയായിരുന്നത്രേ. അതാണ്
മരണത്തിൽ കലാശിച്ചത്."

"അയാൾ അബദ്ധത്തിൽ കൊല്ലപ്പെട്ടു, ശരി. അയാളുടെ ഭാര്യയു
മായി സാറിന് ബന്ധമുണ്ടായിരുന്നെന്നൊരു ആരോപണമുണ്ടായിരു
ന്നല്ലോ?"

കുറച്ചുനേരത്തേക്ക് വിജയനാരായണൻ ഒന്നും മിണ്ടിയില്ല.

"സഹതാപത്തിന്റെ പേരിലാ ആ വീട്ടിൽ രണ്ടുമൂന്നതവണ
പോയത്. ചെറിയൊരു കുറ്റബോധവും ഉണ്ടായിരുന്നൂന്ന് കൂട്ടിക്കോ.
സാമ്പത്തികമായി ചില സഹായങ്ങളൊക്കെ ചെയ്യുകയും ചെയ്തു.
പക്ഷേ, അവളാണ് അതിനപ്പുറത്തേക്ക് ആ ബന്ധത്തെ വളർത്തിയത്.
ഞാനതാഗ്രഹിച്ചതേ അല്ല."

"എന്നാൽ സാറൊരു കാര്യം അറിഞ്ഞിരിക്കുന്നത് നന്ന്. ഞങ്ങൾ
ക്ക് ഇതുവരെ കിട്ടിയ വിവരങ്ങളനുസരിച്ച് ആ സ്ത്രീയിൽ സാറിനുണ്ടായ
മകൻ പ്രതികാര ഭീഷണിയുമായി ശരത്തിന് പിന്നാലെയുണ്ടായിരു
ന്നു."

അതുകേട്ടതോടെ വിജയനാരായണൻ ഞെട്ടിപ്പോയി. ഒന്നും
മിണ്ടാതെ കുറച്ചുനേരം കണ്ണടച്ചിരുന്നു.

"അങ്ങനെയൊരാൾ ഉണ്ടെന്ന് എനിക്കുമറിയാം. എന്നെങ്കിലും
എന്നെത്തേടി വന്നെങ്കിലോ എന്ന് ഞാനും ആശങ്കപ്പെട്ടിരുന്നു.
കാലമേറെ കഴിഞ്ഞില്ലേ. ഇനി ആരും അന്വേഷിച്ച് വരില്ലെന്നും
അതൊരടഞ്ഞ അധ്യായമായിരിക്കുമെന്നാണ് കരുതിയിരുന്നത്.

എന്റെ നേർക്കുവരാതെ അവൻ എന്റെ മകന നേരെയാണോ വന്നി രിക്കുന്നത്? ശരത് അവന്റെ പിടിയിലാണോ?"

"കൃത്യമായൊന്നും പറയാറായിട്ടില്ല. ഒരു കാര്യം മാത്രം ഉറപ്പാണ്. ആരൊക്കെയോ സാറിന്റെയും മകന്റെയും പിന്നാലെയുണ്ട്. ഞാൻ മനസ്സിലാക്കിയിടത്തോളം ശരത്തിന്റെ പിന്നാലെയുള്ളവർ സാറിനെ ക്കൂടി ലക്ഷ്യമാക്കുന്നവെന്നാണ്. ശരത്തിന്റെ ജീവൻ തീർത്തും അപകട ത്തിലാണെന്നതാണ് യാഥാർത്ഥ്യം. അതുകൊണ്ടാണ് ഞങ്ങൾ വീണ്ടും വീണ്ടും സാറിനെ സമീപിച്ച് ഭീഷണി ഏതുവഴിയിലൂടെയാണ് വരാന ള്ളതെന്നന്വേഷിക്കുന്നത്. മകന്റെ കാര്യത്തിൽ നഷ്ടം സാറിനാണ്. സാറ് സഹകരിച്ചാൽ മാത്രമേ അയാളെ ഞങ്ങൾക്ക് കണ്ടെത്താനാവൂ. അതുകൊണ്ട് വീണ്ടുമൊരിക്കൽക്കൂടി ചോദിക്കുകയാണ് സാറിനം മകനം നേരെയുള്ള ഭീഷണി ഏത് കോണിൽനിന്നാണ്? വയനാട്ടിൽ സംഭവിച്ച കയ്യബദ്ധം മാത്രമാണോ ഭീഷണി? അതോ മറ്റെന്തെങ്കില മുണ്ടോ?"

"ഞാനെന്ത് പറയാൻ? സർവ്വീസിലിരിക്കുമ്പോൾ ഒരാവേശത്തിൽ എന്തൊക്കെയോ ചെയ്യുകൂട്ടി. ആരുടേയോ ഭാഗ്യത്തിന് ജീവൻ നഷ്ട പ്പെടാതെയും ജോലി നഷ്ടപ്പെടാതെയും ഇതുവരെ എത്തി. ഇപ്പോൾ തോന്നുന്നു ചെയ്തതിൽ കുറേയെണ്ണമെങ്കിലും അനാവശ്യമായിരുന്നെന്ന്. വിദ്യാർത്ഥിയെ വെടിവച്ചതും കുറ്റവക്കാരനെ ലോക്കപ്പിലിട്ട കൊന്നതും ചിട്ടിക്കാരനെ ഉരുട്ടിക്കൊന്നതുമൊക്കെ തികച്ചും നിയമവിരുദ്ധം തന്നെയായിരുന്നു. അന്നെന്റെ മനസ്സിനെ ഭരിച്ചിരുന്നത് വിവേകമ ല്ലായിരുന്നു. ചെയ്തതിനൊക്കെ ഒരിക്കൽപോലും പശ്ചാത്തപിക്ക ന്നില്ലെന്ന പറഞ്ഞിരുന്നെങ്കിലും ഒറ്റയ്ക്കിരിക്കുമ്പോൾ പലരുടെയും മുഖം എന്റെ മുമ്പിൽ തെളിഞ്ഞുവരും. ചെയ്യരുതാത്തത് എന്തൊക്കെയോ ചെയ്തിട്ടുണ്ട്. നിയമത്തിന് എതിര് നിൽക്കുന്നവരോടൊക്കെ ഒരുതരം പകയായിരുന്നു. ഡോക്ടറെ വിചാരണ ചെയ്തതിന്റെ പേരിൽ ഒന്ന മറിയാത്ത സാധാരണക്കാരായ നാട്ടുകാരെ പിടിച്ച് നക്സലാക്കി കുത്തിപ്പിഴിഞ്ഞതൊക്കെ ഇന്നോർക്കുമ്പോൾ വല്ലാത്തൊരു നീറ്റലാണ് മനസ്സിന്. ഇതിലാരാണ് പ്രതികാരവുമായി എന്റെയും മകന്റെയും പിന്നാലെ കൂടിയതെന്ന് ഞാനെങ്ങനെ അറിയും?"

വിജയനാരായണൻ സംസാരം നിർത്തിയതോടെ ശ്യാം മനോഹറിന് ഒരു കാര്യം ബോധ്യമായി. പ്രതികാരത്തിന്റെ നീണ്ട ചമ്മ ട്ടിയുമായി ഇരുട്ടിലൂടെ കടന്നുവരുന്നത് ആരുമാകാം. പക്ഷേ, ഇവിടെ പ്രതികാരമെന്ന പറഞ്ഞ് ആരും കത്തിയോ തോക്കോ ആയി ചാടി വീഴുകയല്ല, ബുദ്ധിപരമായ ഒരു കളിയാണ് കളിക്കുന്നത്. എന്താണ്

   പകച്ചുകൾ

സംഭവിച്ചത് എന്തുപോലും തിരിച്ചറിയാനാവാത്ത രീതിയിൽ നന്നായി ആസൂത്രണം ചെയ്ത പ്ലോട്ടാണ്. യഥാർത്ഥ കുന്തമുന ആർക്കുനേരെ യാണ് തിരിച്ചിട്ടുള്ളത് എന്തുപോലും തിരിച്ചറിയാനാവുന്നില്ല.

"സാറിന്റെ ഫയൽ പരിശോധിച്ചപ്പോൾ എഞ്ചിനീയറിംഗ് കോളേജിലെ ഒരു കേസ് കൂടി കണ്ടിരുന്നല്ലോ?"

"ഓ, അതോ? അതൊരു സീനിയർ വിദ്യാർത്ഥി ജൂനിയർ വിദ്യാർ ത്ഥിയെ റാഗിംഗിന്റെ പേരിൽ കൊലചെയ്ത സംഭവമാണ്. അതിൽ കോംപ്ലിക്കേഷനൊന്നുമില്ല. പ്രതിയെ താമസിയാതെ തന്നെ അറസ്റ്റ് ചെയ്യാനും കഴിഞ്ഞു. ദൃക്സാക്ഷികളുണ്ടായിരുന്നതുകൊണ്ട് യാതൊരു ദുരൂഹതകളുമില്ല."

"സാറീപറഞ്ഞ വിഷയങ്ങൾ കൂടാതെ മറ്റെന്തെങ്കിലും ഓർമ്മയിൽ വന്നാൽ അപ്പോൾതന്നെ വിളിച്ചുപറയണം. അന്വേഷണത്തിന് അതേ തെങ്കിലും വിധത്തിൽ സഹായിച്ചേക്കാം. എന്നാൽ ഞങ്ങളിറങ്ങട്ടെ. ഇപ്പോൾ നിർമ്മലയെ കാണുന്നില്ല. പോസിറ്റീവായ ഒന്നും അവരോട് പറയാനില്ല."

അവർ നേരെ ഹോട്ടൽ മുറിയിലേക്ക പോയി. എല്ലാവരുമൊന്ന് ഫ്രെഷായതിനുശേഷം അവർ വീണ്ടും ഒന്നിച്ചുകൂടി.

ശ്യാം മനോഹറാണ് ചർച്ചയ്ക്ക തുടക്കമിട്ടത്.

"നേരത്തെ ശരത്തിന്റെ കൂട്ടുകാരുമായി സംസാരിച്ചപ്പോഴും ഇപ്പോൾ വിജയൻ സാറുമായി സംസാരിച്ചപ്പോഴും പ്രധാനമായി പരാമർശിക്കപ്പെട്ടത് വിജയൻസാറിന് വയനാട്ടിലെ സ്ത്രീയിലുണ്ടായ മകനെക്കുറിച്ചാണ്. അയാളെക്കുറിച്ച് നമുക്കൊന്നുമറിയില്ല. ഇത്തര ത്തിൽ വിപ്ലമായൊരു ആസൂത്രണം നടത്തി ഒരു ട്ടൂർ പാക്കേജ് തയ്യാ റാക്കി അതിൽനിന്ന് ശരത്തിനെ മാത്രം തട്ടിക്കൊണ്ടുപോവുകയോ കൊല്ലുകയോ ചെയ്യാനുള്ള ബുദ്ധിയും ശേഷിയും ഉള്ള ആളാണോ ഈ മകൻ? അയാളെ കണ്ടെത്തുകതന്നെയാണ് നമുക്ക് ചെയ്യാനുള്ള ഒരു പ്രധാന നീക്കം."

"ശരത് സ്വയം മൊബൈൽ ഓഫാക്കി എവിടെയെങ്കിലും ഒളിച്ചിരി ക്കുകയൊന്നുമല്ലല്ലോ. ബിസിനസിൽ വല്ല തകർച്ചയോ മറ്റാരെങ്കിലും നിന്ന് ഒരു ഭീഷണിയോ മറികടക്കാൻ സ്വയം സൃഷ്ടിച്ചൊരു അജ്ഞാ തവാസം?" മോഹൻദാസാണത് ചോദിച്ചത്.

"ആ സാധ്യത തീരെ ഇല്ല. ബിസിനസിൽ എന്തെങ്കിലും പ്രശ്നമുള്ള തായി യാതൊരു സൂചനയുമില്ല. നിർമ്മലയോ മാനേജരോ അങ്ങനെ സൂചിപ്പിച്ചിട്ടില്ല. വീട്ടുകാരുമായും എന്തെങ്കിലും സ്വരച്ചേർച്ചയില്ലായ്മ

പ്രകടമായിട്ടേ ഇല്ല. സുഹൃത്തുക്കളെ ഒന്നിച്ചുകൂട്ടിക്കൊണ്ടുപോയി ഇത്തരമൊരു നാടകം കളിക്കാനുള്ള സാധ്യത ഒട്ടുമില്ല."

"വിജയൻസാറിന്റെ വയനാട്ടിലെ മകൻ മോട്ടീവ് പ്രകാരം ഈ കേസിൽ പ്രതിസ്ഥാനത്ത് നിൽക്കാൻ യോഗ്യനാണ്. പക്ഷേ ഒരാൾ ഒറ്റയ്ക്ക് ഈ രീതിയില്ലുള്ള ഒരു ആസൂത്രണം നടത്തി പ്രായോഗിക മാക്കാൻ കഴിയുമോ എന്നെനിക്ക് സംശയമുണ്ട്. അയാൾക്ക് ഒരു സഹായിക്കൂടി ഉണ്ടാവും. ആസൂത്രണത്തിലും നടപ്പാക്കലിലുമൊക്കെ തുല്യ പ്രാധാന്യമുള്ള ഒരു പങ്കാളി. ഞാൻ സൂചിപ്പിക്കുന്നത് വിജയൻ സാറിന്റെ ഒന്നിലേറെ എതിരാളികൾ ഐക്യപ്പെട്ടിരിക്കാനുള്ള സാധ്യ തയാണ്. സാറിനോട് വിരോധമുള്ള രണ്ട് കൂട്ടർ ഒരേ കാര്യത്തിനായി ഒന്നിച്ചിട്ടുണ്ടാകും. രണ്ട് ബുദ്ധികേന്ദ്രങ്ങളുടെ ആവിഷ്കാരമായിരിക്കും ഈ തിരോധാനത്തിന് പിന്നിൽ." മോഹൻദാസ് പറഞ്ഞുനിർത്തി.

"മോഹൻദാസ് പറയുന്നതിനോട് എനിക്കും യോജിപ്പുണ്ട്. പക്ഷേ ആ രണ്ടാമൻ ആരുമാകാമല്ലോ. അതിനാൽ നമ്മൾ ഒന്നാമനെന്നു കരുതുന്ന ആ മകനെയാണ് ആദ്യം കണ്ടെത്തേണ്ടത്."

"ശരത് കായലിനു പുറത്തെത്തിയിട്ടുണ്ടെങ്കിൽ ആ വഴിയിലൂടെ നടന്ന് മെയിൻ റോഡിലെത്തി ഏതെങ്കിലും ബസ് കയറിയിട്ടുണ്ടാ കുമോ? തനിച്ചാണെങ്കിൽ അതിന് സാധ്യതയുണ്ട്. മെയിൻ റോഡുവരെ അമർ കൂടെപ്പോവാൻ ഒരു സാധ്യതയുമില്ല. അയാൾ താമസിയാതെ തിരിച്ചെത്തിയിട്ടുണ്ടല്ലോ. അമർ ശരത്തിനെ അപായപ്പെടുത്തി മറ്റൊരാളെ ഏൽപ്പിച്ചിരിക്കാം. അയാൾ ഒരു വാഹനത്തിൽ ശരത്തിനെ അവിടെനിന്ന് കടത്തിയിരിക്കാം. എങ്ങോട്ടാണ് കൊണ്ടുപോയിട്ടുണ്ടാ വുക? അപായപ്പെടുത്തപ്പെട്ട നിലയിൽ ഒരാളെ ഏറെ ദൂരമൊന്നും കൊണ്ടുപോകാനാകില്ല. ഏതെങ്കിലും പോലീസ് ടീമിന്റെ കണ്ണിലോ നാട്ടുകാരുടെ കണ്ണിലോ ഏതുനിമിഷവും പെടാം. അതല്ലെങ്കിൽ മറ്റൊരു തോണിയിലേക്കു മാറ്റി കായലിലൂടെത്തന്നെ മുന്നോട്ടു പോയിട്ടുണ്ടാവാം. ഏതെങ്കിലും ഒറ്റപ്പെട്ടതോ, ഉപേക്ഷിക്കപ്പെട്ടതോ ആയ ഒരു വീട്ടിൽ അയാളെ പാർപ്പിച്ചിരിക്കാം. മിക്കവാറും ബന്ധനസ്ഥനാക്കിക്കൊണ്ട്. പക്ഷേ എന്തിന്? എന്തെങ്കിലും ആവശ്യപ്പെട്ട് വിലപേശാനാണെങ്കിൽ എന്നേ ചെയ്യണമായിരുന്നു. പ്രതികാരം ചെയ്യലാണ് ഉദ്ദേശ്യമെങ്കിൽ ഇതിനകം അവർ അയാളെ കൊന്നിട്ടുമുണ്ടാകും. വിജയൻസാറിനോടു ള്ള പ്രതികാരം വീട്ടലാണെങ്കിൽ സാറിനെ അറിയിച്ചുകൊണ്ട് മാത്രമേ ആ കൊല നടക്കൂ. അക്കാര്യം സാറിനെ വിളിച്ചുപറയുമ്പോൾ മാത്രമേ പ്രതികാരം പൂർത്തിയാകൂ. ഇതുവരെ അത്തരമൊരു വിളി എത്താത്തതു കൊണ്ട് ശരത് ഇപ്പോഴും ജീവനോടെ ഇരിക്കുന്നുണ്ടെന്നാണ് എനിക്ക് തോന്നുന്നത്." ശ്യാം മനോഹർ പറഞ്ഞു.

 പകച്ചവൾ

"എനിക്ക് ഒരു സംശയംകൂടി തോന്നുന്നുണ്ട്." വിശ്വനാഥൻ പറഞ്ഞു. "ശരത്തിനെ പിടിച്ചുകൊണ്ടുപോയവരുടെ അടുത്ത ലക്ഷ്യം വിജയൻ സാർ ആയിക്കൂടെ? സാറിനെക്കൂടി പിടിക്കുട്ടുന്നതുവരെ ശരത്തിനെ എവിടെയെങ്കിലും സുരക്ഷിതമായി പാർപ്പിക്കും. രണ്ടുപേർക്കും കൂടി ഒരുമിച്ചുള്ള ശിക്ഷയായിരിക്കും ഉദ്ദേശിച്ചിട്ടുണ്ടാവുക. അങ്ങനെയെങ്കിൽ വിജയനാരായണൻസാറിന് ഇപ്പോഴുള്ള രണ്ട് പേഴ്സണൽ സെക്യൂരി റ്റി ഓഫീസർമാരുടെ സുരക്ഷ മതിയാകുമോ?"

"അപ്പോൾ പ്രശ്നം കൂടുതൽ സങ്കീർണ്ണമാവും."മോഹൻദാസ് പറഞ്ഞു.

"വിശ്വനാഥൻ, നമ്മളിപ്പോൾ അങ്ങോട്ട കയറി ചിന്തിക്കണ്ട. കാരണം നമ്മളിപ്പോഴും അന്വേഷണത്തിന്റെ ബാല്യദിശയിലാണ്. ആദ്യമറിയേണ്ടത് ശരത്തിനെക്കുറിച്ചതന്നെയാണ്. അയാൾ ജീവിച്ചിരിപ്പുണ്ടോ, അതോ, മരണപ്പെട്ടിട്ടുണ്ടാവുമോ? ആ ബോംബേ തുരുത്തിനപ്പറത്തുള്ള കടവിൽനിന്ന് പ്രധാന റോഡ്ഡുവരെ പോലീസ് സംഘം അരിച്ചുപെറുക്കിക്കഴിഞ്ഞു. ഇതുവരെ ഒരു തുമ്പും കിട്ടിയിട്ടില്ല. ഇനി കായൽ പരിസരങ്ങളിലേക്ക് അന്വേഷണം നീട്ടാൻ ആവശ്യപ്പെ ട്ടിട്ടുണ്ട്. ബോംബേ തുരുത്ത് മുതൽ കായലില്ലൂടെ ഏകദേശം ഇരുപത് കിലോമീറ്ററോളം ദൂരം ചുറ്റുമുള്ള വീടുകളിലേക്കാണ് അന്വേഷണം നടക്കേണ്ടത്. സംശയാസ്പദമായി എന്തെങ്കിലും ശ്രദ്ധയിൽപ്പെട്ടാൽ വിവരമറിയിക്കാൻ പറഞ്ഞിട്ടുണ്ട്. ഒരു ചെറിയ തെളിവെങ്കിലും കിട്ടാതെ മുന്നോട്ട പോകാനാവില്ല. നാളെ വയനാട്ടിൽ ഒന്നുപോകണം. വിജയൻ സാറിന്റെ വയനാട്ടിലെ മകനെക്കുറിച്ചുള്ള മുഴുവൻ വിവരങ്ങളും ശേഖ രിക്കണം. ഞാൻ വയനാട് എസ്.പിയുമായി സംസാരിച്ചിട്ടുണ്ട്. നാളെ പത്തുമണിക്ക് നമ്മൾ കൽപറ്റ എത്താമെന്നാണ് പറഞ്ഞിട്ടുള്ളത്."

"മകനെ കാണാതായിട്ടും വിജയൻസാറ് വേണ്ടത്ര സഹകരിക്കുന്നി ല്ലെന്നാണ് എനിക്ക തോന്നിയിട്ടുള്ളത്. വേണമെങ്കിൽ അന്വേഷിച്ചാൽ മതി എന്നാണ് അങ്ങോതുടെ ഭാവം."

"അതിനൊരു കാരണമുണ്ടെന്നാണ് ഞാൻ മനസ്സിലാക്കുന്നത് മോഹൻദാസേ. നിയമവാഴ്ചയെ ആദരിക്കുന്ന കർക്കശക്കാരനായ ഒരു പോലീസുദ്യോഗസ്ഥൻ എന്ന ഒരു ഇമേജാണ് അയാൾ ഇത്രയും കാലമായി കെട്ടിപ്പൊക്കിയെടുത്തത്. നീതിനിർവ്വഹണത്തിൽ ഏതറ്റം വരെയും പോകാൻ മടിയില്ലാത്ത ഉദ്യോഗസ്ഥൻ. ഈ ഇമേജ് അദ്ദേഹം കൃത്രിമമായി ഉണ്ടാക്കിയെടുത്തതാണ്. യഥാർത്ഥത്തിൽ ഇതല്ല വിജയ നാരായണൻ എന്ന ഉദ്യോഗസ്ഥൻ. അദ്ദേഹത്തിന് മറ്റൊരു മുഖമുണ്ട്. സ്വാർത്ഥ താൽപര്യങ്ങൾക്കായി നിയമങ്ങളെയും വ്യവസ്ഥകളെയും

കാൽച്ചവട്ടിൽനിർത്തി സ്വന്തം നീതി നടപ്പാക്കുന്ന ഒരു ക്രൂരനായ ജനവിരുദ്ധ ഉദ്യോഗസ്ഥന്റെ മുഖം. നമ്മുടെ അന്വേഷണം അങ്ങേരി ലേക്കെത്തുമ്പോൾ സാറിന്റെ ഈ മുഖം അനാവരണം ചെയ്യപ്പെട്ടും. ആ വികൃതമുഖം വെളിപ്പെടാതിരിക്കാനാണ് സാറിങ്ങനെ ബലം പിടി ക്കുന്നത്. ഇതൊന്നം മനസ്സിലാക്കാതെയല്ല, ഞാൻ അങ്ങേരോട്ടുള്ള ചോദ്യങ്ങൾ മയപ്പെടുത്തിയത്. ആ ചിട്ടിക്കാരനെ ഉരുട്ടിക്കൊന്നതിൽ സാറ് വലിയൊരു ഉക സ്വന്തമാക്കിയിട്ടുണ്ടെന്നൊരു ആരോപണം അക്കാലത്തുണ്ടായിരുന്ന. പ്രകോപിതനാക്കാതെ ഏതെങ്കിലും വഴി കളിലേക്ക് വെളിച്ചം വീശിക്കിട്ടുമോ എന്നറിയാൻ വേണ്ടി മയപ്പെട്ട ത്തിയതാ. ഇനി അദ്ദേഹം നമ്മെത്തേടി വരും. എനിക്കൊരു കാര്യം പറയാനുണ്ടെന്ന പറഞ്ഞ്. അപ്പോഴേക്കും സമയം വല്ലാതെ വൈകി പ്പോയിട്ടുണ്ടാകും."

കുറച്ചനേരത്തേക്ക് എല്ലാവരും മൗനം പാലിച്ച.

വീണ്ടും ശ്യാം മനോഹർ തന്നെയാണ് സംസാരിച്ച തുടങ്ങിയത്.

"നമ്മുടെ ഇതുവരെയുള്ള അന്വേഷണത്തിൽ എന്തെങ്കിലും വിട്ടുപോ യിട്ടുണ്ടോ എന്ന് ഒന്നുകൂടി ആലോചിക്കണം. ശരത്തിനെ ആ കായ ലിൽനിന്ന് പുറത്തെത്തിച്ചിട്ടുണ്ടെങ്കിൽ അതേതെങ്കിലും വാഹനത്തി ലാകുമല്ലോ. കായൽകടവിൽനിന്ന് മെയിൻ റോഡുവരെ റോഡരികിൽ സി.സി.ടി.വിയൊന്നുമില്ല. മെയിൻ റോഡിൽ ആദ്യമുള്ള സി.സി.ടി.വി പോലും ഈ റോഡിന് അഭിമുഖമായുള്ളതല്ല. അതുകൊണ്ട് ആ അന്വേഷണങ്ങളൊന്നും മുന്നോട്ട പോകുന്നില്ല. പിന്നെ ആ പയ്യനെ കണ്ടെത്തി ആ തോണിയൊന്ന പരിശോധിക്കാമായിരുന്ന എന്ന തോന്നുന്നു. അപായപ്പെടുത്തിയതിന്റെ വല്ല സൂചനകളും ലഭിച്ചാലോ? രക്തക്കറകളെന്തെങ്കിലുമുണ്ടെങ്കിൽ വൈകിയാലും നമുക്ക് കിട്ടും."

"ശരത്തിന്റെ ഷോപ്പിന്റെ മാനേജരെ ഒന്നുകൂടി ചോദ്യം ചെയ്താൽ എന്തെങ്കിലും പുതിയ വിവരങ്ങൾ കിട്ടാൻ സാധ്യതയുണ്ടെന്നൊരു തോന്നൽ"

"അയാളെക്കുറിച്ച് ഞാൻ അന്വേഷിച്ചിരുന്നു." വിശ്വനാഥൻ പറഞ്ഞു. "അയാൾ ഇലക്ട്രിക്കൽ എഞ്ചിനീയറിംഗ് ഗ്രാജ്വേറ്റും എം.ബി.എക്കാരന മാണ്. കെട്ടിട നിർമ്മാണ സാമഗ്രികളിൽനിന്ന് ഇലക്ട്രിക്കൽ ഐറ്റംസി ന്റെ മാത്രം ഷോറും ആക്കി മാറ്റിയപ്പോൾമുതൽ അയാളാണ് മാനേജർ. ജോലിയിൽ വളരെ പെർഫെക്ടാണെന്നാണ് അറിയാൻ കഴിഞ്ഞത്. നിർമ്മലയ്ക്ക് നേരത്തെ പരിചയമുള്ള ആളാണെന്നാണ് തോന്നുന്നത്."

"നമ്മളിതുവരെ ഈ മിസ്സിംഗ് കേസ് പരിഗണിച്ചത് ഒരു പ്രതികാര ത്തിന്റെ ബാക്കി പത്രമെന്ന നിലയിലാണല്ലോ. മറ്റൊരു ആംഗിലില്ലൂടെ

പകച്ചുരുൾ

നോക്കിയാലോ. ശരത്തിനെ പൂർണ്ണമായും ഇല്ലാതാക്കുവാനുള്ള ശ്രമമാ ണെങ്കിലോ? അതായത് ശരത് ഇല്ലാതായാൽ അതിന്റെ പ്രയോജനം കിട്ടുന്ന ആരെങ്കിലും അതിന് ശ്രമിച്ചതാണെങ്കിലോ?" ശ്യാം മനോഹർ മറ്റുള്ളവരുടെ മുമ്പിൽ ഒരു ചോദ്യം മുന്നോട്ടുവെച്ചു.

"ശരത് ഇല്ലാതാകുന്നതിലൂടെ ഏറ്റവുമധികം ഗുണം കിട്ടുന്നത് ആ അനൗദ്യോഗിക മകനതന്നെയായിരിക്കും. ഒരു കോടതിയിൽ പിതൃത്വം തെളിയിക്കാനായാൽ സ്വത്തുക്കളുടെ ഭൂരിഭാഗവും അയാൾക്ക് കിട്ടി യെന്നിരിക്കും. രണ്ടാമത്തെ പ്രയോജനം തീർച്ചയായും ഭാര്യയ്ക്കുതന്നെ. ഇപ്പോൾ നടത്തിക്കൊണ്ടിരിക്കുന്ന ബിസിനസിന്റെ പൂർണ നിയ ന്ത്രണം സ്വന്തം കയ്യിലാവും. മാത്രവുമല്ല, പരസ്പരം വലിയ അറ്റാച്ച്മെന്റ് കളൊന്നുമില്ലാത്ത സ്ഥിതിക്ക് ഭർത്താവിൽനിന്ന് പൂർണ്ണ സ്വാതന്ത്ര്യവും ലഭിക്കുമല്ലോ. മൂന്നാമത് പ്രയോജനം ലഭിക്കാൻ ഇടയുള്ള ആൾ ആ മാനേജറാണ്. വലിയ കള്ളത്തരങ്ങളൊന്നും കാട്ടാൻ അവസരം കിട്ടാതെ ബുദ്ധിമുട്ടി നിൽക്കുന്ന അയാൾക്ക് ഒരു സുവർണാവസരമാണ് ഇറങ്ങുകിട്ടുന്നത്. ശരത്തിനേക്കാൾ എളുപ്പത്തിൽ നിർമ്മലയെപ്പറ്റിച്ച് ബിസിനസ് ലാഭത്തിന്റെ സിംഹഭാഗവും സ്വന്തം പേരിലാക്കാം. നാലാമത്തെ ആൾ തീർച്ചയായും വിജയൻസാറ് തന്നെ. ജീവിതത്തിൽ കാണിച്ച വേണ്ടാത്തരങ്ങൾക്കൊക്കെ ഇടയ്ക്കൊക്കെ മകനിൽനിന്നും കുത്തുവാക്കുകളും ചീത്തവിളികളും കിട്ടുന്നുണ്ടാകും. ചോദിക്കുമ്പോൾ ആവശ്യത്തിന് പണം കിട്ടാത്ത അവസ്ഥയുമുണ്ടാകും. മകൻ ഇല്ലാതാ യാൽ പണത്തിന്റെ കാര്യത്തിൽ തന്റെ ഇഷ്ടപ്രകാരം ജീവിക്കാമെന്ന് സാറും കരുതിക്കാണും."

മോഹൻദാസ് പറഞ്ഞുനിർത്തി.

രണ്ടുപേരും ചിരിച്ചു.

"നല്ല കണ്ടെത്തലുകൾ..." ശ്യാം മനോഹർ പറഞ്ഞു.

"എന്തായാലും ആദ്യത്തെ അഭിപ്രായം വളരെ പ്രസക്തമാണ്. വിജയനാരായണൻസാറിന്റെ സ്വത്തുക്കൾ ആരുടെ പേരിലെങ്കിലും എഴുതിവെച്ചിട്ടുണ്ടോ എന്നറിയണം. ഉദാഹരണത്തിന് മുഴുവൻ മകൻ ശരത്തിന്റെ പേരിലാണെങ്കിൽ മറ്റേ മകന് അസ്വസ്ഥതയുണ്ടാകു മെന്നുറപ്പാണ്. എന്തെങ്കിലും ചെയ്യാൻ കപ്പാസിറ്റിയുള്ള ആളാണെ ങ്കിൽ അവൻ തീർച്ചയായും ഒരു യുദ്ധത്തിന് തയ്യാറാകും. കാരണം അവന് നഷ്ടപ്പെടാനൊന്നുമില്ല. അതുപോലല്ല, നിർമ്മലയുടേയും മാനേജരുടേയും കാര്യം. അവർക്ക് നഷ്ടപ്പെടാൻ പലതുമുണ്ട്. വിജയി ക്കുമെന്നുറപ്പില്ലാത്ത ഒരു യുദ്ധത്തിന് അവർ ഇറങ്ങുമെന്ന് കരുതാനാ വില്ല. മാത്രവുമല്ല, വിജയനാരായണൻസാറിനേയും ശരത്തിനേയും

നേരിട്ടറിയാവ്വന്നവരാണവർ. അവരെ നേരിടാനുള്ള ചങ്കുറപ്പൊന്നും അവർക്കുണ്ടാവ്വമെന്ന് തോന്നുന്നില്ല.

അതുകൊണ്ട് ലക്ഷ്യം പ്രതികാരമാണെങ്കിലും സാമ്പത്തികമാ ണെങ്കിലും പ്രതി വിജയൻസാറിന്റെ ജാരസന്തതി തന്നെയാകാനേ വഴിയുള്ളൂ. നാളത്തെ അന്വേഷണത്തോടെ അക്കാര്യം നമുക്ക് ഉറപ്പ വരുത്താം."

വിശ്വനാഥൻ അവരോട് യാത്ര പറഞ്ഞ് തന്റെ ക്വാർട്ടേഴ്സിലേക്ക പോയി.

●

8

ശ്യാം മനോഹറും മോഹൻദാസും വിശ്വനാഥനും സഞ്ചരിച്ച കാർ താമരശ്ശേരി ചുരം കടന്ന് നേരെ കൽപറ്റ സർക്കിൾ ഓഫീസിലേക്കാണ് ചെന്നത്. സി.ഐ സോമശേഖരൻ അവരെ കാത്തുനിന്നിരുന്നു. പരിചയപ്പെടലുകൾക്കശേഷം ശ്യാം മനോഹർ വിഷയമവതരിപ്പിച്ചു.

"ഇന്നലെ സൂചന നൽകിയിരുന്നതുകൊണ്ട് ഞാനാ പഴയ കേസിന്റെ ഫയലെടുത്തുവെച്ചിട്ടുണ്ട്. ഇന്ന് കാലത്ത് ഞാനൊന്നു മറിച്ചുനോക്കി."

"ആ കേസിനെപ്പറ്റി ഒന്നു ചുരുക്കിപ്പറയൂ..."

"ഇരുപത്താറ് വർഷം മുമ്പാണ് സംഭവങ്ങൾ അരങ്ങേറിയത്. ഗോവിന്ദൻ എന്ന പേരിലൊരു ചെറുകിട ബിസിനസുകാരനെക്കുറിച്ച ുള്ള പരാതി കിട്ടിയത് അന്വേഷിക്കാൻ അന്നത്തെ സി.ഐ ആയിരുന്ന വിജയനാരായണനെ എസ്.പി ചുമതലപ്പെടുത്തുകയായിരുന്നു. അത് വലിയൊരു കേസായിരുന്നു. അഞ്ഞൂറിലേറെ പരാതിക്കാരുണ്ടായിരു ന്നു. ഗൃഹോപകരണങ്ങൾ നൽകാമെന്നു പറഞ്ഞ് അഞ്ഞൂറിലധികം ആളുകളെ ഉൾപ്പെടുത്തിക്കൊണ്ടുള്ള ഒരു കുറിയുടെ പ്രധാന സംഘാ ടകനായിരുന്നു ഗോവിന്ദൻ. ആദ്യത്തെ കുറച്ചുമാസങ്ങൾ കുറി നല്ല രീതിയിൽ മുന്നോട്ടുപോയി. എന്നാൽ കുറി നടത്തിയിരുന്ന മുതലാളി മാർ പണവുമായി മുങ്ങി. ഗോവിന്ദനായിരുന്നു ജനങ്ങളിൽനിന്ന് പണം വാങ്ങി കമ്പനിയിൽ അടച്ചിരുന്നത്. ആളുകൾ വിചാരിച്ചിരുന്നത് കുറി നടത്തുന്നതും ഗോവിന്ദനാണെന്നായിരുന്നു. ഗോവിന്ദനെ മുൻനിർത്തി

മാർവ്വാടികളായിരുന്നു പിന്നിൽ കളിച്ചിരുന്നത്. നാട്ടുകാർ മുഴുവൻ അയാൾക്കെതിരായി. എല്ലാവരും ചേർന്ന് ഒപ്പിട്ട പരാതിയുമായി പോലീസ് സൂപ്രണ്ടിന്റെ അടുത്തെത്തി. ഗോവിന്ദൻ ഒളിവിൽപോയി. പോലീസ് വ്യാപകമായി തിരച്ചിൽ നടത്തിയെങ്കിലും ആളെ പിടിക്കു ടാനായില്ല. ഉറക്കമൊഴിച്ച് നാട്ടുകാർ അയാളുടെ വീട് നിരീക്ഷിച്ചുകൊ ണ്ടിരുന്നു. ഒരു ദിവസം വെളുപ്പിന് ഗോവിന്ദൻ രഹസ്യമായി വീട്ടിലെത്തി യെന്നു മനസ്സിലാക്കിയ നാട്ടുകാർ വീടുവളഞ്ഞു. ഗോവിന്ദനെ പിടിക്കൂടി കെട്ടിയിട്ട് പോലീസിനെ വിവരമറിയിച്ചു. സി.ഐ വിജയനാരായണന്റെ നേതൃത്വത്തിൽ പോലീസുവന്ന് ഗോവിന്ദനെ കൊണ്ടുവന്ന് ലോക്കപ്പി ലിട്ടു. മൂന്നാം ദിവസമാണ് ഗോവിന്ദനെ ആശുപത്രിയിലേക്ക കൊണ്ടു പോകുന്നത്. അവിടെ എത്തുന്നതിനുമുമ്പുതന്നെ ആള് മരിച്ചിരുന്നുവത്രേ. ലോക്കപ്പിലെ മർദ്ദനത്താലാണ് മരിച്ചതെന്നാണ് കേസ്."

"കേസിൽനിന്ന് വിജയൻസാറ് എങ്ങിനെയാ ഊരിപ്പോന്നത്?"

"സാറിനന്ന് മുകളില്ലും അത്യാവശ്യം പിടിപാടുണ്ടായിരുന്നത്രേ. ഹോസ്പിറ്റലിൽ എത്തിച്ച സമയത്തില്ലും പോസ്റ്റ്മോർട്ടം റിപ്പോർട്ടില്ലും തിരുത്തൽവരുത്തി ഹാർട്ട് അറ്റാക്ക് കാരണമാണ് മരിച്ചതെന്ന് വരു ത്തിത്തീർത്തു. പുള്ളി ഇതേ സ്റ്റേഷനിൽതന്നെ തുടർന്നു."

"അതിനുശേഷമുള്ള കാര്യങ്ങളാണ് ഞങ്ങൾക്കറിയേണ്ടത്."

"ഗോവിന്ദന്റെ മരണശേഷം ഗോവിന്ദന്റെ വീടും കടയുമൊക്കെ വിശദമായി പരിശോധിച്ചപ്പോഴാണ് മാർവ്വാടികളെപ്പറ്റിയുള്ള വിവരം പുറത്തറിയുന്നത്. ഗോവിന്ദൻ വെറുമൊരു ഏജന്റ് മാത്രമായിരുന്നെന്നും പണം കൈക്കലാക്കിയ വലിയ പുള്ളികൾ രക്ഷപ്പെട്ടെന്നും നാട്ടുകാർ ക്കും മനസ്സിലായി. അതോടെ നാട്ടുകാർ കേസിൽനിന്ന് പിൻമാറി. പലതവണ ആ വീട്ടിലേക്ക ചെന്നിട്ടുള്ള വിജയൻസാർ ഗോവിന്ദന്റെ ഭാര്യയിൽ ആകൃഷ്ടനായി. അവർ സാമാന്യം സൗന്ദര്യമുള്ള സ്ത്രീയായിരു ന്നു. ഇടയ്ക്കൊക്കെ വിജയൻസാർ ആ സ്ത്രീയുടെ വീട്ടിൽ പോയിക്കൊ ണ്ടിരുന്നു. ആറുമാസം കഴിഞ്ഞ് സാർ ട്രാൻസ്ഫറായി പോവുമ്പോൾ ആ സ്ത്രീ ഗർഭിണിയായിരുന്നു. ഇവിടന്ന് പോയതിനുശേഷം സാറൊരിക്കലും ആ സ്ത്രീയേയോ അവരിലുണ്ടായ മകനേയോ കാണാൻ വന്നിട്ടില്ല."

"എന്തായിരുന്നു അവരുടെ പേരുകൾ? അമ്മയുടേയും മകന്റേയും."

"ആ സ്ത്രീയുടെ പേര് മാലതി. മകൻ നന്ദനൻ."

"ഇനി ആ മകനെപ്പറ്റി അറിയാവുന്നിടത്തോളം കാര്യങ്ങൾ പറയൂ."

"പത്താം ക്ലാസുവരെ വീടിനടുത്തുള്ള സ്കൂളിൽതന്നെയായിരുന്ന അവൻ പഠിച്ചത്. അതുവരെ അച്ഛനില്ലാത്ത കുട്ടിയായിട്ടായിരുന്ന

പകച്ചുരുൾ

അവൻ വളർന്നത്. മാലതിക്ക് അത്യാവശ്യം സാമ്പത്തികശേഷി ഉണ്ടായിരുന്നതുകൊണ്ട് പട്ടിണി കിടക്കേണ്ടിവരികയോ മകന്റെ പഠനം മുടങ്ങുകയോ ചെയ്തിരുന്നില്ല. ഗോവിന്ദനിൽ അവർക്ക് മക്ക ളൊന്നുമില്ലായിരുന്നു. പത്താംക്ലാസ് പഠനം പൂർത്തിയാകുന്നതുവരെ അവൾ കുട്ടിയുടെ അച്ഛനെക്കുറിച്ചുള്ള ഒരു കാര്യവും മകനോട് പറഞ്ഞി ട്ടില്ലെന്നാണ് അറിഞ്ഞത്. പക്ഷേ അവന് പല വിവരങ്ങളും നാട്ടുകാ രിൽനിന്നും സഹപാഠികളിൽനിന്നും കിട്ടിയിട്ടുണ്ടാവും. പതിനഞ്ചാം വയസ്സിലാണ് അവൻ അച്ഛനെത്തേടി പുറപ്പെടുന്നത്. അന്നെന്താണ് സംഭവിച്ചതെന്നറിയില്ല അവൻ തിരിച്ചുവീട്ടിലെത്തി മൂന്നാം ദിവസം അവന്റെ സാധനങ്ങളെല്ലാം ഒരു ബാഗിൽ നിറച്ച് അമ്മയ്ക്കൊരു കത്തുമെഴുതിവെച്ച് നാട്ടുവിട്ടു. പിന്നീടിന്നേവരെ അവനെ ഇവിടെയാരും കണ്ടിട്ടില്ല.”

“നമുക്കേതായാലും മാലതിയെയൊന്നു കാണാം. അവരെവിടെയാ താമസിക്കുന്നത്?”

“മകൻ പോയതിനശേഷം ഒറ്റയ്ക്കായിപ്പോയി. അതിനെത്തുടർന്ന് ബ്ലോക്ക് പഞ്ചായത്തിന്റെ കീഴിൽ പ്രവർത്തിക്കുന്ന വൃദ്ധസദനത്തിലേ ക്കുമാറി. അവിടെ പാചകവും മറ്റും ഇവരാണ് നടത്തുന്നത്. താമസവും അവിടെത്തന്നെ.”

വൃദ്ധസദനത്തിന്റെ മുറ്റത്ത് വൈകുന്നേരങ്ങളിൽ കാറ്റുകൊണ്ടിരി ക്കാൻ ധാരാളം സിമന്റ് ബെഞ്ചുകളുണ്ടായിരുന്നു. ആ ബെഞ്ചുകളിലൊ ന്നിൽ അവർ മാലതിയെ കാത്തിരുന്നു.

കാര്യമെന്തെന്നറിയാതെ പരിഭ്രമിച്ചാണ് മാലതി അവരുടെ മുമ്പിലെ ത്തിയത്. കുറേ വർഷങ്ങളായി ആരും അവരെ കാണാനെത്തിയിട്ടില്ല.

അമ്പതുവയസിന മുകളിൽ പ്രായമുണ്ടാവുമെന്ന് വിശ്വനാഥന തോന്നി.

ശ്യാം മനോഹറാണ് സംസാരിച്ച തുടങ്ങിയത്.

“ഞങ്ങൾ ഒരു ചെറിയ കാര്യത്തിന്റെ അന്വേഷണത്തിനായി വന്നതാണ്. നിങ്ങളുടെ മകൻ നന്ദന്റെ ഒരു ഫോട്ടോ കിട്ടണം. അതോടൊപ്പം അവന്റെ മൊബൈൽ നമ്പറും വേണം.”

“എന്റെ സാറേ, അവനിവിടെനിന്ന് പുറപ്പെട്ടുപോയിട്ട് പത്തുവർഷ ത്തോളമായി. ഞാനവനെപ്പറ്റി സങ്കടപ്പെടാത്ത ഒരു ദിവസം പോലുമില്ല. പോയിട്ടിന്നേവരെ ഒരു കത്തുപോലും ആവനയച്ചിട്ടില്ല. അവനെവിടെ യാണെന്നോ എന്താണ് ചെയ്യുന്നതെന്നോ ഒന്നും എനിക്കറിയില്ല. സത്യം പറയാമല്ലോ സാറേ, അവൻ ജീവനോടെയിരിക്കുന്നുണ്ടോ

എന്നുപോലും എനിക്കറിയില്ല. എന്തിനാ സാറന്മാരേ അവന്റെ ഫോട്ടോ? അവനെ എവിടെ വെച്ചെങ്കിലും കണ്ടോ?"

"ഇല്ല, ഇല്ല. അവിനിവിടെ വരാറുണ്ടാവുമെന്നാണ് ഞങ്ങൾ കരുതിയത്. ഇല്ലെങ്കിൽ മൊബൈലിലെങ്കിലും വിളിക്കുമെന്ന കരുതി. അവന്റെ ഒരു ഫോട്ടോ കിട്ടിയിരുന്നെങ്കിൽ എവിടെയെങ്കിലും ഉണ്ടോ എന്നന്വേഷിക്കാമായിരുന്നു."

"സാറേ അവൻ പോയിട്ട് കുറേ കാലമായില്ലേ? അന്നൊന്നും ഇങ്ങനെ ഫോട്ടോ എടുത്തുവയ്ക്കലൊന്നുമില്ലായിരുന്നു. ആകെ ഒരു ഫോട്ടോയിൽ അവനുള്ളത് പത്താംക്ലാസിലെ ഗ്രൂപ്പ് ഫോട്ടോയാ. അതും കുറച്ചകാലം മുമ്പ് ചിതലരിച്ചപോയി."

കുറച്ചനേരം കൂടി അവർ മാലതിയുമായി സംസാരിച്ചെങ്കിലും പ്രയോ ജനപ്രദമായ ഒരു വിവരവും അവർക്കവരിൽനിന്നും ലഭിച്ചില്ല.

"നന്ദനന്റെ അച്ഛൻ, ആ പോലീസുകാരനെപ്പറ്റി എന്തെങ്കിലും വിവ രമുണ്ടോ? അയാൾ അന്വേഷിക്കാറുണ്ടോ?"

"അങ്ങോര് ഇവിടെനിന്നു പോയതിനശേഷം ഇന്നേവരെ തിരിഞ്ഞു നോക്കിയിട്ടില്ല. എനിക്കയാളുടെ ഒരു സഹായവും വേണ്ട."

"മകൻ ഒരിക്കൽ അയാളെത്തേടി പോയിരുന്നുവെന്ന് കേട്ടല്ലോ. എന്നിട്ട് കണ്ടോ? അന്ന് വന്നിട്ടെന്തേ പറഞ്ഞത്?"

"നടന്നതെന്താണെന്നൊന്നും എന്നോട പറഞ്ഞിട്ടില്ല. പക്ഷേ എന്റെ മോൻ വന്നത് നല്ല ദേഷ്യത്തിലും സങ്കടത്തിലുമായിരുന്നു. അന്നും പിറ്റേന്നും അവനൊന്നും കഴിച്ചതുപോല്യമില്ല. മൂന്നാം ദിവസം രാത്രി അവൻ എന്നോട് ഒരു വാക്കുപോലും പറയാതെ ഇവിടം വിട്ടുപോയി."

"ഒരു കത്തെഴുതിവെച്ചിരുന്നെന്നു കേട്ടിരുന്നല്ലോ. എന്തായിരുന്നു കത്തിൽ?"

"ഒറ്റവരിമാത്രം. അമ്മയ്ക്ക് സന്തോഷവാർത്തയുമായി എന്നെങ്കിലുമൊ രിക്കൽ തിരിച്ചുവരും എന്നൊരു വരിമാത്രം." മാലതി കണ്ണീരൊഴുക്കാൻ തുടങ്ങി.

ശ്യാം മനോഹർ എഴുന്നേറ്റു.

"എന്നാൽ ഞങ്ങളിറങ്ങട്ടെ." അയാൾ പോക്കറ്റിൽനിന്നൊരു നോട്ടെടുത്ത് അവളുടെ നേരെ നീട്ടി. "ഇത് വെച്ചോള്ള..."

"വേണ്ട സാറേ, എനിക്കിവിടെ യാതൊരു കുറവുകളുമില്ല. എന്നെ പ്പോലെയുള്ള കുറേ അനാഥകളോടൊപ്പം സന്തോഷമായി കഴിയുന്നു. പ്രത്യേകിച്ച് ആഗ്രഹങ്ങളൊന്നുമില്ല. ഒന്നൊഴിച്ച്, മോനെ വീണ്ടും കാണണം. അതുമാത്രം. അതുമാത്രമേ ഒരാഗ്രഹം ബാക്കിയുള്ളൂ."

 പകച്ചരുൾ

ശ്യാം മനോഹറും ടീമും വാഹനത്തിനടുത്തേക്കു നടന്നു.

കൽപറ്റയിൽനിന്ന് തിരിച്ചപോരുമ്പോൾ അവർ മൂന്നുപേരും അധി കമൊന്നും സംസാരിച്ചില്ല. വളരെ പ്രതീക്ഷയോടെയാണ് ചുരം കയറി പോയതെങ്കിലും കാര്യമായൊന്നും ലഭിച്ചില്ല എന്ന നിരാശയിലായിരു ന്നു മൂന്നുപേരും.

"ഒരു കാര്യമുറപ്പാണ്. നന്ദനൻ എന്നയാൾ ജീവിച്ചിരിപ്പുണ്ട്. അതാ സ്ത്രീയുടെ മുഖത്തുനിന്ന് എനിക്കു വായിച്ചെടുക്കാനായി."

"എവിടെയായിരിക്കുമയാൾ? അയാൾ തന്നെയാണോ അമർ!"

"സാധാരണഗതിയിൽ ഒരാൾ നാട്ട വിട്ടുപോകുമ്പോൾ ആദ്യം ലക്ഷ്യംവെയ്ക്കുക ചെന്നൈയോ മുംബൈയോ ആകും. ഇയാൾ പോയത് പത്താംക്ലാസ് കഴിഞ്ഞ ഉടനെയാണ്. മിക്കവാറും മുംബൈയിലാണ് എത്തിയതെന്ന കരുതാം. കുറേയേറെ വർഷങ്ങൾ അവിടെ എങ്ങിനെ യെങ്കിലും പിടിച്ചുനിന്നിട്ടുണ്ടാവും. ഒരു തിരിച്ചവരവിനുള്ള സമയമായി എന്ന തിരിച്ചറിവിൽ കേരളത്തിൽ മടങ്ങിയെത്തിയതാകാം." ശ്യാം മനോഹർ പറഞ്ഞു.

"എന്നിട്ടയാൾ ഈ ടൂർ പ്രോഗ്രാം അറേഞ്ച് ചെയ്ത് ശരത്തിനെ അപായപ്പെടുത്തി എന്നാണോ സാർ പറഞ്ഞുവരുന്നത്?"

"എന്ന് ഞാൻ പറഞ്ഞില്ലല്ലോ മോഹൻദാസേ." ശ്യാം മനോഹർ വിശദീകരിച്ച. "ഇതിനിടയിലെപ്പോഴോ അയാൾക്കൊരു സഹായിയെ കിട്ടിയിട്ടുണ്ടാകും. ചിലപ്പോൾ വളരെ നേരത്തെ മുംബൈയിൽ വച്ചതന്നെ അവൻ ഈ പ്രോഗ്രാം ആസൂത്രണം ചെയ്തിരിക്കാം. അതാകാനാണ് കൂടുതൽ സാധ്യത. ഈ പരിപാടികൾക്കൊരു മുംബൈ കണക്ഷനുണ്ട്. ടൂറിന്റെ ഭാഗമായി ഇവർ താമസിച്ചത് ബോംബേ ത്രൂ ത്തിലാണ്. അതിന്റെ ഉടമസ്ഥർ മുംബൈയിലുള്ള മലയാളികളാണ്. പ്രോഗ്രാം കോർഡിനേറ്റർ ആയ അമറിന്റെ കയ്യിലുള്ളത് ഒറിജിനൽ താക്കോലാണ്. അതായത് അയാൾ മുംബൈയിൽനിന്ന് വരുമ്പോൾത ന്നെ ആ റിസോർട്ടിന്റെ താക്കോൽ സംഘടിപ്പിച്ചിട്ടുണ്ട്. ശരത് മദ്യപിച്ച് പുലമ്പുന്നതിനിടയിൽ ഭീഷണിപ്പെടുത്താൻ വന്ന ഒരു മുംബൈക്കാരനെ പ്പറ്റി പറയുന്നതായി സുഹൃത്ത് സൂചിപ്പിച്ചിട്ടുണ്ട്. പക്ഷേ ഇതിനിടയിൽ എപ്പോഴാണ് ആ മുംബൈക്കാരൻ ശരത്തിനെ ഭീഷണിപ്പെടുത്തിയിട്ട ണ്ടാവുക? അതും ഏത് രീതിയിൽ?"

"സാറ്പറഞ്ഞുവരുന്നത് നന്ദനന്റെ കൂടെ മറ്റൊരാളുണ്ടെന്നാണോ?"

"തീർച്ചയായും. രണ്ടുപേർ ചേർന്നാണ് എല്ലാ ആസൂത്രണവും നടന്നിട്ടുണ്ടാവുക. ഇപ്പോൾ കാര്യങ്ങൾ കുറച്ചുകൂടി ക്ലിയറായി വരുന്നുണ്ട്.

റിസോർട്ടിൽ കുടിച്ച് ബോധമില്ലാതെ കിടന്നിരുന്ന ശരത്തിനെ അമർ തോണിയിൽ എടുത്തിടുന്നു. തോണി തുഴഞ്ഞ് ആ ചെറിയ കടവിലെ ത്തുമ്പോൾ അവിടെ രണ്ടാമൻ വണ്ടിയുമായി കാത്തുനിൽക്കുന്നുണ്ടാ വും. അയാൾ ശരത്തിനെ വണ്ടിയുടെ ഡിക്കിയിലോ മറ്റോ എടുത്തിട്ട് എത്തേണ്ട സ്ഥലത്തേക്ക് കൊണ്ടുപോയിക്കാണം.”

“നമ്മളെങ്ങനെ ആ രണ്ടാമനെ കണ്ടെത്തും?” വിശ്വനാഥൻ ചോദിച്ചു.

“നമുക്കാരെയും കണ്ടെത്താനാകുന്നില്ല. ശരത്തിനെ കണ്ടെത്താ നാകുന്നില്ല. അമറിനെ കണ്ടെത്താനാവുന്നില്ല. നമ്മൾ ഇമാജിൻ ചെയ്യുന്ന ആ രണ്ടാമനേയും കണ്ടെത്താനാവുന്നില്ല. ഒരർത്ഥത്തിൽ നമ്മുടെ അന്വേഷണം തുടങ്ങിയ സ്ഥലത്തുതന്നെയാണ് നിൽക്കുന്നത്. ഒരിഞ്ചുപോലും മുന്നോട്ട പോയിട്ടില്ല.”

“നമ്മുടെ അന്വേഷണത്തിൽ എവിടെയോ ഒരു പാകപ്പിഴവുണ്ടാ യിട്ടുണ്ടെന്നാണ് എനിക്കൊരു സംശയം. എവിടെയോ ഒരു സ്റ്റെപ്പ് നമുക്ക് പിഴച്ചുപോയിട്ടുണ്ട്. നമ്മൾ വിട്ടുപോയതോ അവഗണിച്ചതോ ആയ എന്തോ ഒന്ന്. മാത്രവുമല്ല, സാർ സൂചിപ്പിച്ച ആ രണ്ടാമൻ കായലിൽനിന്ന് ശരത്തിനെ വാഹനത്തിൽ കയറ്റി കൊണ്ടുപോയി എന്നു കരുതുന്ന ആ ആൾ നന്ദനൻ ആയിക്കൂടെ?” വിശ്വനാഥൻ തന്റെ സംശയം അവതരിപ്പിച്ചു.

“അമർ നന്ദനനല്ലെങ്കിൽ ആ രണ്ടാമൻ നന്ദനൻ തന്നെയാണ്. അപ്പോൾ നന്ദനനേക്കാൾ ബുദ്ധിയും വിവേകവുമുള്ള ഒരാൾ എന്ന നിലയിൽ അമറായിരിക്കും അതിലെ നായകൻ. ശരത്തുൾപ്പെടെ അഞ്ചുപേരെ ഒരു യാത്രക്ക് തയ്യാറാക്കുകയും അതിനുവേണ്ടി ഇരുത്തിൽ താമസസൗകര്യം ഒരുക്കുകയും അവർക്കുവേണ്ടി എല്ലാ സൗകര്യങ്ങളും ചെയ്ത കൊടുക്കുകയും അതിനുശേഷം അവരിലൊരാളെ പുഷ്പം പോലെ തട്ടിക്കൊണ്ടുപോവുകയും സ്വയം അപ്രത്യക്ഷമാവുകയും ചെയ്ത ഒരാൾ. അയാളാണീ ടീമിന്റെ നായകൻ. അത് നന്ദനനാവില്ല. മറ്റൊരാൾ. നന്ദനനേക്കാൾ ഈ വിഷയത്തിൽ താൽപര്യമുള്ള ഒരാൾ. നന്ദനന് അച്ഛനോട് പ്രതികാരം തീർക്കാനുണ്ടാവും. അച്ഛന്റെ സ്വത്തുക്കളിൽ അവകാശം ചോദിക്കാനുണ്ടാവും. ഒരു സാധാരണ രണ്ടാം ഭാര്യയിലെ മകന്റെ ഭാഗത്തുനിന്നുണ്ടാകുന്ന എല്ലാ താൽപര്യങ്ങളും നന്ദനനു ണ്ടാകാം. എന്നാൽ അതിലുമെത്രയോ കടുത്ത ഒരു പ്രതികാര ദാഹിയാണ് അമർ എങ്കിലോ? ദീർഘകാലമായി ആസൂത്രണം ചെയ്ത ഒരു പ്ലാനിന്റെ വിജയകരമായ നടത്തിപ്പിന് നന്ദനന്റെ സഹായം സ്വീകരിച്ച ഒരാൾ. അയാൾക്ക് നന്ദനനേക്കാൾ എത്രയോ കൂടുതൽ

വിരോധം ശരത്തിനോടുണ്ടാകാം. അതല്ലെങ്കിൽ വിജയനാരായണനോ
ടുണ്ടാകാം. ചിലപ്പോൾ രണ്ടുപേരോടുമുണ്ടാകാം. അങ്ങനെയൊരാൾ
നമ്മുടെ കഥയിൽ ഇതുവരെ പ്രത്യക്ഷപ്പെട്ടിട്ടില്ല. ആരാണയാൾ?
വിശ്വനാഥൻ സൂചിപ്പിച്ച മിസ്സിംഗ് ലിങ്കിലാണോ ഇയാളുള്ളത്? നമുക്ക്
പിഴച്ചുപോയ ഒരു സ്റ്റെപ്പിനടിയിലാണോ അയാളുള്ളത്? നമ്മൾ വിട്ട
പോയതോ അവഗണിച്ചതോ ആയ എന്തോ ഒന്ന് ഇയാളിലേക്കാണോ
എത്തിച്ചേരേണ്ടിയിരുന്നത്?"

കുറേ നേരത്തേക്ക് ആരുമൊന്നും മിണ്ടിയില്ല.

ശ്യാം മനോഹർ തന്നെയാണ് നിശബ്ദത ഭഞ്ജിച്ചത്.

"വിശ്വനാഥൻ സൂചിപ്പിച്ച ആ മിസ്സിംഗ് ലിങ്ക് എനിക്ക് കണ്ടെത്താ
നായെന്ന് തോന്നുന്നു. നമ്മൾ വിട്ടുപോയതല്ല. നമ്മളതിന്റെ പിന്നാലെ
പോകാത്തതാണ് കാര്യം."

"എന്താണ് സാർ കാര്യം?"

"എന്തുകൊണ്ടാണ് ഓഗസ്റ്റ് പതിനെട്ടിന് ഒത്തുകൂടൽ ആരംഭിച്ചതെ
ന്ന് നമ്മൾ സാദിഖിനോട് ചോദിച്ചിരുന്നല്ലോ. അപ്പോൾ അയാൾതന്ന
മറുപടി, അവരെ ഒരു റാഗിംഗ് കേസിൽ തെറ്റായി ഉൾപ്പെടുത്തുകയും
ഹോസ്റ്റലിൽനിന്ന് പുറത്താക്കുകയും ചെയ്തു എന്നതല്ലേ? നമ്മളതങ്ങ്
പൂർണ്ണമായി വിശ്വസിക്കുകയും ചെയ്തു. ഇത്രയും ചെറിയൊരു കാര്യ
ത്തിന് കഴിഞ്ഞ പതിനേഴ കൊല്ലമായി മുടങ്ങാതെ ഒത്തുകൂടുമോ എന്ന്
തിരിച്ചൊന്നു ചിന്തിക്കാമായിരുന്നു. നമ്മളറിയേണ്ടത് ആ ഒത്തുകൂടലിന
പിന്നിലെ യഥാർത്ഥ കാരണമാണ്. എന്റെ മനസ്സ് പറയുന്നത് ആ
കാരണം ഒട്ടേറെ രഹസ്യങ്ങളിലേക്കുള്ള താക്കോലാണെന്നാണ്.
എന്തായിരുന്ന യഥാർത്ഥത്തിൽ ശരത്തിനെയും കൂട്ടുകാരേയും ഹോസ്റ്റ
ലിൽനിന്ന് പുറത്താക്കാൻ ഇടയാക്കിയ കേസ്? ആ കേസിൽനിന്ന്
എങ്ങനെയാണവർ രക്ഷപ്പെട്ടത്? ഇവരുടെ ജീവിതത്തിൽ ആ സംഭ
വത്തിന് ഇത്രയേറെ പ്രാധാന്യം ലഭിച്ചതെങ്ങനെ? ഈ മൂന്നു ചോദ്യ
ങ്ങൾക്കുള്ള ഉത്തരമാണ് നാം തേടേണ്ടത്."

"ചിലപ്പോൾ അതുതന്നെയാകും ആ മിസ്സിംഗ് ലിങ്ക് എന്നു തോന്നുന്നു.
അങ്ങനെയെങ്കിൽ ആദ്യം നമ്മളെങ്ങോട്ടാണ് പോകേണ്ടത്?" വിശ്വ
നാഥൻ ചോദിച്ചു.

"ഒരു സീനിയർ വിദ്യാർത്ഥി ജൂനിയർ വിദ്യാർത്ഥിയെ കൊലചെയ്ത
സംഭവം വിജയൻസാർ സൂചിപ്പിച്ചിരുന്നല്ലോ. പ്രതിയെ അറസ്റ്റ്
ചെയ്തതായും പറഞ്ഞു. അതോടൊപ്പം ശരത്തിനെയും കൂട്ടുകാരെയും
ഒരു ദിവസം മാത്രം ഹോസ്റ്റലിൽനിന്ന് പുറത്താക്കുകയും ചെയ്തു. ഈ
രണ്ട് സംഭവങ്ങളും തമ്മിൽ ബന്ധമുണ്ടോ? അല്ലെങ്കിൽ എന്താണന്ന്

സംഭവിച്ചത്? ആദ്യം വിജയൻസാറിൽനിന്നുതന്നെ അറിയണം. നേരെ വിജയൻസാറിന്റെ വീട്ടിലേക്കുതന്നെ പോകാം."

കാറ് നരിക്കാവ് ഹൗസിംഗ് കോളനിയിലേക്കു വിട്ടു.

റിട്ട. എസ്.പി വിജയനാരായണന്റെ മുമ്പിൽ ശ്യാം മനോഹറും കൂട്ടരും വീണ്ടുമൊരിക്കൽക്കൂടി എത്തി. ഇത്തവണ ശ്യാം മനോഹർ ഒട്ടും മയപ്പെടുത്തിയില്ല.

"ഒരു സംശയം കൂടി തീർത്തിട്ടുപോകാമെന്നു കരുതി. പതിനേഴു വർഷങ്ങൾക്കുമുമ്പ് എഞ്ചിനീയറിംഗ് കോളേജിൽ നടന്ന റാഗിംഗ് മരണത്തിന്റെ സത്യാവസ്ഥ അറിയാനാണ് ഞങ്ങൾ വന്നത്. അന്ന് യഥാർത്ഥത്തിൽ എന്താണ് സംഭവിച്ചത്? ശരത് ഉൾപ്പെടെയുള്ളവർ ആ റാഗിംഗ് കേസിൽ പ്രതികളായിരുന്നില്ലേ?"

ചോദ്യം കേട്ടതോടെ വിജയനാരായണൻ ചെറുതായൊന്ന് പതറി പ്പോയോ എന്ന് മുന്നിലിരിക്കുന്നവർക്കു തോന്നി. പക്ഷേ അദ്ദേഹത്തി ന്റെ ഉത്തരം വളരെ ദൃഢമായിരുന്നു.

"നിങ്ങളുദ്ദേശിക്കുന്നതെന്താണെന്ന് എനിക്കു മനസ്സിലായി. ആ റാഗിംഗിലും ആ വിദ്യാർത്ഥിയുടെ മരണത്തിലും എന്റെ മകനും കൂട്ടുകാർക്കും പങ്കുണ്ടായിരുന്നില്ലേ, എന്നിട്ടെന്തേ അവരെയൊന്നും പ്രതികളാക്കാനോ അറസ്റ്റ് ചെയ്യാനോ തയ്യാറാകാത്തത് എന്നല്ലേ? ശരിയാണ്. റാഗിംഗ് നടത്തിയവരിൽ എന്റെ മകനും കൂട്ടുകാരും ഉണ്ടായിരുന്നു. പക്ഷേ ഞങ്ങൾ പോലീസുകാർ എഞ്ചിനീയറിംഗ് കോളേജിൽചെന്നത് റാഗിംഗ് നടത്തിയവരെ പിടിക്കാനല്ല. ആ പയ്യന്റെ മരണത്തിനുത്തരവാദിയായവരെ പിടിക്കൂടാനായിരുന്നു. എന്റെ മകനുൾപ്പെടെയുള്ളവർ ആ പയ്യനെ റാഗ് ചെയ്തു തിരിച്ചപോ യതിനുശേഷമാണ് മരണകാരണമായ സംഭവങ്ങൾ അരങ്ങേറിയത്. അതിനു കാരണക്കാരനായ വിദ്യാർത്ഥിയെയാണ് ഞങ്ങൾ അറസ്റ്റ് ചെയ്തത്. റാഗിംഗ് നടന്നു എന്നതല്ലായിരുന്നു പ്രിൻസിപ്പാൾ നൽകിയ പരാതി. സീനിയർ വിദ്യാർത്ഥിയുടെ മർദ്ദനമേറ്റ് ഒരു ജൂനിയർ വിദ്യാർ ത്ഥി മരണപ്പെട്ടു എന്നതായിരുന്നു. റാംഗിംഗ് നടന്ന വിവരമറിഞ്ഞ് സ്ഥലത്തെത്തിയ പ്രിൻസിപ്പാൾ കാണുന്നത് പ്രതിയേയും ജൂനിയർ വിദ്യാർത്ഥിയേയും മാത്രമായിരുന്നു. പ്രിൻസിപ്പാളെത്തുമ്പോൾ പ്രതി ജൂനിയർ വിദ്യാർത്ഥിയുടെ നെഞ്ചിൽ ഇടിക്കുന്നുണ്ടായിരുന്നു എന്നാണ് പ്രിൻസിപ്പാളിന്റെയും കൂടെയെത്തിയവരുടെയും മൊഴി. ഞാനെന്തു ചെയ്യണം? ഇത്രയും തെളിവുകളുണ്ടാവുമ്പോൾ ഞാനെന്തിനു മറ്റുള്ള പ്രതികളുണ്ടോ എന്നന്വേഷിച്ചു നടക്കണം?"

 പകച്ചുൾ

ശ്യാം മനോഹറും കൂട്ടരും കുറച്ചനേരത്തേക്ക് ഒന്നും സംസാരിച്ചില്ല. വിജയൻസാറ് പറയുന്നത് ശരിയാണെങ്കിൽ അതൊരടഞ്ഞ അദ്ധ്യാ യമാണ്. ആ കേസിന്റെ പിന്നാലെ പോയിട്ട് തങ്ങളെവിടെയും എത്തിച്ചേരാൻ പോകുന്നില്ല. എന്നിട്ടും എന്തോ ഒരു കരട് ബാക്കി നിൽക്കുന്നതുപോലെ. എന്താണതെന്ന് ശ്യാം മനോഹർ പലതവണ ആലോചിച്ചു. ഒറ്റ കാര്യമേ ഇപ്പോഴും പൂർണമായി ദഹിക്കാതിരിക്കുന്നു ള്ളൂ. പതിനേഴ വർഷങ്ങൾക്കുമുമ്പ് കോഴിക്കോട് മഹാറാണി ഹോട്ട ലിൽവെച്ച് ശരത്തും കൂട്ടരും തുടങ്ങിവെച്ചതും ഒരു വർഷംപോല്ലും മുടങ്ങാതിരുന്നതുമായ ആഘോഷപ്പാർട്ടി. വിജയൻസാർ പറയുന്നത് പൂർണമായി വിശ്വസിക്കാമോ?

"അറസ്റ്റ് ചെയ്യപ്പെട്ട ആ പ്രതിക്കെന്തെപറ്റി? കോടതി അയാളെ ശിക്ഷിച്ചുവോ?"

"പിന്നില്ലാതെ? കൊലക്കുറ്റമല്ലേ? സാക്ഷിമൊഴികളുടെ സഹായ ത്താൽ കൃത്യമായി തെളിയിക്കപ്പെട്ട ഒരു കേസ്. ജീവപര്യന്തം മേടിച്ച കൊടുത്തു. പക്ഷേ, അയാൾ ശിക്ഷ പൂർത്തിയാക്കിയില്ല."

"അതിനുമുമ്പതന്നെ മോചനം കിട്ടിയോ?"

"ഒരു കണക്കിന് മോചനം തന്നെ. അയാൾ ജയിലിൽവെച്ച് ആത്മ ഹത്യ ചെയ്തു."

"ഓ, അങ്ങിനെയാണോ? ആ അദ്ധ്യായം അങ്ങനെ അവസാനി ച്ചുവല്ലേ?"

"നിങ്ങളെന്താ ഉദ്ദേശിച്ചത്?"

"ഈ കേസിൽ എന്തെങ്കിലും നീതികരിക്കാനാവാത്തത് നടന്നിട്ട ണ്ടെങ്കിൽ അതിന്റെ പ്രതികാര ശ്രമമാണോ എന്നൊരു സംശയമുണ്ടാ യിരുന്നു?"

"നിങ്ങൾ വെറുതെ ഇരുട്ടിൽ തപ്പുകയാണ്. ഒന്നാമത് ഈ കേസിൽ ഒരു നീതികേടുമില്ല. ഒരു പ്രതികാരം നടത്താൻ അവനിന്ന് ജീവിച്ചിരി പ്പുമില്ല."

"ഓക്കെ സാർ, ശരത്തിനെ ജീവനോടെ കണ്ടെത്താമെന്നുള്ള പ്രതീക്ഷ കുറഞ്ഞുകൊണ്ടിരിക്കയാണ്. എന്തെങ്കിലും അപകടം സംഭ വിച്ചതാണെങ്കിൽ ഇതിനകം റിപ്പോർട്ട് ചെയ്യപ്പെടേണ്ടതായിരുന്നു. എറണാകുളം ജില്ല മുഴുവൻ അന്വേഷണം വ്യാപിപ്പിച്ചിട്ടുണ്ട്. എല്ലാ ഏരിയകളും അരിച്ചപെറുക്കുന്നുണ്ട്. അവസാനം ശരത്തും കൂട്ടരും ആഘോഷത്തിനായി പോയത് കായലിനോട ചേർന്നുള്ള ബോംബേ യുരുത്തെന്ന പേരില്ലുള്ള ഒരു ചെറിയ റിസോർട്ടിലേക്കായിരുന്നു.

അവിടേക്ക് ഇവരെ കൊണ്ടുപോയ അമര്‍ എന്ന വ്യക്തിയെയാണ് ഞങ്ങള്‍ തിരഞ്ഞുകൊണ്ടിരിക്കുന്നത്. അതോടൊപ്പം തട്ടിക്കൊ ണ്ടുപോയതോ മറ്റോ ആണെങ്കില്‍ എന്തിനായിരിക്കും എന്നതും അന്വേഷിക്കുന്നുണ്ട്. ഇതുവരെ പണത്തിനുവേണ്ടിയോ മറ്റെന്തെങ്കിലും ആവശ്യങ്ങള്‍ ഉന്നയിച്ചോ വിളികളൊന്നും വന്നിട്ടില്ലല്ലോ. അങ്ങിനെ യെന്തെങ്കിലുമായിരുന്നെങ്കില്‍ അത്തരം വിളികള്‍ക്കൊക്കെയുള്ള സമയം കഴിഞ്ഞല്ലോ. അതുകൊണ്ടുകൂടിയാണ് ഞങ്ങള്‍ക്കീ ആശങ്ക. ആ അമറിനെപ്പറ്റി ഒരു വിവരവും ഞങ്ങള്‍ക്ക് ലഭിച്ചിട്ടില്ല. ശരത്തിനെ അപായപ്പെടുത്താന്‍ അയാള്‍ക്കെന്തെങ്കിലും കാരണമുണ്ടാകുമോ എന്നതിന്റെ പിറകേയാണ് ഞങ്ങളിപ്പോള്‍ പൊയ്ക്കൊണ്ടിരിക്കുന്നത്. സാറില്‍നിന്ന് വല്ല സൂചനകളും ലഭിക്കുമോ എന്നറിയാനാണ് ഞങ്ങള്‍ വീണ്ടുമെത്തിയത്. സാറുമായി ബന്ധപ്പെട്ട സര്‍വ്വീസ് കാലഘട്ടത്തിലെ ഏതെങ്കിലും കേസുകള്‍ ശരത്തിന്റെ തിരോധാനത്തിന്റെ പിന്നില ണ്ടാകാമെന്ന് സാറ് കരുതുന്നുണ്ടോ? ഉണ്ടെങ്കില്‍ അന്വേഷണം ആ വഴിയില്ലൂടെ കൊണ്ടുപോകാമായിരുന്നു.”

“ഞാനത് നേരത്തെത്തന്നെ വ്യക്തമാക്കിയതാണല്ലോ. നിയമം അനുസരിക്കുകയും പാലിക്കുകയും മാത്രമേ ഞാന്‍ ചെയ്തിട്ടുള്ളൂ. നിയമം കയ്യിലെടുക്കാന്‍ ആരേയും ഞാന്‍ അനുവദിച്ചിട്ടുമില്ല. ഇതല്ലാതെ മറ്റൊന്നും എനിക്ക് പറയാനില്ല.”

“എങ്കില്‍ പിന്നെ ഞങ്ങളിവിടെ നില്‍ക്കുന്നതുകൊണ്ട് പ്രയോജന മൊന്നുമില്ല. ഞങ്ങളിറങ്ങുന്നു.”

അവര്‍ വിജയനാരായണന്റെ വീട്ടില്‍നിന്നും പുറത്തിറങ്ങി. ഗേറ്റട യ്ക്കുന്ന ശബ്ദം കേട്ടതോടെ അതുവരെ മുഖത്തു ഗൗരവം വരുത്തി പിടി ച്ചുനിന്നിരുന്ന വിജയനാരായണന്റെ മുഖം വല്ലാതെ വലിഞ്ഞുമുറുകി. അയാള്‍ റൂമില്‍ തിരിച്ചുകയറി വാതിലടച്ചു.

“സാര്‍, ഇനിയെങ്ങോട്ട്?”

“വിജയന്‍സാര്‍ തീര്‍ത്തും നിഷേധിച്ചെങ്കിലും ആ വഴിയില്ലൂടെത്ത ന്നെ പോകാനാണ് എനിക്ക തോന്നുന്നത്. സാര്‍ വെളിപ്പെടുത്താനാ ഗ്രഹിക്കാത്ത ഒരു ഭൂതകാലം സാറിനുണ്ട്. ആവര്‍ത്തിച്ച ചോദിച്ചിട്ടും മകന്റെ ജീവിതം തന്നെ തുലാസിലാണെന്നറിഞ്ഞിട്ടും തുറന്നുപറയാ നാകാത്ത എന്തൊക്കെയോ രഹസ്യങ്ങളുടെ ഭാരവും പേറിയാണ് അയാള്‍ ജീവിക്കുന്നത്. ആ മുഖത്തെ ഭാവങ്ങള്‍ അതെല്ലാം വിളിച്ച പറയുന്നുണ്ട്. അതുകൊണ്ട് വീണ്ടും എഞ്ചിനീയറിംഗ് കോളേജിലേക്ക തന്നെ പോകേണ്ടിയിരിക്കുന്നു. നമ്മുടെ ചോദ്യങ്ങള്‍ക്കുള്ള ഉത്തരം ചിലപ്പോള്‍ അവിടെയുണ്ടാകും.”

●

 പകച്ചരുള്‍

9

ജോലി സമയമായിരുന്നെങ്കിലും ശ്യാം മനോഹറിനേയും കൂട്ടരേയും കണ്ടപ്പോൾ എഞ്ചിനീയറിംഗ് കോളേജ് സൂപ്രണ്ട് അവരെ സഹായിക്കാനായി മുന്നോട്ടുവന്നു.

"താങ്കൾ ഞങ്ങൾക്ക് ഒരു ഉപകാരംകൂടി ചെയ്യതരണം. പണ്ട് ഇവിടെ വിദ്യാർത്ഥികളായിരുന്ന രണ്ടുപേരുടെ വിലാസങ്ങൾ സംഘ ടിപ്പിച്ചുതരണം. ആദ്യത്തേത്. പതിനേഴ വർഷങ്ങൾക്കുമുമ്പ് ക്രൂരമായ റാഗിംഗിനിടയിൽ കൊല്ലപ്പെട്ട ഈ കോളജിലെ വിദ്യാർത്ഥിയുടെ. രണ്ടാമത്തേത് ആ കൊലപാതകക്കേസിൽ അറസ്റ്റ് ചെയ്ത് ശിക്ഷി ക്കപ്പെട്ട വിദ്യാർത്ഥിയുടെ. കൂടാതെ ആ കാലഘട്ടത്തിൽ ഈ കോളജിലെ പ്രിൻസിപ്പാളായിരുന്ന വ്യക്തിയുടെയും."

"ഇനിയിപ്പോ ഇവരുടെ വിലാസം കിട്ടിയിട്ടെന്തിനാ സാറേ? രണ്ടുപേരും മരണപ്പെട്ടില്ലേ?"

"ഒരു ചെറിയ അന്വേഷണം ബാക്കിയുണ്ട്. അവരെ രണ്ടുപേരെയും സൂപ്രണ്ടിനറിയുമോ?"

"വ്യക്തിപരമായി പരിചയമില്ലെങ്കിലും ആ പേരുകൾ ഒന്നും മറക്കാൻ പറ്റില്ലല്ലോ. ഈ കോളേജിന്റെ ചരിത്രത്തിൽ അത്തരമൊരു സംഭവം അതിനുമുമ്പോ ശേഷമോ ഉണ്ടായിട്ടില്ല. മരിച്ച ജൂനിയർ വിദ്യാർത്ഥിയുടെ പേര് സിദ്ധാർത്ഥൻ. അവനെ കൊന്നതിന്റെ പേരിൽ പിടിക്കപ്പെട്ട സീനിയർ വിദ്യാർത്ഥിയുടെ പേര് മുരളീധരൻ. സാറ് ഒരു അരമണിക്കൂർ ആ കാണുന്ന ലൈബ്രറിയിൽ പോയിരിക്കൂ. അപ്പോ ഴേക്കും ഞാനാ വിലാസമെല്ലാം തപ്പിയെടുത്തുതരാം."

അവർക്ക് അധികനേരം ലൈബ്രറിയിൽ കാത്തുനിൽക്കേണ്ടി വന്നില്ല. സൂപ്രണ്ട് മൂന്ന് വിലാസങ്ങളും അവർക്ക കൈമാറി.

"സാർ, നമുക്കാദ്യം സിദ്ധാർത്ഥന്റെ വീട്ടിൽപ്പോകാം."

"ആയ്ക്കോട്ടെ. അതിനുമുമ്പ് നമുക്കാ പഴയ വാർഡനെ ഒരിക്കൽ കൂടി കാണണം. ഒരു ചോദ്യം അവശേഷിക്കുന്നുണ്ട്."

പഴയ ഹോസ്റ്റൽ വാർഡനായ പ്രൊഫസർ നാരായണക്കുറുപ്പിന് ഫോൺ ചെയ്ത് വീട്ടിലുണ്ടെന്ന് ഉറപ്പവരുത്തിയിട്ടാണ് അവർ പോയത്.

"വീണ്ടും ബുദ്ധിമുട്ടിക്കുന്നതിൽ ക്ഷമിക്കണം. ഒരു കാര്യം കൂടി അറി യാനുണ്ടായിരുന്നു."

"ചോദിച്ചോളൂ. എനിക്കറിയാവുന്നതോ, ഓർമ്മയുള്ളതോ ആണെങ്കിൽ പറയാൻ ഒരു വിരോധവുമില്ല."

"പതിനേഴ് വർഷം മുമ്പുള്ള ആ റാഗിംഗ് കേസിനെപ്പറ്റിത്തന്നെ യാണ് അറിയേണ്ടത്. ആ കേസിലുൾപ്പെട്ട ശരത് ഉൾപ്പെടെയുള്ള അഞ്ചുപേരെയും ഹോസ്റ്റലിൽനിന്ന് പുറത്താക്കിയിരുന്നല്ലോ. എന്നാൽ പിറ്റേ ദിവസം തന്നെ ആ സസ്പെൻഷൻ പിൻവലിക്കപ്പെട്ടു. അവര ഞ്ചുപേരും നിരപരാധികളാണെന്ന് ഒറ്റ രാത്രികൊണ്ടുതന്നെ തിരിച്ച റിഞ്ഞതെങ്ങനെ? മാത്രവുമല്ല, റാഗിംഗിനെത്തുടർന്ന് ആ വിദ്യാർത്ഥി കൊല്ലപ്പെട്ടിട്ടും അതിൽ ഒരു സീനിയർ വിദ്യാർത്ഥി മാത്രമല്ലേ പ്രതിയാ യുള്ളൂ. ഈ അഞ്ചുപേരും ആ കേസിൽ നിരപരാധികളായിരുന്നോ?"

ചോദ്യം ആ വൃദ്ധനെ വല്ലാതെ തളർത്തിക്കളഞ്ഞു. കുറച്ചനേരത്തേ ക്ക് അദ്ദേഹം മറുപടിയൊന്നും പറഞ്ഞില്ല.

"ഞാൻ പറയാം. യഥാർത്ഥ കുറ്റവാളിയെ പോലീസ് അറസ്റ്റ് ചെയ്തതോടെ ഇവർ സ്വാഭാവികമായും നിരപരാധികളായതുകൊ ണ്ടാണ് അവരുടെ സസ്പെൻഷൻ പിൻവലിച്ചത് എന്നാണ് എന്റെ മറുപടി. ഇത്രയും കാലം ആരെങ്കിലും ചോദിച്ചപ്പോഴൊക്കെ ഈ മറുപടിയല്ലാതെ മറ്റൊരു മറുപടിയും ഞാൻ പറഞ്ഞിട്ടില്ല. ഇന്നി പ്പോൾ നിങ്ങളുടെ ഉദ്ദേശ്യലക്ഷ്യങ്ങളോട് എന്തോ എനിക്കൊരു ഭാവം തോന്നുന്നു. ഇത്രയും വർഷങ്ങൾക്കശേഷം ആദ്യമായിട്ടാണ് ഞാനതിന്റെ യഥാർത്ഥ കാരണം തുറന്നു പറയുന്നത്.

ഹോസ്റ്റലിൽ നടന്ന റാഗിംഗം തുടർന്നുള്ള ജൂനിയർ വിദ്യാർ ത്ഥിയുടെ മരണവും നടന്ന രാത്രി ഞാൻ താമസിച്ചിരുന്ന കോർട്ടേ ഴ്സിൽ എനിക്കൊരതിഥിയുണ്ടായിരുന്നു. അത് മറ്റാരുമായിരുന്നില്ല. സർക്കിൾ ഇൻസ്പെക്ടർ വിജയനാരായണൻ. ഞാൻ ഹോസ്റ്റ ലിൽനിന്ന് പുറത്താക്കിയ ശരത് എന്ന വിദ്യാർത്ഥിയുടെ അച്ഛൻ.

യൂണിഫോമിൽതന്നെയാണ് എന്റെ മുന്നിൽ വന്നുനിന്നത്. ആ ദിവസം എനിക്ക് മറക്കാൻ പറ്റില്ല. കാക്കി യൂണിഫോമിട്ടവനുമുന്നിൽ ഏതൊരാളും അയാൾ ഏത് സ്ഥാനത്തിരിക്കുന്ന ആളാണെങ്കിലും ശരി, എത്ര നിസ്സാരക്കാരനാണെന്ന് എന്നെ ബോധ്യപ്പെടുത്തിത്തന്ന ദിവസമായിരുന്നു അത്. അയാൾ പറഞ്ഞതൊന്നും വെറും ഭീഷണിക ള്ളല്ല എന്നത് അയാളുടെ കണ്ണിൽ നോക്കിയാൽ അറിയാമായിരുന്നു. നിങ്ങളാരും യൂണിഫോമിലല്ലാത്തതു നന്നായി. ഇപ്പോഴും യൂണിഫോ മില്ലുള്ള പോലീസിനെ കണ്ടാൽ എന്റെ നട്ടെല്ലില്ലൂടെ ഒരു വിറപായും."

"എന്തൊക്കെയാണ് അയാൾ സംസാരിച്ചത് എന്ന് ഞാൻ ചോദിക്കുന്നില്ല. ആ സംസാരം കഴിഞ്ഞ് പിറ്റേന്നുതന്നെ അവരുടെ സസ്പെൻഷൻ പിൻവലിച്ചുവല്ലേ?"

"പിറ്റേന്ന് രാവിലെ പ്രിൻസിപ്പാൾ വിളിച്ച് ആ വിദ്യാർത്ഥികളുടെ സസ്പെൻഷൻ പിൻവലിക്കാൻ ആവശ്യപ്പെട്ടു. അതിനും ഒരു ഭീഷണിയുടെ സ്വരം തന്നെയായിരുന്നു. ഞാൻ നിസ്സഹായനായിരുന്നു. പ്രിൻസിപ്പാൾ എന്റെ ജോലിയെക്കുറിച്ചാണ് സംസാരിച്ചതെങ്കിൽ തലേന്ന് സർക്കിൾ ഇൻസ്പെക്ടർ സംസാരിച്ചത് എന്റെ ജീവനെ ക്കുറിച്ചതന്നെയായിരുന്നു. എനിക്ക് അനുസരിക്കുകയല്ലാതെ മറ്റൊരു മാർഗ്ഗവും മുന്നിലില്ലായിരുന്നു."

"ഒരു സംശയം കൂടി. വിദ്യാർത്ഥിയുടെ മരണത്തിൽ ഒരു സീനിയർ വിദ്യാർത്ഥിയെ പിടിക്കൂടിയ സ്ഥിതിക്ക് ശരത്തിന്റെ സസ്പെൻഷ നെക്കുറിച്ച് ആ സർക്കിൾ ഇൻസ്പെക്ടർക്ക് ഈ രീതിയിൽ പ്രതി കരിക്കേണ്ട ആവശ്യമെന്തായിരുന്നു. അവരുടെ പേരിൽ പോലീസ് കേസൊന്നുമില്ലായിരുന്നല്ലോ?"

"അന്ന് ഞാനും സ്വയം ചോദിച്ച ചോദ്യമാണിത്. രണ്ടു ദിവസത്തിന ുള്ളിൽ എനിക്കതിന്റെ ഉത്തരം കിട്ടി. ആ കേസ് എന്നെങ്കിലും മറ്റൊരു ഉദ്യോഗസ്ഥൻ അന്വേഷിച്ച് സസ്പെൻഡ് ചെയ്ത വിദ്യാർത്ഥികളിലേ ക്കെത്തിയാൽ അയാളുടെ മകനെ രക്ഷിക്കാൻ പിന്നീട് കഴിഞ്ഞെന്ന വരില്ല. ഒരു സംശയത്തിന്റെ നിഴലിൽ പോലും അവരെ നിർത്താതിരി ക്കാനാ പിറ്റേന്നുതന്നെ അവരെ തിരിച്ചെടുത്തത്."

"ആ അറസ്റ്റ് ചെയ്യപ്പെട്ട വ്യക്തി നിരപരാധി ആയിരുന്നെന്നാണോ സാറ് പറയുന്നത്?"

"ഇനി ഞാനതു പറയുന്നതുകൊണ്ട് എന്ത് പ്രയോജനം? അയാൾ എന്നേ മരിച്ചുപോയില്ലേ?"

"ഓക്കെ സാർ, നന്ദിയുണ്ട്. ഞങ്ങളോട് സഹകരിച്ചതിനും സത്യം ഇറന്നു പറയാൻ തയ്യാറായതിനും. മുന്നോട്ടുള്ള അന്വേഷണത്തിൽ ഈ

വിവരങ്ങൾ വളരെയധികം ഗുണം ചെയ്യും. ഞങ്ങളിറങ്ങുന്നു."

അവർ പ്രഫസറുടെ വീട്ടിൽനിന്നിറങ്ങി വണ്ടിയിൽ കയറി.

"പറഞ്ഞയപോലെ സിദ്ധാർത്ഥന്റെ വീട്ടിലേക്ക്."

വിശ്വനാഥൻ വിലാസം ഡ്രൈവർ ഫിറോസിന കൈമാറി.

"സാർ, വടകരയിൽനിന്ന് പത്തോ പന്ത്രണ്ടോ കിലോമീറ്റർ ദൂരമു ണ്ടാകും. ഒരു ഒന്നര മണിക്കൂർകൊണ്ട് അവിടെ എത്താം."

വിലാസം നോക്കി ഓടിച്ച് അവർ ആ വീട് കണ്ടെത്തി. അധികം പഴക്കം തോന്നിക്കാത്തൊരു വീട്. വണ്ടി പുറത്ത് നിർത്തി ശ്യാം മനോഹർ മാത്രം പുറത്തിറങ്ങി വീട്ടിലേക്കുനടന്നു.

"ആരാ, മനസ്സിലായില്ല. കേറി വര്വാ..."

ഉമ്മറത്തിരുന്ന കുറച്ച പ്രായം ചെന്ന ആൾ ക്ഷണിച്ചു.

"എഞ്ചിനീയറിംഗ് കോളേജിൽ പഠിച്ചിരുന്ന സിദ്ധാർത്ഥൻ എന്ന കുട്ടിയുടെ വീടല്ലേ?"

"അവനെ ദൈവം നേരത്തെ വിളിച്ചില്ലേ? വീടിതുതന്നെ."

"ഞാൻ പോലീസ് സ്റ്റേഷനിൽനിന്നാണ് വരുന്നത്. സ്റ്റേഷനിൽ പഴയൊരു ഫയൽ ക്ലോസ് ചെയ്യാനുണ്ടായിരുന്നു. അതു നോക്കിയ പ്പോഴാണ് ആ മരണത്തിൽ എന്തോ ചില സംശയങ്ങളുണ്ടെന്നും യഥാർത്ഥ പ്രതിയെയല്ല പിടിക്കൂടിയതെന്നും പറഞ്ഞ് ഒരു പരാതി കണ്ടത്. ആ പരാതിയുടെ പുറത്ത് ഒരന്വേഷണവും ഇതുവരെ നടന്ന തായി കാണുന്നില്ല. ക്ലോസ് ചെയ്യാനുള്ളതായതുകൊണ്ടാണ് നേരിട്ട വന്ന് കാര്യങ്ങൾ തിരക്കാമെന്നുവെച്ചത്. ആ പരാതിയിൽ ഇപ്പോഴും ഉറച്ചനിൽക്കുന്നുണ്ടോ?"

"പരാതിയോ? ഞങ്ങളുടെ സിദ്ധുവിന്റെ മരണത്തിലോ? ഇല്ല, ഞങ്ങളാരും അങ്ങനെ ഒരു പരാതി കൊടുത്തിട്ടില്ല. ആരാ കൊടുത്തതെ ന്നറിയില്ല. ഞങ്ങടെ സിദ്ധുവിനെ കൊലപ്പെടുത്തിയവനെ അപ്പോൾ തന്നെ പോലീസ് പിടിച്ചവല്ലോ. അയാൾ അർഹിക്കുന്ന ശിക്ഷയും വാങ്ങിച്ചുകൊടുത്തു. വിധി പറയുന്ന ദിവസം ഞാനും കോടതിയിൽ പോയിരുന്നു. എന്തായിട്ടെന്താ, ഞങ്ങളുടെ മോൻ പോയില്ലേ? ഞങ്ങളുടെ വിധി."

"മരണത്തെത്തുടർന്ന് കോളേജിൽനിന്ന് ആരെങ്കിലുമൊക്കെ വന്നിരുന്നോ?"

"എല്ലാവരും വന്നിരുന്നു. കുട്ടികളും അധ്യാപകരുമൊക്കെ യായി ധാരാളം ആളുകൾ എത്തിയിരുന്നു. രണ്ടു ദിവസം കഴിഞ്ഞ്

  പകച്ചുരുൾ

പ്രിൻസിപ്പാളും വന്നിരുന്നു. കൂടെ ആ പ്രതിയെ പിടിച്ച പോലീസ് ഇൻസ്പെക്ടറും."

"ഇൻഷുറൻസ് തുകയോ നഷ്ടപരിഹാരമോ അങ്ങനെയെന്തെങ്കിലും കിട്ടിയിരുന്നോ?"

"കോളേജിലെ കുട്ടികൾ സമാഹരിച്ചതാണെന്നു പറഞ്ഞ് ഒരു തുക പിന്നീടൊരിക്കൽ കുറച്ച കുട്ടികൾ വന്ന് ഏൽപിച്ചിരുന്നു. പിന്നെ അധ്യാപകർ സമാഹരിച്ചതാണെന്നുപറഞ്ഞ് ഒരു തുക ആ പ്രിൻസിപ്പാ ളും ഇൻസ്പെക്ടറും ചേർന്ന് തന്നിരുന്നു. എത്ര കിട്ടിയിട്ടെന്താ, ഒക്കെ ഒരു ജീവന് പകരമാവുമോ?"

"അപ്പോൾ താങ്കൾക്കോ കുടുംബത്തിനോ യാതൊരു പരാതിയുമി ല്ലല്ലേ? ഞാനാ ഫയൽ ക്ലോസ് ചെയ്തോട്ടെ?"

"അതല്ലേ ഞാനാദ്യമേ പറഞ്ഞത്? ഞങ്ങളാരും പരാതി കൊടുത്തി ട്ടുമില്ല, ഞങ്ങൾക്കൊരു പരാതിയുമില്ല."

ചുവരിലെ ഫോട്ടോകളിൽ ശ്യാം മനോഹർ കുറച്ചനേരം നോക്കിയ തിനുശേഷം പുറത്തിറങ്ങി വാഹനത്തിൽ കയറി.

"എന്തായി സാർ, എന്തെങ്കിലും പുതിയ വിവരങ്ങൾ?"

"കിട്ടുന്ന വിവരങ്ങളെല്ലാം നമ്മുടെ നിഗമനങ്ങളെ സാധൂകരിക്ക ന്നവയാണ്. ഈ വീട്ടിൽ രണ്ടുതവണ ആ പ്രിൻസിപ്പാളും വിജയൻ സാറും കൂടി വന്നിട്ടുണ്ട്. സമാഹരിച്ചതാണെന്നുപറഞ്ഞ് വലിയൊരു തുക ഇവർക്ക് നൽകിയിട്ടുണ്ട്. മിക്കവാറും ഇവരുടെ വായടപ്പിക്കാൻ പറ്റുന്ന വലിയൊരു തുക. മകൻ നഷ്ടപ്പെട്ടെങ്കിലെന്താ ജീവിച്ചപോകാൻ നല്ലൊരു തുക കയ്യിൽ കിട്ടിയല്ലോ എന്നൊരു ആശ്വാസത്തിലാണിവർ ജീവിക്കുന്നത്. കൂട്ടത്തിൽ ഭീഷണിയുമുണ്ടായിട്ടുണ്ടാവാം. എന്തായാലും ഇവർക്ക് യാതൊരു പരാതിയുമില്ല. മകൻ മരിച്ചപോയി. അതിന്റെ പേരിലുണ്ടായ കേസും തീർന്നു. പ്രതിയും മരണപ്പെട്ടു. ഇവരെ സംബ ന്ധിച്ചിടത്തോളം അതൊരു അടഞ്ഞ അദ്ധ്യായമാണ്."

"ഇനി നേരെ പ്രിൻസിപ്പാൾ എബ്രഹാം കോശിയുടെ വീട്ടിലേക്ക്."

ഫിറോസ് വിലാസം നോക്കി. "ഏകദേശം ഇരുപത് കിലോമീറ്റർ പോകണം."

പ്രിൻസിപ്പാളിന്റെ വീട് അന്വേഷിച്ച് കണ്ടെത്തിയെങ്കിലും അവർക്കാ രെയും കാണാനായില്ല. ആ വീട് വിറ്റ് കുറച്ചവർഷങ്ങളായി എബ്രഹാം കോശി എറണാകുളത്ത് ഫ്ലാറ്റിലാണ് താമസം.

"എറണാകുളത്തല്ലേ, കുഴപ്പമില്ല. തിരിച്ച ചെല്ലുമ്പോൾ കേറാം. ഇനി നമുക്കാ മുരളീധരന്റെ വീട്ടിലേക്ക് പോകാം."

"ബാല്യശ്ശേരിക്കടുത്താണ് വീട്. നമുക്കൊരു നാപ്പത്തഞ്ച് മിനുട്ടുകൊ
ണ്ട് എത്താം." ഫിറോസ് പറഞ്ഞു.

മുരളീധരന്റെ വീട് കണ്ടെത്താൻ കുറച്ച സമയം ചെലവഴിക്കേണ്ടിവ
ന്നു. പിന്നെ ഗോപിനാഥൻ മാഷെ മകനാണ് മുരളീധരനെന്നും മാഷെ
വീടന്വേഷിച്ചാൽ മതിയെന്നുമുള്ള വിവരം കിട്ടിയപ്പോൾ കാര്യം എളുപ്പ
മായി. മരിച്ചപോയെങ്കിലും ഗോപിനാഥൻ മാഷെ ഇപ്പോഴും പലരും
ഓർമ്മിക്കുന്നുണ്ട്.

ഗോപിനാഥൻ മാഷിന്റെ പഴക്കംചെന്ന കൊച്ചവീടിന്റെ കുറച്ച
കലെയായി അവർ വാഹനം നിർത്തി. വീട്ടുവരെ വാഹനമെത്തില്ല.
വീടിന്റെ ചെറിയ ഗേറ്റ് പൂട്ടിക്കിടക്കുകയായിരുന്നു. ആളുകളെക്കണ്ട്
അയൽവീട്ടുകാരൻ ഇറങ്ങിവന്നു.

"ആരെക്കാണാനാ?"

"ഇവിടെയല്ലേ ഗോപിനാഥൻ മാഷ് താമസിച്ചിരുന്നത്?"

"വീട് ഇതുതന്നെ. മാഷ് മരിച്ചപോയല്ലോ. കുറേ വർഷങ്ങളായി.
ഇപ്പം ഇവിടാരും താമസമില്ല."

"മാഷ് എങ്ങനെയാ മരിച്ചത്? എന്തായിരുന്നു അസുഖം?"

"മാഷെ മൂത്തമകൻ ഏതോ ഒരു കേസിൽപ്പെട്ട് ജയിലിലായിരു
ന്നല്ലോ. ജയിലിൽവെച്ച് അയാൾ മരിച്ച എന്നറിഞ്ഞ് മാഷ് ബോധം
കെട്ടുവീണതാ. പിന്നീട് കുറേക്കാലം കിടപ്പിലായിരുന്നു. എന്നിട്ടും
നാലഞ്ചുവർഷം മാഷ് ജീവിച്ചിരുന്നു. മരിച്ചിട്ടിപ്പോൾ ആറേഴുകൊല്ലമാ
യിക്കാണും."

"മാഷ്ക്ക് എത്ര മക്കളായിരുന്നു?"

"ഇളയവൻ ചെറുപ്പത്തിലേ നാട്ടവിട്ട പോയതാണ്. മാഷിന്റെ മൂത്ത
മകനെ പോലീസ് അറസ്റ്റ് ചെയ്ത് ഈ വീട്ടിലേക്കും കൊണ്ടവന്നിരുന്നു.
അതിന്റെ പിറ്റേന്ന് മുതൽ ആ ചെക്കനെ ഇവിടെ കണ്ടിട്ടില്ല. അവൻ
അന്നരാത്രിതന്നെ നാട്ടവിട്ടുപോയി എന്നാണ് കരുതുന്നത്. ഇന്നേവരെ
ആരും അവനെ കണ്ടിട്ടില്ല. മരിച്ചപോയിക്കാണമെന്നാണ് എല്ലാവരും
കരുതുന്നത്."

"ഇവർ മൂന്നുപേരും മാത്രമേ ഈ വീട്ടിലുണ്ടായിരുന്നുള്ളൂ?"

"മാഷ്ടെ ഭാര്യ ചെറിയ കുട്ടിക്ക് നാലഞ്ചുവയസ്സുള്ളപ്പോഴേ അസുഖം
കാരണം മരിച്ചപോയിരുന്നു. പിന്നെ മാഷൊറ്റയ്ക്കായിരുന്നു രണ്ടാൺകു
ട്ടികളെയും വളർത്തിയിരുന്നത്. സ്കൂളിൽനിന്നുവന്നാൽ മാഷുതന്നെ
മൂന്നാൾക്കുമുള്ള ഭക്ഷണമൊക്കെ വെച്ചുണ്ടാക്കും. വളരെ കഷ്ടപ്പെട്ടാ

രണ്ട് മക്കളെയും വളർത്തീത്. രണ്ടുപേരും പഠിക്കാൻ നല്ല മിടുക്കന്മാ രായിരുന്നു. ഇളയവന് സ്കോളർഷിപ്പൊക്കെ കിട്ടിയിരുന്നു"

"എന്നിട്ടാണോ മൂത്ത ആൾ പഠിക്കാൻ നോക്കാതെ റാഗിംഗിന് പോയി കേസിൽ പിടിക്കപ്പെട്ടത്."

"അതാരോ ആ കുട്ടിയെ കുട്ടക്കിയതാന്നാ എല്ലാരും പറഞ്ഞിരുന്നത്. മുരളി എന്നായിരുന്നു അവന്റെ പേര്. അവനൊരിക്കലും അത്തരമൊരു കാര്യം ചെയ്യുമെന്ന് ആരും വിശ്വസിക്കില്ല. ഞായറാഴ്ചകളിൽ ഇവിടെ മാഷോടൊപ്പം പച്ചക്കറി നടാനും നനയ്ക്കാനുമൊക്കെ കൂട്ടമായിരുന്നു. വീട്ടുകാരോട്ടും നാട്ടുകാരോട്ടുമൊക്കെ നല്ല പെരുമാറ്റമുള്ള പയ്യനായിരു ന്നു. മുരളിക്ക് അനിയനെ വല്യ കാര്യമായിരുന്നു. "

"അനിയന്റെ പേരെന്തായിരുന്നു?"

"പീതാംബരൻ..."

"നാട്ടുവിട്ടതിനുശേഷം ഒരിക്കൽ പോല്യം പീതാംബരൻ ഈ വീട്ടി ലേക്കവന്നിട്ടില്ലേ?"

"ഇല്ല. ജീവിച്ചിരിപ്പുണ്ടെങ്കിൽ മാഷ് മരിച്ചപ്പോഴെങ്കില്യം എത്തുമെന്നു കരുതി. അറിയിക്കാൻ യാതൊരു മാർഗ്ഗമില്ലാഞ്ഞിട്ടും ഒരു ദിവസം മുഴുവൻ ബോഡി അവൻ വരാൻ വേണ്ടി സംസ്കരിക്കാതെ കാത്തു വെച്ചു."

"നാട്ടുവിട്ടപ്പോൾ പീതാംബരന് എത്ര വയസ്സുണ്ടായിരുന്നു?"

"അവർ തമ്മില് നാലോ അഞ്ചോ വയസിന്റെ വ്യത്യാസമുണ്ടായിരു ന്നു. പീതാംബരൻ പ്ലസ് ടുവിലോ മറ്റോ പഠിച്ചുകൊണ്ടിരിക്ക്യാരുന്നു."

അവർ ഗോപിനാഥൻ മാഷിന്റെ അയൽവാസിയോട് പിന്നെയും കുറച്ചുനേരം കൂടി സംസാരിച്ചുനിന്നു. പിന്നെ യാത്ര പറഞ്ഞ് പിരിഞ്ഞു.

"സാർ, ഇനി തിരിച്ച പോവുകയല്ലേ?"

"അല്ല വിശ്വനാഥൻ, നമുക്കൊരു സ്ഥലം കൂടി സന്ദർശിക്കാനുണ്ട്."

"അതേതാണ് സാർ?"

"പതിനേഴ വർഷം മുമ്പ് വിജയനാരായണൻസാർ സി.ഐ ആയി ജോലി ചെയ്തിരുന്ന സർക്കിൾ ഓഫീസ്. താമരശ്ശേരി സ്റ്റേഷൻ ഇവിടെ അടുത്തല്ലേ?"

"അതേ സാർ, പത്തുപന്ത്രണ്ട് കിലോമീറ്ററേയുള്ള. ഫിറോസ്, നമുക്ക് താമരശ്ശേരിയിലേക്ക വിടാം."

അവർ സർക്കിൾ ഓഫീസിലെത്തുമ്പോൾ വിശ്വനാഥനെ പരിച യമുള്ള ധാരാളം പോലീസ് ഉദ്യോഗസ്ഥർ അവിടെ ഉണ്ടായിരുന്നു.

വിശ്വനാഥന് കുറച്ചകാലം താമരശ്ശേരി സ്റ്റേഷനിൽ അധികച്ചമതലയു
ണ്ടായിരുന്നു. സി.ഐ ആഷിക് ബാബ്വും വിശ്വനാഥനും നല്ല സൗഹൃ
ദത്തിലായിരുന്നു.

"എന്താണ് എല്ലാവരും കൂടെ. ഇവരെ മനസ്സിലായില്ലല്ലോ?"

"ഇത് എ.സി.പി ശ്യാം മനോഹർ, ഇത് സി.ഐ മോഹൻദാസ്.
കൊച്ചി നാർക്കോട്ടിക്സിൽനിന്നാണ്."

"സാർ..."സി.ഐ ആഷിക് ബാബു, ശ്യാം മനോഹറിനെ അഭിവാദ്യം
ചെയ്തു.

എല്ലാവരും ഇരുന്നപ്പോൾ വിശ്വനാഥൻ വിഷയമവതരിപ്പിച്ചു.

"ഞങ്ങൾ പഴയൊരു കേസിന്റെ പിറകേ ഇറങ്ങിത്തിരിച്ചതാണ്.
റിട്ടയർ ചെയ്ത എസ്.പി വിജയനാരായണൻസാറിനെ ആഷിക്കിന്
അറിയില്ലേ? അദ്ദേഹം ഏകദേശം പതിനേഴ വർഷം മുമ്പ് ഇവിടെ
സി.ഐ ആയി ഇരുന്നിട്ടുണ്ട്. അക്കാലത്ത് അദ്ദേഹത്തിന്റെ കൂടെ
ജോലി ചെയ്തിരുന്നവരിൽ ആരിൽനിന്നെങ്കിലും ഞങ്ങൾക്ക് ചില
വിവരങ്ങൾ ശേഖരിക്കേണ്ടതുണ്ട്. അതുകൊണ്ട് അന്ന് ആരൊക്കെ
യായിരുന്ന അദ്ദേഹത്തിന്റെ സഹപ്രവർത്തകർ, അവർ ഇപ്പോൾ
എവിടെയാണ്, അവരിൽ ഏറ്റവും സമീപത്തുള്ളവർ ആരൊക്കെയാണ്
എന്ന വിവരങ്ങളൊന്നു കിട്ടിയാൽ നന്നായിരുന്നു."

"പുള്ളിയെ എനിക്കറിയാം. ഇവിടെ പലരും ഇടയ്ക്കിടെ അദ്ദേഹ
ത്തെപ്പറ്റി പറയാറുണ്ട്." ആഷിഖ് തന്റെ സ്റ്റാഫിനെ വിളിച്ച് കാര്യങ്ങൾ
ചർച്ച ചെയ്തു. എല്ലാവരും ഒരു ടീമായി ആ കാര്യങ്ങൾ ഏറ്റെടുത്തു. ചായ
കുടിക്കുകയും കുറച്ച കാര്യങ്ങൾ ചർച്ച ചെയ്യുകയും ചെയ്യപ്പോഴേക്കും
അവരാവശ്യപ്പെട്ട വിവരങ്ങൾ അവരുടെ കൈകളിലെത്തി.

അന്നുണ്ടായിരുന്നവരിൽ ആറുപേർ ഇപ്പോഴും സർവ്വീസിലുണ്ട്.
ഇവരിൽ അഞ്ചുപേർ എസ്.ഐമാരാണ്. ബാക്കിയുള്ളവരിൽ ജനന
തിയ്യതിവെച്ച നോക്കുമ്പോൾ മുപ്പതുപേരും റിട്ടയർ ചെയ്തു. കിട്ടിയ
അറിവുകൾവെച്ച് അഞ്ചുപേർ ഇതിനകം വിവിധ കാരണങ്ങളാൽ
മരണപ്പെട്ടു. ബാക്കി ഇരുപത്തഞ്ചുപേരിൽ ഈ ജില്ലയിലെ വിലാസ
ത്തിലുള്ളവർ പതിനൊന്നു പേരാണ്. അതിൽതന്നെ ഏറ്റവും അടുത്ത
എന്നു പറയാവുന്നത്. പന്ത്രണ്ട് കിലോമീറ്റർ അകലെയുള്ള ആളാണ്.

"ഓ, ഇയാൾ ബാല്യശ്ശേരിക്കടുത്തുള്ള ആളാണല്ലോ, സൈത് അബൂ
ബക്കർ. റിട്ടയർ ചെയ്തിട്ട് മൂന്നവർഷമായല്ലേ?"

"അതേ, ഈ സ്റ്റേഷനിൽനിന്ന് കുറേ വർഷങ്ങൾക്കുമുമ്പുതന്നെ
സ്ഥലം മാറിപ്പോയിട്ടുണ്ട്."

 പകച്ചരുൾ

അവർ ആ വിലാസങ്ങളെല്ലാം വാങ്ങി സർക്കിൾ ഓഫീസിൽനി
ന്നിറങ്ങി.

വിശ്വനാഥൻ നിർദ്ദേശിച്ചു. "തിരിച്ച് ബാല്യശ്ശേരിയിലേക്ക
തന്നെയാണ് പോകേണ്ടത്."

സെയ്ദ് അബൂബക്കറെ അന്വേഷിച്ച് അവർക്കധികം അലയേണ്ടി
വന്നില്ല. ബാല്യശ്ശേരിക്കടുത്ത ചെറിയൊരു അങ്ങാടിയിൽ സ്വന്തമായി
ഒരു മൊബൈൽ ഷോപ്പ് നടത്തുകയായിരുന്ന ആ പഴയ പോലീ
സുകാരൻ. ചെറിയൊരു കടയാണ്. വിശ്വനാഥൻ സെയ്ദിന്റെ കടയി
ലെത്തി.

"ഞാൻ കോഴിക്കോട് സി.ഐ വിശ്വനാഥൻ. ഒരു കേസിന്റെ
അന്വേഷണവുമായി ഇറങ്ങിത്തിരിച്ചതാണ്. താമരശ്ശേരി സർക്കിൾ
ഓഫീസിൽനിന്നാണ് നിങ്ങളുടെ വിലാസം കിട്ടിയത്. എന്റെ കൂടെ
വണ്ടിയിൽ അന്വഷണോദ്യോഗസ്ഥനായ കൊച്ചി എ.സി.പിയുണ്ട്. ചില
കാര്യങ്ങൾ സെയ്ദിനോട് ചോദിച്ചറിയേണ്ടതുണ്ട്. എന്റെ കൂടെയൊന്ന
വരണം."

സെയ്ദ് കട നോക്കാൻ ജോലിക്കാരനെ പറഞ്ഞേൽപ്പിച്ച് വിശ്വനാ
ഥന്റെ കൂടെ ചെന്നു.

"ഞാൻ അസിസ്റ്റന്റ് കമ്മീഷണർ ശ്യാം മനോഹർ. സെയ്ദ് അബൂ
ബക്കറിന് ബുദ്ധിമുട്ടായോ?"

"എന്ത് ബുദ്ധിമുട്ട്? വിഷയം എന്താണെന്നറിഞ്ഞാൽ എനിക്കറിയാ
വുന്നതെല്ലാം ഞാൻ പറയാം."

"ഞങ്ങൾ പഴയൊരു കേസിന്റെ പുറകേയാണ്. റിട്ട. എസ്.പി
വിജയനാരായണൻസാർ സി.ഐ ആയി വർക്ക് ചെയ്യുമ്പോൾ സെയ്ദും
അദ്ദേഹത്തിന്റെ കൂടെ ജോലി ചെയ്തിരുന്നല്ലോ. അക്കാലത്ത് നടന്ന
ഒരു സംഭവത്തിന്റെ സത്യാവസ്ഥ അറിയാനാണ്."

"ഞാൻ പറഞ്ഞല്ലോ, ചോദിച്ചോളൂ. അത്ര പഴയതാകുമ്പോൾ
മുഴുവൻ ഓർമ്മയില്ുണ്ടാകുമോ എന്നറിയില്ല. എന്നാലും അറിയാവുന്ന
തൊക്കെ പറയാം സാർ."

"പതിനേഴ വർഷം മുമ്പ് എഞ്ചിനീയറിംഗ് കോളേജ് ഹോസ്റ്റലിൽ
റാഗിംഗിനിടയിൽ ഒരു വിദ്യാർത്ഥി കൊല്ലപ്പെട്ട സംഭവമുണ്ടായിരുന്ന
ല്ലോ. അതോർമ്മയുണ്ടേോ? സിദ്ധാർത്ഥൻ എന്നായിരുന്ന മരണപ്പെട്ട
വിദ്യാർത്ഥിയുടെ പേര്. ആ കേസിൽ മുരളീധരൻ എന്ന സീനിയർ
വിദ്യാർത്ഥിയെ അറസ്റ്റ് ചെയ്യുകയും അയാൾ ജീവപര്യന്തം തടവിന്

ശിക്ഷിക്കപ്പെട്ടുകയും ചെയ്തിരുന്നു. ഈ കേസിന്റെ ചില സത്യാവസ്ഥ കളാണ് അറിയേണ്ടത്."

ശ്യാം മനോഹറിന്റെ സംസാരം ഒരു ഞെട്ടലോടെയാണ് സെയ്ദ് അബ്ബബക്കർ കേട്ടുനിന്നത്. അയാൾ കുറച്ചുനേരം നിശ്ശബ്ദനായിരുന്നു. പിന്നീട് സംസാരിക്കാനാരംഭിച്ചപ്പോൾ ആ പഴയ പോലീസുകാരന്റെ കണ്ണുകൾ നിറഞ്ഞിരുന്നു.

"പഴയ കാര്യങ്ങളിൽ പലതും മറവിയിൽ മുങ്ങിക്കിടക്കുകയാണെ ങ്കിലും എന്റെ ജീവൻ അവസാനിക്കുന്നതുവരെ മറക്കാതെ എന്റെ നെഞ്ചിലുണ്ടാവും സാറിപ്പോൾ സൂചിപ്പിച്ച ആ സംഭവങ്ങൾ. ഒന്നും മറന്നിട്ടില്ല. എനിക്കറിയാവുന്നതെല്ലാം ഞാൻ പറയാം. ആരോട്ടും പറയാനാവാതെ നെഞ്ചിനകത്ത് വിമ്മിഷ്ടപ്പെട്ട് ഞെരിഞ്ഞമർന്ന് നിൽക്കുന്ന സംഭവങ്ങൾ..."

സെയ്ദ് അബ്ബബക്കറിനോട് വാഹനത്തിനുള്ളിലേക്കു കയറിയിരി ക്കാൻ ശ്യാം മനോഹർ ആവശ്യപ്പെട്ടു.

സെയ്ദ് അബ്ബബക്കർ സാവകാശം പറഞ്ഞുതുടങ്ങി.

●

10

"അന്നത്തെ സംഭവങ്ങളെല്ലാം ഇന്നലെ കഴിഞ്ഞപോലെ എനിക്കോർമ്മയുണ്ട്." സെയ്ദ് അബൂബക്കർ ഒരു കർച്ചീഫ് കൊണ്ട് മുഖം ഉടച്ചു.

"ആ പയ്യനെ കോളേജ് ഹോസ്റ്റലിൽനിന്ന് അറസ്റ്റ് ചെയ്ത് നേരെ കൊണ്ടുവന്നത് സർക്കിൾ ഓഫീസിലേക്കായിരുന്നു. കോളജ് പ്രിൻസി പ്പാൾ വിളിച്ച് സി.ഐ കോളജ് ഹോസ്റ്റലിൽ പോയപ്പോൾ സ്റ്റേഷനിൽ നിന്ന് ആരെയും ഒപ്പം കൂട്ടിയില്ല. എന്നാൽ ഹോസ്റ്റലിലെത്തുമ്പോൾ സി.ഐയോടൊപ്പം യൂണിഫോമില്ലുള്ള പോലീസുകാരുണ്ടായിരുന്നെ ന്നാണ് ഞാനറിഞ്ഞത്. അവരാരായിരുന്നുവെന്ന് എനിക്കറിയില്ല. സ്റ്റേഷനിലേക്ക് പ്രതിയെ കൊണ്ടുവന്നപ്പോഴാണ് ഞാനാ പയ്യന്റെ മുഖം ശ്രദ്ധിച്ചത്. അത് മുരളിയായിരുന്നു. എന്നെ സ്കൂളിൽ പഠിപ്പിച്ച ഗോപിനാഥൻ മാഷെ മകൻ. മുരളിയെ ആ അവസ്ഥയിൽ കാണേ ണ്ടിവന്നതിൽ ഞാനാകെ അസ്വസ്ഥനായി. പഠിക്കാൻ മിടുക്കനായ ഒരു സാധുപയ്യനായിരുന്നു അവൻ. എനിക്കവനെ ഒരു നിലയ്ക്കും സഹാ യിക്കാൻ പറ്റമായിരുന്നില്ല. കാരണം, സി.ഐ വിജയനാരായണൻ അക്ഷരാർത്ഥത്തിലൊരു ചീങ്കണ്ണിയായിരുന്നു. ആരെയും കടിച്ച കീറി വിഴങ്ങാൻ ഒരു മടിയുമില്ലാത്ത, മനുഷ്യത്വം തൊട്ടുതെറിച്ചിട്ടില്ലാത്ത ഒരു ക്രിമിനൽ ഇൻസ്പെക്ടർ. ജയറാം പടിക്കലിനേയും പുലിക്കോടൻ നാരായണനേയും ആരാധിക്കുന്നയാൾ. എനിക്കവനോട് സംസാരി ക്കാൻ പോലും അയാൾ അവസരം തന്നില്ല. എന്നിട്ടും റിസ്ക്കെടുത്ത് ഞാൻ അവന്റെ അടുത്തുചെന്ന് ചോദിച്ചു. ഞാനെന്തെങ്കിലും ചെയ്ത് തരണോ എന്ന്. ഒരു കടലാസ് കഷണം വേണമെന്ന് പറഞ്ഞു. ഞാൻ

ഒരു കടലാസ് എത്തിച്ചകൊടുത്തപ്പോൾ ഒരു മിനട്ട് നേരത്തേക്ക് ഈ വിലങ്ങൊന്ന് അഴിച്ചതരാമോ എന്ന് ചോദിച്ച. ഞാൻ ധർമ്മസ കടത്തിലായി. സി.ഐ ഭക്ഷണം കഴിക്കാനിറങ്ങിയപ്പോൾ ഞാൻ വിലങ്ങ് അഴിച്ചകൊടുത്തു. അവൻ ആ കടലാസിൽ എന്തോ എഴുതി പോക്കറ്റിലിട്ടു. ഞാൻ പെട്ടെന്നതന്നെ വീണ്ടും വിലങ്ങണിയിച്ച.

അന്ന് രാത്രി സി.ഐ മുഴുവൻ സമയവും സ്റ്റേഷനിൽതന്നെ ഉണ്ടാ യിരുന്നു. പിറ്റേന്ന് തെളിവെടുപ്പിനെന്ന പേരിൽ മുരളിയെ അവന്റെ വീട്ടിൽ കൊണ്ടുപോയി. അപ്പോൾ ഞാനും മറ്റചില പോലീസുകാരും ഒപ്പമുണ്ടായിരുന്നു. അലറിക്കരഞ്ഞുകൊണ്ട് പാഞ്ഞട്ടത്തേക്ക് ഓടിയെ ത്തിയ ഗോപിനാഥൻ മാഷിന്റെ രൂപം മറക്കാനാവില്ല. മാഷെ ഇളയമ കനാകട്ടെ എന്താണ് സംഭവിച്ചതെന്നറിയാതെ ആകെ പകച്ച നിൽ ക്കുകയായിരുന്നു. പോരാൻ നേരം ഞാൻ അടുത്തുള്ളപ്പോൾ അവൻ കയ്യിൽ ചുരട്ടിയ ആ കടലാസ് കഷ്ടം സി.ഐ കാണാതെ എന്നെ ഏൽപിച്ച. എപ്പോഴെങ്കിലും അനിയന് കൊടുക്കണം എന്ന് കാതിൽ ഒച്ചയില്ലാതെ പറഞ്ഞു. ഞാൻ ജീപ്പിൽ കയറിയതിനുശേഷം ഒരു കാര്യം മറന്നു എന്നുപറഞ്ഞ് തിരിച്ച് ആ വീട്ടിൽചെന്ന് കടലാസ് മുരളിയുടെ അനുജന്റെ കയ്യിൽ കൊടുത്തിട്ടാണ് ജീപ്പിൽ തിരിച്ച കയറിയത്.

അന്ന രാത്രി ഞാൻ ഉറങ്ങാൻ കിടക്കുന്നതിനുമുമ്പ് ഗോപിനാഥൻ മാഷ് എങ്ങനെയൊക്കെയോ കിതച്ചോടി എന്റെ വീട്ടിൽവന്നു. ഞങ്ങളുടെ വീടുകൾ തമ്മിൽ മൂന്നു കിലോമീറ്ററോളം ദൂരമുണ്ട്. സെയ്തേ, പീതാംബരനും പോയി എന്നു പറഞ്ഞൊരു കരച്ചിലാ യിരുന്നു. ഞാൻ പോകുന്നു എന്ന ഒറ്റവരിക്കുറിപ്പെഴുതിവെച്ച് അവൻ ആ രാത്രി എങ്ങോട്ടെന്നില്ലാതെ നാട്ടുവിട്ടുപോയി. അവന്റെ ചേട്ടനെ വിലങ്ങണിയിച്ച കൊണ്ടുപോയത് ആ കുഞ്ഞുമനസ്സിൽഉണ്ടാക്കിയ ആഘാതം അത്രയ്ക്ക് കനത്തതായിരിക്കാം. അവനെത്തേടി ചുറ്റുപാടുക ളൊക്കെ തിരഞ്ഞിട്ടും കാണാതെ എന്റെ അടുത്തേക്ക് ഓടിവന്നതാണ്. ഞാൻ രാത്രിതന്നെ ഒരു ജീപ്പ് വിളിച്ച് മാഷെയും കൂട്ടി ബസ് സ്റ്റാന്റിലും റെയിൽവേ സ്റ്റേഷനിലുമൊക്കെ തിരഞ്ഞുനോക്കി. നിരാശയായിരുന്ന ഫലം. എവിടെയും ഞങ്ങൾക്കവനെ കണ്ടെത്താനായില്ല.

ദിവസങ്ങളോളം ഞങ്ങൾ പല വഴിക്ക് അന്വേഷിച്ച് മടുത്തപ്പോൾ അന്വേഷണവും അവസാനിപ്പിച്ചു. എന്നെങ്കിലും തിരിച്ചവരുമെന്നോർ ത്ത് മാഷ് കാത്തിരുന്നു. മൂത്തയാൾ ജയിലിലും ഇളയവൻ എവിടെ യാണെന്നറിയാത്ത അവസ്ഥയിലും. എന്നിട്ടും മാഷ് പിടിച്ചനിന്നു. മുരളിക്കുവേണ്ടി സ്റ്റേഷനിലും കോടതിയിലുമൊക്കെ മാഷ് നിരന്തരം കയറിയിറങ്ങി. ചീകണ്ണി കെട്ടിയിറക്കിയ കള്ളസാക്ഷികൾക്കും

കള്ളമൊഴികൾക്കും മുന്നിൽ ആ പാവം സ്കൂൾ മാഷ് തളർന്നുപോയി. താൻ കാണമ്പോൾ മുരളി സിദ്ധാർത്ഥന്റെ നെഞ്ചിൽ അമർത്തി ഇടി ക്കുകയായിരുന്നുവെന്ന പ്രിൻസിപ്പാളിന്റെ മൊഴി നിർണായകമായി. മുരളീധരനെയല്ലാതെ മറ്റാരെയും അവിടെ കണ്ടിട്ടില്ലെന്നായിരുന്ന ദൃക്സാക്ഷികളുടെ മൊഴികൾ. ഒരാൾപോലും മുരളിക്കനുകൂലമായി സാക്ഷി പറയാനെത്തിയില്ല. മൊഴി നൽകാൻ തയ്യാറായ കുറച്ച സഹപാഠികൾ ദുരൂഹസാഹചര്യത്തിൽ പിന്തിരിഞ്ഞു.

താനവനെ രക്ഷിക്കാനാണ് ശ്രമിച്ചതെന്നും താൻ നിരപരാധിയാ ണെന്നും മുരളി ജയിലിൽവെച്ച് ഗോപിനാഥൻ മാഷോട് പറഞ്ഞിരുന്ന. കോടതിയിലും മുരളി അതുതന്നെ പറഞ്ഞു. എന്നിട്ടുമൊന്നുമുണ്ടായില്ല. ചെയ്യാത്ത കുറ്റത്തിന് ജീവപര്യന്തം ശിക്ഷ. അതിനെല്ലാം മൂകസാക്ഷി യായി നിൽക്കാനേ ദുർബലനായ എനിക്ക് കഴിഞ്ഞുള്ളൂ. മാഷൊഴുക്കിയ കണ്ണീരുകൾക്കൊന്നും ഒരു വിലയുമില്ലായിരുന്ന. പ്രതി ശിക്ഷിക്കപ്പെട ണമെന്ന് സി.ഐക്ക് വാശിയായിരുന്ന. ഹോസ്റ്റലിൽനടന്ന റാഗിംഗ് കൊലപാതകത്തിന്റെ പേരിൽ ഒരാൾ ശിക്ഷിക്കപ്പെട്ടാൽ പിന്നീടൊ രിക്കലും ആ കേസ് വീണ്ടും അന്വേഷിക്കില്ലെന്ന് ചീങ്കണ്ണി കണക്കുകൂട്ടി. പണവും സ്വാധീനവും മസിൽ പവറുമെല്ലാം ഒരു സാധാരണക്കാരന്റെ നേരെ നടത്തിയ തേരോട്ടത്തിന്റെ വിജയമായിരുന്ന ആ കോടതിവിധി. മുരളി എന്ന വിദ്യാർത്ഥിയെ മാത്രമല്ല, ആ കുടുംബത്തെവരെ അയാൾ ഇല്ലാതാക്കി. ആ കൊച്ചപയ്യൻ പീതാംബരൻ ഇന്നം ജീവിച്ചിരിപ്പുണ്ടോ എന്നപോലും ആർക്കുമറിയില്ല.”

ശ്യാം മനോഹറിന് അറിയേണ്ടതെല്ലാം സെയ്യ് അബൂബക്കറിൽനി ന്ന് ലഭിച്ചുകഴിഞ്ഞു. എങ്കിലും ഒരു സംശയം ബാക്കിവെച്ചിട്ട് പോകണ്ട ല്ലോ എന്ന കരുതി ചോദിച്ചു.

“പറയാൻ ബ്യദ്ധിമുട്ടുണ്ടെങ്കിൽ പറയണ്ട. ആ കടലാസിൽ എഴുതി യിരുന്നത് നിങ്ങൾ വായിച്ചില്ലേ? എന്താണെഴുതിയിരുന്നത്?”

സെയ്യ് അബൂബക്കർ കുറച്ചുകൂടി അടുത്തേക്കിരുന്ന് ശ്യാമിന മാത്രും കേൾക്കാവുന്ന ശബ്ദത്തിൽ മറുപടി പറഞ്ഞു.

“മൂന്നവരിയേ ഉണ്ടായിരുന്നുള്ള. ഞാൻ നിരപരാധിയാണ്. സർക്കി ളിന്റെ മകനാണ് കൊന്നത്. രക്ഷിക്കാൻ ചെന്ന എന്നെ അച്ഛനും മകനും ചേർന്ന് കുട്ടക്കിയതാണ്.”

***

യാത്രയിൽ കുറച്ചനേരം ആരും ഒന്നും സംസാരിച്ചില്ല. മൂന്നുപേരുടേ യും മനസ്സ് അസ്വസ്ഥമായിരുന്നു. സ്വന്തം മകനെ രക്ഷിക്കാൻ ഏതൊര

രക്ഷിതാവും പരമാവധി ശ്രമിക്കും. ഇവിടെ അത് മാത്രമല്ലല്ലോ, മകനെ രക്ഷിച്ചെടുക്കാൻ ഒരു നിരപരാധിയായ ചെറുപ്പക്കാരനെ കൊലയാളി യാക്കി മാറ്റി തടവുമുറിയിലേക്കെറിഞ്ഞുകൊടുത്തിരിക്കയാണ്. വിജയ നാരായണൻ ഇത്രയ്ക്ക് ക്രൂരനാണോ? മുരളീധരനെന്ന ചെറുപ്പക്കാരന് ജീവപര്യന്തം തടവ് കിട്ടാനായി അയാൾ അവസാന സമയം വരെയും പോരാടി. ജീവപര്യന്തത്തിനല്ല, വധശിക്ഷയ്ക്കുവേണ്ടിത്തന്നെയായിരി ക്കും അയാൾ ശ്രമിച്ചത്. വിജയനാരായണൻ എന്ന പോലീസുദ്യോ ഗസ്ഥന്റെ മനസ്സിനുള്ളിൽ ഏതോ ഒരു ക്രൂരമൃഗം ഒളിഞ്ഞിരിപ്പുണ്ട്. പുറമേക്ക് അയാൾ കാണിക്കുന്ന കർക്കശവും നിയമവ്യവസ്ഥയെ അന്ധമായി ബഹുമാനിക്കുന്നവനും ആയ പോലീസുദ്യോഗസ്ഥനായി രിക്കേ ഉള്ളിൽ അയാൾ അതൊന്നുമല്ല. തികച്ചൊരു അഴിമതിക്കാരനും ചപലനും സ്വാർത്ഥതൽപരനും ക്രൂരനും നിയമവ്യവസ്ഥയെ പുച്ഛിക്കുന്ന വനുമാണ്. ഇയാൾക്കുവേണ്ടിയാണല്ലോ ഈ ഓട്ടമൊക്കെ ഓടുന്നതെ ന്നാലോചിച്ച് വിശ്വനാഥന് ലജ്ജ തോന്നി.

ഹോട്ടലിനുമുന്നിൽ വണ്ടി നിർത്തി ഇറങ്ങുമ്പോൾ വിശ്വനാഥൻ ചോദിച്ചു.

"ഇന്നിനി ഇരിക്കണോ? എനിക്ക് സ്റ്റേഷനിൽ പോകേണ്ടതുണ്ടായി രുന്നു. മാത്രവുമല്ല, നാളെ പകൽ എനിക്ക് സ്റ്റേഷനിൽ ചെലവഴിക്കേ ണ്ടതുണ്ട്. വൈകിട്ട കണ്ടാൽ മതിയാകുമോ?"

"ഓക്കെ വിശ്വനാഥൻ, നാളെ വൈകുന്നേരം നമുക്ക് റൂമിൽവെച്ച് കാണാം. നാളെ പകൽ ഞാനും ദാസും കൂടി ഒന്ന് കറങ്ങുന്നുണ്ട്. എന്തെ ങ്കിലും പുതിയ വിവരം കിട്ടിയാൽ ഞാൻ അറിയിക്കാം."

"പിന്നെ, ഞാൻ ഒരു കാര്യം പറയാൻ മറന്നുപോയി. നിർമ്മല രണ്ട തവണ വിളിച്ചിരുന്നു. എന്തെങ്കിലും വിവരം കിട്ടിയോ എന്ന് ചോദിച്ച്."

"ഇപ്പോൾ നമുക്കൊന്നും കൃത്യമായി പറയാനാകില്ലല്ലോ. അറിയുന്ന ഇമാത്രും പറഞ്ഞാൽമതി. വെറുതെ പ്രതീക്ഷ കൊടുക്കേണ്ട."

"ഓക്കെ സാർ, നാളെ വൈകിട്ട കാണാം."

***

റൂമിലെത്തിയ ഉടൻ ശ്യാം മനോഹർ മോഹൻദാസിനോട് പറഞ്ഞു.

"മുരളീധരന്റെ അനിയൻ പീതാംബരനാകുമോ അമർ എന്ന ആൾ? അങ്ങനെ കരുതണമെങ്കിൽ പീതാംബരന്റെ കഴിഞ്ഞ കാലത്തെക്കുറിച്ച് നമ്മൾ അറിഞ്ഞേ തീരൂ. ഇത്രയും ബുദ്ധിപരമായ ആസൂത്രണവും നടപ്പാക്കലും ഒരു സാധാരണക്കാരന് അസാധ്യമാണ്.

 പകച്ചുരുൾ

പീതാംബരനിൽനിന്ന് അമറിലേക്കുള്ള വളർച്ച എനിക്ക് ചിന്തിക്കാ നാവുന്നില്ല. എന്നുമാത്രമല്ല ബുദ്ധിപരമായൊരു ആസൂത്രണ മികവ് ഈ കേസിൽ ദൃശ്യമാണ്. കാരണം ആ കുരുത്തിലേക്ക് കൊണ്ടുപോ യത് മാത്രമല്ല, ആരുമറിയാതെ ശരത്തിനെ അവിടെനിന്നു മാറ്റാനും ഇത്രയും ദിവസം എല്ലാവരിൽനിന്നും ഒളിപ്പിക്കാനും സാധിച്ചിട്ടുണ്ട്. വേറെ ആരുടെയൊക്കെയോ സഹായം കിട്ടിയിട്ടുണ്ടാവുമെങ്കിലും പിഴ വുകളൊന്നും വരുത്താതെയുള്ള ഈ ആസൂത്രണമികവിനെ സമ്മതി ക്കണം. നമുക്ക് ഒരു തെളിവുപോലും ബാക്കിവെച്ചിട്ടില്ല. സാധ്യവായ ഒരു സ്കൂൾ അധ്യാപകന്റെ മകനും പ്ലസ് ടു കഴിഞ്ഞ് നാട്ടുവിടേണ്ടിവന്നവ നമായ ഒരാളെക്കൊണ്ട് ഇതൊക്കെ എങ്ങിനെ നിർവ്വഹിക്കാനാവും?"

"സാറു പറഞ്ഞതിൽ കാര്യമുണ്ട്. പക്ഷേ, പീതാംബരന്റെ ഭൂതകാലം നമുക്കറിയില്ല. മുംബൈയിൽനിന്നോ മറ്റെവിടെനിന്നെങ്കിലും പത്തുപ തിനേഴ് കൊല്ലം കൊണ്ട് അയാൾ ആർജിച്ചെടുത്തത് ഇത്തരമൊരു വ്യക്തിത്വമാണെങ്കിലോ? എവിടെയെങ്കിലും വെച്ച് പീതാംബരന് നന്ദ നന്ദമായി കണ്ടുമുട്ടാൻ അവസരം കിട്ടിയിരിക്കും. അവർ രണ്ടുപേരും ഒത്തുചേർന്നപ്പോൾ രണ്ടുപേർക്കും തീർക്കാനുള്ള പകയുടെ കഥകൾ പങ്കുവെച്ചിരിക്കും. രണ്ട് തലച്ചോറുകൾ ഒന്നിച്ച ചേർന്നപ്പോൾ അതി മനോഹരമായ ഒരു തിരക്കഥ തയ്യാറായിരിക്കും. അങ്ങനെയും സംഭ വിച്ചുകൂടെ?"

ശ്യാം മനോഹറിന്റെ മൊബൈൽ ശബ്ദിച്ചു. സംസാരം കഴിഞ്ഞതി നശേഷം അയാൾ പറഞ്ഞു.

"നമ്മുടെ നിഗമനങ്ങൾക്ക് തെളിവ് ലഭിച്ചുകൊണ്ടിരിക്കുന്നു. കായ ലിൽനിന്ന് കടവിലിറങ്ങി മെയിൻ റോഡിലേക്ക് പോകുന്ന വഴിയിൽ ഒരു വാൻ കണ്ടതായി ഒരാൾ റിപ്പോർട്ട് ചെയ്തത്രേ. ശരത് പോയി എന്ന പറയുന്ന പ്രഭാതത്തിൽ ഏകദേശം അതേ സമയത്തുതന്നെയാണ് ഈ വാൻ അതില്ലുടെ പോയത്. പാൽ വാങ്ങാൻ പോയ ഒരാളാണ് വാൻ കണ്ട കാര്യം റിപ്പോർട്ട് ചെയ്തത്. ഏതോ സ്ഥാപനത്തിന്റെ പേര് വണ്ടിയുടെ മുന്നിൽ ഉണ്ടായിരുന്നു. നീലയും മഞ്ഞയും കളറായിരുന്ന വാനിന്റേത്. ഇത്രമാത്രമാണ് കിട്ടിയ വിവരം."

"ഈ വിവരം വെച്ച് നമുക്കെങ്ങനെ മുന്നോട്ടുപോകാനാകും? രജി സ്ട്രേഷൻ നമ്പരോ സ്ഥാപനത്തിന്റെ പേരോ അറിയാതെ പെയിന്റി ന്റെ കളർവെച്ചുമാത്രം ട്രേസ് ചെയ്യാനാകുമോ?"

"ദാസേ, രണ്ട് കാര്യങ്ങളാണുള്ളത്. ഒന്ന്, അമർ എന്ന ആൾക്ക് ശരത്തിനെ തട്ടിക്കൊണ്ടുപോകാൻ ഒരു സഹായി ഉണ്ടായിരുന്നു എന്ന നിഗമനം ശരിയെന്നു തെളിഞ്ഞിരിക്കുന്നു. ആ വാനിലായിരിക്കും

അയാളെ പുറത്തുകടത്തിയത്. രണ്ടാമത്, പ്രധാന റോഡിലെ സി.സി. ടി.വി ദൃശ്യങ്ങളുടെ സഹായത്തോടെ ആ വാനിനെ ട്രേസ് ചെയ്യാനും അതേതാണെന്നോ എങ്ങോട്ടാണ് പോയതെന്നോ കണ്ടെത്താനും കഴിഞ്ഞേക്കും. അതൊരു നിർണായകമായ ലീഡാണ് ഈ കേസിൽ. ഞാനേതായാലും വിജയനാരായണൻസാറുമായി ബന്ധപ്പെട്ട ബാക്കി യുള്ള എല്ലാ കേസുകളിൽക്കൂടി ഒരിക്കൽക്കൂടി ഒന്നു കടന്നുപോകട്ടെ. നമ്മുടെ അന്വേഷണം വേറെ ഏതെങ്കിലും ദിശയിലേക്ക തിരിയേണ്ട തുണ്ടോ എന്നറിയണം."

***

പിറ്റേന്ന് വൈകിട്ടാണ് വിശ്വനാഥൻ, ശ്യാം മനോഹറും മോഹൻദാസും താമസിക്കുന്ന മുറിയിലെത്തിയത്.

"ആ, വിശ്വനാഥൻ. നമ്മുടെ അന്വേഷണത്തിന്റെ നിർണായകമാ യൊരു ദിവസമായിരുന്നു. നമ്മുടെ കേസന്വേഷണത്തിന് സഹായകര മാവുന്ന ഒട്ടേറെ പുതിയ വിവരങ്ങൾ ലഭിച്ചിട്ടുണ്ട്. ഓരോന്നായി നമുക്ക് ഡിസ്കസ് ചെയ്യാം."

എറണാകുളത്തുനിന്നു ലഭിച്ച വാഹനത്തിന്റെ വിവരങ്ങൾ ശ്യാം മനോഹർ വിശദീകരിച്ചു. സി.സി.ടി.വി ദൃശ്യങ്ങളുടെ പരിശോധന ഇട ങ്ങിക്കഴിഞ്ഞു. ഇതുവരെ വിവരങ്ങളൊന്നും ലഭിച്ചിട്ടില്ല.

"മറ്റൊരു പ്രധാനപ്പെട്ട കാര്യം. ഞാൻ മോഹൻദാസിനോട്ട പോല്യം സൂചിപ്പിച്ചിട്ടില്ല. ഞാൻ വിജയൻസാറിന്റെ സർവീസ് ഹിസ്റ്ററിയിലൂടെ പിന്നെയും പിന്നെയും കടന്നുചെന്നുകൊണ്ടിരുന്നു. അതിൽ ഒരു കേസ് എന്റെ ശ്രദ്ധയാകർഷിച്ചിരുന്നു. ഒരു യുവാവിനെ അകാരണമായി കസ്റ്റഡിയിലെടുത്ത് തല്ലിച്ചതച്ചതാണ് കേസ്. ഇതിൽ വിജയൻസാറിന് നേരിട്ടൊരു റോളമില്ല. അന്ന് സാർ ഡി.വൈ.എസ്.പി ആയിക്കഴിഞ്ഞി രുന്നു. എന്നാൽ വിജയനാരായണൻസാറിന്റെ നിർദ്ദേശപ്രകാരമാണ് താനയാളെ കസ്റ്റഡിയിലെടുത്തതെന്ന് ഈ കേസിന്റെ പേരിൽ സസ്പെൻഷനിലായ സബ് ഇൻസ്പെക്ടർ പറഞ്ഞതായി റിപ്പോർട്ട് ചെയ്യപ്പെട്ടിട്ടുണ്ട്. ഇതൊരു പതിമൂന്നു വർഷം മുമ്പ് നടന്നതാണ്. ഞാൻ ഇതിന്റെ വിശദാംശങ്ങൾക്കായി തലശ്ശേരിയിലേക്കൊന്നു വിളിച്ച നോക്കി. അന്നത്തെ സ്റ്റേഷനെ കണക്ക് ചെയ്തകിട്ടി. സംഭവം അവർ സ്ഥിരീകരിച്ചു. ആളെ തിരിച്ചറിയാനും പറ്റിയിട്ടുണ്ട്. എന്നാൽ എന്തായിരുന്നു പ്രകോപനം എന്ന് അവർക്കറിയില്ല."

"വിജയൻസാറിനോട് പകയുണ്ടാകാൻ സാധ്യതയുള്ള ആരേയും നമുക്ക് ഒഴിവാക്കാനാവില്ല. അയാളുടെ കൂടുതൽ വിവരങ്ങൾ നമ്മളന്വേ ഷിക്കണം." മോഹൻദാസ് പറഞ്ഞു.

  പകച്ചുരൾ

"സസ്പെൻഷനിലായപ്പോൾ വിജയൻസാറിനെ ചെന്നുകണ്ട് ആ എസ്.ഐ സഹായമഭ്യർത്ഥിച്ചത്രേ. എന്നാൽ അയാൾക്കൊരു സഹായവും ലഭിച്ചില്ല. അതിനെത്തുടർന്നാണ് പത്രസമ്മേളനത്തിൽ അയാൾ വിജയൻസാറിന്റെ പേര് പറയുന്നത്."

"ഇതുവരെയുള്ള അന്വേഷണത്തിൽ രണ്ടുപേരാണ് പ്രതിസ്ഥാനത്ത് നിൽക്കുന്നത്, പീതാംബരനും നന്ദനനും. ഇതിലൊരാൾ ആ വാനിന്റെ ഡ്രൈവറാകാനുള്ള സാധ്യതയുണ്ട്. മറ്റേയാൾ അമർ അല്ലെങ്കിൽ പുറത്തുനിന്ന് ഇവർക്കുവേണ്ട സഹായം ചെയ്യുന്നൊരാൾ. ആ വാനും അതിൽ കടത്തിയിട്ടുണ്ടാകാമെന്ന് സംശയിക്കുന്ന ശരത്തിനെയും ഒളിപ്പിച്ചുവയ്ക്കാൻ നേതൃത്വം കൊടുക്കുന്ന ഒരാൾ. അതാരായിരിക്കും?" മോഹൻദാസ് ചോദിച്ചു.

"സാർ, ഞാനൊരു കാര്യം ചോദിച്ചോട്ടെ? ആ വാൻ ഒരു സ്ഥാ പനത്തിന്റേതാണെന്നല്ലേ പറഞ്ഞത്? ഈ കേസുമായി ബന്ധപ്പെട്ട ഒറ്റ സ്ഥാപനമേയുള്ളൂ. അത് ശരത്തിന്റെ തന്നെ മോഡേൺ ഇലക്ട്രി ക്കൽസ് ആണ്. ആ വാൻ അവരുടേതാണെങ്കിലോ?"വിശ്വനാഥൻ തന്റെ സംശയം അവതരിപ്പിച്ചു.

"അത് നമുക്കന്വേഷിക്കാം. അതോടൊപ്പം ആ വാൻ അവരുടേതോ ണെങ്കിൽ അത് ശരത് വിളിച്ചുവരുത്തിയതോ മറ്റോ ആയിരിക്കുമോ, അതല്ലെങ്കിൽ ശരത്തിന്റെ തിരോധാനത്തിൽ മോഡേൺ ഇലക്ട്രിക്കൽ സിലെ ആർക്കോ പങ്കുണ്ടെന്ന് ഉറപ്പിക്കാം."

"എങ്ങോട്ടാണ് പോയത് എന്നറിയില്ലെന്നല്ലേ അന്നാ മാനേജർ നമ്മളോട് പറഞ്ഞത്? അത് നുണയാണെങ്കിൽ അതിനർത്ഥം അയാൾ ക്കിതിൽ എന്തോ പങ്കുണ്ടാവുമെന്നല്ലേ?" മോഹൻദാസ് ചോദിച്ചു.

"നമുക്കിത്തരം ഊഹങ്ങളിലേക്ക് പോകാനാവില്ല. തെളിവുകളാണ് നമ്മെ മുന്നോട്ട നയിക്കേണ്ടത്. അറിഞ്ഞിടത്തോളം ആ മാനേജർ സത്യസന്ധനായൊരു ജീവനക്കാരനാണ്. അയാളെ വിശ്വസിക്കാമെ ന്നാണ് ശരത്തിന്റെ ഭാര്യ നിർമ്മലയും പറഞ്ഞത്."

"ശരത്തിന്റെയും വിജയൻസാറിന്റെയും രക്തത്തിനുവേണ്ടി കൊതിക്കുന്ന ഒരുപാടാളുകളുള്ളതുകൊണ്ട് ഇവരിൽ ആരെയൊക്കെ വിശ്വസിക്കണം എന്ന കാര്യത്തിൽ സംശയമുണ്ട്. എല്ലാവരുടെയും പശ്ചാത്തലം അറിഞ്ഞിരിക്കുന്നത് നല്ലതാണ്."

"വിശ്വനാഥൻ പറഞ്ഞത് വളരെ പ്രസക്തമാണ്. സ്വഭാവത്തിൽ തികച്ചും നിഷ്കളങ്കനാണെന്ന് കരുതുന്നവനിൽപോലും പശ്ചാത്തലം പരിശോധിക്കുമ്പോഴാണ് അവനിൽ ശക്തമായൊരു മോട്ടീവ് നില നിൽക്കുന്ന വസ്തുത മനസ്സിലാക്കാനാവുക. എന്തായാലും നാളെ ഒരു

ദിവസത്തിനുള്ളിൽ നമുക്ക് ഈ ഊഹാപോഹങ്ങൾക്ക് വിരാമമിടാനാ കുമെന്നാണ് ഞാൻ കരുതുന്നത്. നാളെ നമുക്ക് തിരക്കിട്ട ദിവസമാണ്. വിശ്വനാഥൻ ശരത്തിന്റെ സ്ഥാപനത്തിൽപോയി അന്വേഷണം നടത്തണം. വാനാണ് മുഖ്യവിഷയമെങ്കിലും അവിടെയുള്ള സ്റ്റാഫുക ളുടെ പരമാവധി വിവരങ്ങൾ ശേഖരിക്കണം. പ്രത്യേകിച്ചും വാഹനങ്ങ ളിലെ ഡ്രൈവർമാരുടെ. പറ്റുമെങ്കിൽ എല്ലാവരുടേയും വീട്ടുവിലാസവും വേണം. ആളുകളെ നേരിട്ട് കാണണം. സ്ഥാപനത്തിന്റെ വാഹനങ്ങൾ എല്ലാം അന്നേ ദിവസം എവിടെയായിരുന്നു എന്നറിയണം. എനിക്ക് ഉച്ചവരെ എറണാകുളത്ത് ചില കാര്യങ്ങൾ കോഡിനേറ്റ് ചെയ്യാനുണ്ട്. ഉച്ചയോടെ നമുക്കു തമ്മിൽ കാണാം. തുടർന്നുള്ള നീക്കങ്ങൾ അവി ടെവെച്ച് തീരുമാനിക്കാം. എനിക്ക് രാത്രിയോടെ എറണാകുളത്തേക്കു മടങ്ങണം. ഒരു ചെറിയ വിവരം കിട്ടിയിട്ടുണ്ട്. എറണാകുളത്തുള്ള ഒരു ഹോട്ടലിൽ അമർസിംഗ് എന്നൊരു ഹിന്ദിക്കാരൻ താമസിച്ചതായി തെളിഞ്ഞിട്ടുണ്ട്. വൈറ്റിലയിലെ ഒരു ഇടത്തരം ഹോട്ടലാണ്. നമ്മൾ അന്വേഷിക്കുന്ന അമറുമായി എന്തെങ്കിലും ബന്ധമുണ്ടോ എന്നറിയണം. അയാൾ കൊടുത്തിരിക്കുന്നതും ഒരു മുംബൈ വിലാസമാണ്. ഞാനത് മുംബൈയിലെ എന്റെ ഡിപ്പാർട്ട്മെന്റ് സുഹൃത്തുക്കൾക്ക് അയച്ചുകൊ ടുത്തിട്ടുണ്ട്. അതുകൊണ്ട് നാളെ രാത്രിയോടെ ഞാൻ എറണാകുള ത്തേക്കു പോകും. സൗകര്യം കിട്ടിയാൽ ആ പഴയ പ്രിൻസിപ്പാളെ ഒന്നു കാണണം. പോകുന്നതിനുമുമ്പ് പറ്റുമെങ്കിൽ വിജയൻസാറിന്റെ നിർദ്ദേശപ്രകാരം ലോക്കപ്പ് മർദ്ദനം നടന്ന സ്ഥലത്തുമൊന്ന് പോയി നോക്കണം. എന്തായാലും ഇപ്പോൾ നമുക്ക് പിരിയാം. നാളെ ഉച്ചയ്ക്ക് തമ്മിൽകാണാം."

വിശ്വനാഥൻ രണ്ടുപേരോട്ടും യാത്ര പറഞ്ഞ് മുറിയിൽനിന്നിറങ്ങി.

***

പിറ്റേന്ന് ഉച്ചയ്ക്കുമുമ്പായി വിശ്വനാഥൻ തന്റെ അന്വേഷണം പൂർ ത്തിയാക്കി ഓഫീസിൽ തിരിച്ചെത്തിയിരുന്നു. അതിനുശേഷമായിരു ന്നു ശ്യാം മനോഹറിന്റെ കോൾവന്നത്. ഫ്രീ ആണെങ്കിൽ എത്രയും പെട്ടെന്ന് അവരോടൊപ്പം ചേരാനാവശ്യപ്പെട്ടുകൊണ്ടായിരുന്നു വിളിച്ചത്. അവരിപ്പോൾ കൊയിലാണ്ടിയിലാണുള്ളത്. വിശ്വനാഥൻ ഉടൻതന്നെ ഡ്രൈവറോട് വണ്ടിയെടുക്കാൻ പറഞ്ഞു. ഒരു മണിക്കൂർ കൊണ്ട് വിശ്വനാഥൻ ശ്യാം മനോഹറിന്റേയും മോഹൻദാസിന്റേയും കൂടെ എത്തി.

"വിശ്വനാഥൻ, തന്റെ വണ്ടി ഇവിടെ സ്റ്റേഷനിലിട്ടേക്ക്. ഫിറോസ് ഈ വണ്ടി ഓടിക്കട്ടെ. നമുക്ക് യാത്രയിൽ സംസാരിക്കാം."

     പകച്ചുരുൾ

അവർ തലശ്ശേരിയെ ലക്ഷ്യമാക്കിക്കൊണ്ട് യാത്രയാരംഭിച്ചു.

"ആദ്യം വിശ്വനാഥൻ ഇന്നത്തെ അന്വേഷണത്തെക്കുറിച്ച് പറയൂ..."

"സാർ, മോഡേൺ ഇലക്ട്രിക്കൽസിൽ മൂന്ന് വാഹനങ്ങൾ ഉണ്ടെ ന്നാണ് അറിയിച്ചത്. ഒരു വലിയ വാനം രണ്ട് ഇടത്തരം വാനുകളും. വലിയ വാനാണ് മുമ്പൊക്കെ ഉത്തരേന്ത്യയിൽനിന്ന് സാധനങ്ങൾ കൊണ്ടുവരാൻ ഉപയോഗിച്ചിരുന്നത്. ഈ മൂന്നെണ്ണത്തിന്റെ കളറുകൾ കായൽ റോഡിൽകണ്ട വാനിന്റെ കളറുമായി യോജിക്കുന്നതല്ല. രണ്ടെണ്ണമേ നേരിട്ട് കാണാൻ പറ്റിയിട്ടുള്ളൂ. മാത്രവുമല്ല, അവരുടെ രജിസ്റ്റർ പരിശോധിച്ചതു പ്രകാരം ആ ആഴ്ചയിൽ ഒരു ദിവസം പോലും വാഹനം എറണാകുളത്തേക്ക് പോയിട്ടില്ല. അവിടത്തെ സ്റ്റാഫിന്റെ മുഴുവൻ ലിസ്റ്റും ആവശ്യപ്പെട്ടിട്ടുണ്ട്. ഫോട്ടോ സഹിതമുള്ള ലിസ്റ്റ് നാളെ എത്തിക്കാമെന്നാണ് പറഞ്ഞത്. ആ മാനേജരുമായി കുറേനേരം സംസാരിച്ചു. അയാൾ അനുപറഞ്ഞതുപോലെ ശരത്തിന്റെ കായൽ യാത്രയെക്കുറിച്ച് ഒന്നുമറിഞ്ഞുകൂടാ എന്നാണ് ഇപ്പോഴും പറയുന്നത്. ഇപ്പോൾ എല്ലാ ദിവസവും വൈകീട്ട് ശരത്തിന്റെ വീട്ടിൽചെന്ന് നിർമ്മ ലയ്ക്ക് കണക്കുകൾ കൈമാറിയിട്ടാണ് മാനേജർ വീട്ടിൽ പോകാറുള്ളത്. അയാളിവിടെ വാടകയ്ക്കാണ് താമസിക്കുന്നത്. ആള് കണ്ണൂരുകാരനാണ്. ഇപ്പോൾ സ്വന്തക്കാരായി ആരും ഇല്ലാത്തതുകൊണ്ട് ഇവിടെത്തന്നെ കൂടിയിരിക്കുകയാണ്. അയാളെ സംശയിക്കത്തക്കതായി ഒന്നും കണ്ടെത്തിയില്ല. ഇത്രയും കാലത്തിനിടയിൽ അയാൾ വിജയൻ സാറിനെ കുറച്ചതവണയേ കണ്ടിട്ടുള്ളൂ എന്നാണ് പറഞ്ഞത്. ഞാൻ പരമാവധി എല്ലാ സ്ഥലങ്ങളിലും കറങ്ങിനോക്കി. അവരുടെ ഗോഡൗൺ കുറച്ചുദൂരെയാണെന്നാണ് പറഞ്ഞത്. അവിടെ അടുത്ത ദിവസങ്ങളിലൊന്നിൽ പോയി നോക്കാമെന്നു കരുതുന്നു. ശരത്തിന്റെ അഭാവത്തിലും കാര്യങ്ങളെല്ലാം ശരിയായിത്തന്നെ മുന്നോട്ടുപോകുന്നു ണ്ട്. അതിനെപ്പറ്റി ചോദിച്ചപ്പോൾ ബിസിനസ് കാര്യങ്ങളിൽ വേണ്ട തെല്ലാം നിർമ്മല മാഡം ചെയ്യുന്നുണ്ടെന്നാണ് അയാൾ പറഞ്ഞത്."

"ശരിയാണ്, ഗോഡൗൺ നമുക്കെപ്പൊഴെങ്കില്വെമൊന്ന് പരിശോധി ക്കണം. പിന്നെ നമ്മളെങ്ങോട്ടാണിപ്പോൾ പോകുന്നതെന്ന് വിശ്വനാ ഥനോട് പറഞ്ഞില്ലല്ലോ. ഇന്നലെ ഞാൻ സൂചിപ്പിച്ച പഴയ ലോക്കപ്പ് മർദ്ദന കേസിനെപ്പറ്റി നേരിട്ടൊന്നന്വേഷിക്കണം. ആരായിരുന്നു ആ മർദ്ദനമേറ്റ ആള്. എന്തായിരുന്നു അതിനിടയാക്കിയ സംഭവം. ആ ആളിപ്പോൾ എവിടെയുണ്ട് എന്നൊക്കെ അറിയണം. അതിനാണീ യാത്ര."

"ഇവിടെനിന്ന് ഒരു പതിനാല് കിലോമീറ്റർ ദൂരെ ചെറുപള്ളം എന്ന പോലീസ് സ്റ്റേഷനിലേക്കാണ് പോകേണ്ടത്." ശ്യാം മനോഹർ ഫിറോസിന് പോകേണ്ട സ്ഥലം പറഞ്ഞുകൊടുത്തു. ഫിറോസ് റ്റൂന്വേ ഷിച്ചവന്ന് വണ്ടി എടുത്തു.

"സാർ, ഈ വരവുകൊണ്ട് നമ്മൾ കാര്യമായെന്തെങ്കിലും നേടുമോ?"

"അക്കാര്യം മുൻകൂട്ടി പറയുവാൻ പറ്റില്ലല്ലോ വിശ്വനാഥൻ? വലിയൊരു സാധ്യതയിലേക്കാവും നമ്മുടെ യാത്ര എന്ന് പ്രതീക്ഷിക്കാം. എനിക്ക് മറ്റൊരു സംശയം കൂടിയുണ്ട്. ശരത്തിന്റെ സുഹൃത്തുക്കളിൽ ഒരാളെങ്കിലും ശരത്തിനെതിരാണെന്നൊരു തോന്നൽ എനിക്കുണ്ട്. ഈ ശ്രുഡാലോചനയിൽ പ്രതികൾക്ക് സഹായിയായി ഒരാൾ ശരത്തിന്റെ സുഹൃത്തുക്കളിൽ ആരെങ്കില്യമാണെന്നുവന്നാൽ എന്താണതിനർത്ഥം. ശരത്തിന്റെ വാർഷിക സംഗമങ്ങളുടെ വിവര ങ്ങളെല്ലാം പ്രതികൾക്ക് കിട്ടുന്ന സോഴ്സ് ഈ സുഹൃത്തായിക്കൂടെ? അതുകൊണ്ടുതന്നെ പ്രതികളുമായും പീതാംബരനുമായും ഈ സുഹൃ ത്തുക്കളിലൊരാൾ ബന്ധപ്പെട്ടിട്ടുണ്ട്. ശരത്തിന്റെ തിരോധാനത്തിൽ ഈ സുഹൃത്തിന്റെ ഇൻവോൾവ്മെന്റ് എത്രത്തോളമുണ്ട് എന്നാണ് ഇനി അറിയാനുള്ളത്. ഇയാൾ കേവലം കാഴ്ചക്കാരനോ സഹായിയോ കൂട്ടുപ്രതിയോ എന്നുംകൂടി നമ്മളന്വേഷിക്കേണ്ടതുണ്ട്. ശരത്തിനെ കായ ലിൽനിന്ന് കടത്തുന്നതിനും ഒളിപ്പിച്ചുവയ്ക്കുന്നതിനും ഈ സുഹൃത്തിന്റെ സഹായം ലഭിച്ചിട്ടുണ്ടാകും."

"ബോഡി കിട്ടിയിട്ടില്ല എന്ന ഒറ്റ കാരണം കൊണ്ട് ശരത് ഇപ്പോഴും ജീവിച്ചിരിപ്പുണ്ടെന്ന് സാറ് കരുതുന്നുണ്ടോ?"

"പ്രതികാരത്തിന്റെ മനഃശാസ്ത്രരീതിയിൽ അതിനാണ് കൂടുതൽ സാധ്യത. ശരത്തിനെ കൊന്ന് ആരുമറിയാതെ എവിടെയെങ്കിലും മറച്ചുവെച്ചാൽ അതിൽ പ്രതികാരത്തിന്റെ അംശമുണ്ടാവുകയയില്ല. ആ വിവരം അറിയേണ്ട ഏറ്റവും അടുത്ത ആളുകളെ അറിയിക്കണം. ചെയ്തത് താനാണെന്ന് വെളിപ്പെടുത്തിയില്ലെങ്കിലും കൊന്ന എന്ന കാര്യമെ ങ്കിലും ഉറക്കെപ്പറഞ്ഞില്ലെങ്കിൽ അതിനൊരു പ്രതികാരത്തിന്റെ സ്വഭാവം വരുന്നില്ല. താനാണത് ചെയ്തത് എന്ന് മറ്റുള്ളവരോട് പറയു മ്പോഴേ ചിലർക്കെങ്കിലും പ്രതികാരം പൂർത്തിയാവൂ. ഈ കേസിൽ ഇതുവരെ പ്രതികളുടെ ഭാഗത്തുനിന്ന് ഒരനക്കവും ഉണ്ടായിട്ടില്ല. അതിന് രണ്ട് അർത്ഥങ്ങളാണ് ഞാൻ കാണുന്നത്. അന്വേഷണത്തിന്റെ ഗതി സൂക്ഷ്മമായി നിരീക്ഷിക്കപ്പെടുന്നുണ്ട് എന്നതാണ് ഒന്ന്. ഏതെങ്കിലും തരത്തിൽ പ്രതികൾക്കടുത്തെത്തി എന്നറിയുന്നതോടെ ശരത്തിനെ ആ നിമിഷം തന്നെ ഇല്ലാതാക്കും. അവർ കാത്തിരിക്കുന്നത് വിജയ നാരായണനുവേണ്ടിയാണ്. വിജയൻസാറിനെ പരമാവധി മാനസിക

സമ്മർദ്ദത്തിലാക്കാനുള്ള ശ്രമമാണ് ഇപ്പോൾ നടക്കുന്നത്. മകൻ നഷ്ടപ്പെട്ടു എന്ന യാഥാർത്ഥ്യം അംഗീകരിക്കുന്നതോടെ സാറ് പഴയ ചീങ്കണ്ണിയിൽനിന്ന് കേവലമൊരു പച്ചയെപ്പോലെ ആയിമാറും. ആ പച്ചയെ ആണ് പ്രതികൾക്കുവേണ്ടത്. പ്രതികാരം തീർക്കാൻ ആഗ്രഹിക്കുന്നവരുടെ കൈകളിലേക്ക് വിജയൻസാറിനെ അവർ സ്വാഭാവികമായിത്തന്നെ എത്തിക്കും."

"സാറിന്റെ നിഗമനങ്ങളെല്ലാം കേൾക്കുമ്പോൾ ശരിയാണെന്ന് തോന്നുന്നുണ്ട്. എന്നാൽ ഇവയ്ക്കൊക്കെ എന്ത് തെളിവുകളാണ ള്ളത്?"

"തെളിവുകൾ കണ്ടെത്തണം. ആ വാനിന്റെ സഞ്ചാരപാത ഏത് നിലയ്ക്കും കണ്ടെത്തണം. നാല് സുഹൃത്തുക്കളും എന്നാണ് കായൽ റിസോർട്ടിൽനിന്ന് തിരിച്ച വീട്ടിലെത്തിയത് എന്ന കാര്യം അറിയണം. ഓരോരുത്തരുടേയും ഫോൺ കോളുകൾ ചെക്ക് ചെയ്യണം. സംശയാ സ്പദമായ കോളുകളുണ്ടെങ്കിൽ അതിന്റെ പുറകെ നീങ്ങണം. നമ്മൾ പ്രതികളിലേക്ക് വളരെ അടുത്തുകൊണ്ടിരിക്കുകയാണെന്ന് എനിക്ക റപ്പുണ്ട്."

ചെറുപള്ളം സ്റ്റേഷന്റെ മുറ്റത്ത് വണ്ടി നിർത്തി.

"സാർ, ഞാനീ സ്റ്റേഷനിൽ ചാർജ്ജെടുത്തിട്ട് ആറുമാസമേ ആയിട്ട ള്ളൂ." എസ്.ഐ മനോഹരൻ എ.സി.പി ശ്യാം മനോഹറിനോട്പറഞ്ഞു.

"വിളിച്ച പറഞ്ഞതനുസരിച്ച് ആ മർദ്ദനക്കേസിന്റെ ഫയൽ ഞാൻ നോക്കി. മനു ദിവാകർ എന്ന പേരിലുള്ള ഒരു ചെറുപ്പക്കാരനാണ് മർദ്ദനത്തിനിരയായത്. ലോക്കപ്പ് മർദ്ദനമെന്ന പരാതിയെത്തുടർന്ന് അന്ന് ഡി.വൈ.എസ്.പിയുടെ നേതൃത്വത്തിൽ ഒരു അന്വേഷണം നടന്നിരുന്നു. അതിന്റെ റിപ്പോർട്ടിലാണ് കാര്യങ്ങൾ വിശദമാക്കിയി ട്ടുള്ളത്. ഒരു പെൺകുട്ടിയോട് അപമര്യാദയായി പെരുമാറി എന്ന പരാതിയിൽ സ്റ്റേഷനിലേക്ക് ഈ യുവാവിനെ വിളിപ്പിക്കുകയായിരുന്നു. തുടർന്ന് എസ്.ഐയുമായി ചില വാഗ്വാദങ്ങളുണ്ടായി. പോലീസുകാരെ ഭീഷണിപ്പെടുത്തിയതിന്റെ പേരിൽ അന്നേ ദിവസം അയാളെ ലോക്ക പ്പിലാക്കി. രാത്രി മുഴുവൻ അയാളെ മർദ്ദിച്ചതായാണ് ഡി.വൈ.എസ്. പിയുടെ റിപ്പോർട്ടിലുള്ളത്. പിറ്റേന്ന കാലത്ത് നാട്ടുകാരും സുഹൃത്തു ക്കളും വന്നതിനുശേഷമാണ് അയാളെ ആശുപത്രിയിലേക്ക കൊണ്ട പോയത്. ഒന്നരമാസത്തോളം ആ ചെറുപ്പക്കാരന് ആശുപത്രിയിൽ കിടക്കേണ്ടിവന്നു. അന്വേഷണ റിപ്പോർട്ട് സബ് ഇൻസ്പെക്ടർക്ക് എതിരായതിനാൽ എസ്.ഐയെ സർവ്വീസിൽനിന്നും സസ്പെൻഡ് ചെയ്തു."

"എന്തായിരുന്നു അയാളെ സ്റ്റേഷനിലേക്കു വിളിപ്പിക്കാനുള്ള യഥാർത്ഥ കാരണം?"

"പെൺകുട്ടിയെ അപമാനിച്ച പരാതി വ്യാജമായിരുന്നെന്ന് ഡി.വൈ.എസ്.പിയുടെ അന്വേഷണത്തിൽ തെളിഞ്ഞിരുന്നു. സസ്പെൻഡ് ചെയ്യപ്പെട്ട് കുറച്ച ദിവസങ്ങൾക്കശേഷം എസ്.ഐ ഒരു പത്രസമ്മേളനം വിളിച്ചചേർത്ത് താൻ നിരപരാധിയാണെന്നും ഡി.വൈ.എസ്.പി വിജയനാരായണൻസാർ നേരിട്ടുവന്ന് ആവശ്യപ്പെട്ടതനുസരിച്ചാണ് താൻ മനുപ്രഭാകറിനെ കസ്റ്റഡിയിലെടുത്തതെന്നും പറഞ്ഞിരുന്നു. എന്നാൽ ആ ആരോപണത്തിന്മേൽ നടപടികളൊന്നു മുണ്ടായില്ല."

"എന്തിനായിരുന്നു വിജയൻസാർ എസ്.ഐയോട് ഇയാളെ കസ്റ്റഡിയിലെടുക്കാൻ പറഞ്ഞത്? എന്തായിരുന്നു ഇയാൾ ചെയ്ത കുറ്റം? അല്ലെങ്കിൽ എന്തായിരുന്നു വിജയൻസാറിന് ഇയാളോട്ടുള്ള വിരോധം?"

"അതറിയില്ല സാർ..."

"ആ എസ്.ഐ ഇപ്പോൾ എവിടെയുണ്ട്?"

"അയാളെ സർവ്വീസിൽ തിരിച്ചെടുത്തെങ്കിലും വളരെ ദൂരെയെവി ടെയോ ആണ് പോസ്റ്റിംഗ് കൊടുത്തത്. ഇടുക്കിയിലോ പത്തനംതി ട്ടയിലോ..."

"ഈ മനു ദിവാകറിന്റെ വിലാസമൊന്നു തരൂ. അയാൾ ഇപ്പോൾ എവിടെയാണ്? എന്ത് ജോലിയാണ് ചെയ്യുന്നത്?"

"ഈ സംഭവം നടക്കുമ്പോൾ അയാൾക്ക് ജോലിയൊന്നും ഉണ്ടാ യിരുന്നില്ല. എഞ്ചിനീയറിംഗ് ഗ്രാജ്വേറ്റ് ആയിരുന്നുവെന്ന് ഫയലിലുണ്ട്. ആശുപത്രിയിൽനിന്ന് ഡിസ്ചാർജ് ചെയ്തതിനുശേഷം അയാളെപ്പറ്റി പിന്നീടൊന്നും കേട്ടിട്ടില്ല. വിലാസം ഫയലിലുണ്ട്. എടുത്തുതരാം."

സ്റ്റേഷനിൽനിന്ന് ഒരു പോലീസുകാരൻ കൂടി അവരുടെ കൂടെ വണ്ടിയിൽ കയറി. സ്റ്റേഷനിൽനിന്ന് അഞ്ചാറ് കിലോമീറ്റർ പോയപ്പോൾ മനുപ്രഭാകറിന്റെ വീട്ടിലെത്തി. ആ വീട്ടിലുണ്ടായിരുന്ന ആളോട് അവർ മനുപ്രഭാകറിനെപ്പറ്റി അന്വേഷിച്ചു.

"ഈ മനു എന്നു പറയുന്ന ആളുടെ അമ്മാവന്റെ കയ്യിൽനിന്നാ ഞങ്ങളീ വീട് വാങ്ങിയത്. അവരൊക്കെ ഇപ്പോൾ മുംബൈയിലാ. പിന്നീട് രണ്ടുപേരും ഇങ്ങോട്ടൊന്നും വന്നിട്ടില്ല. ആശുപത്രിയിൽനി ന്ന് വന്നതിനുശേഷം വൈകാതെ അയാൾ മരുമകനെയും മുംബൈയ്ക്ക് കൊണ്ടുപോവുകയായിരുന്നു. ബ്രോക്കർമാർ വഴിയാണ് ഞങ്ങളീ വീടി നെപ്പറ്റി അറിഞ്ഞത്. രജിസ്ട്രേഷന് അയാൾ മാത്രം മുംബൈയിൽനിന്ന്

വരികയായിരുന്നു."

"അവരെ കോൺടാക്ട് ചെയ്യാൻ നമ്പറെന്തെങ്കിലും?"

"ഒരു നമ്പർ ഞങ്ങടെ കയ്യിലുണ്ടായിരുന്നു. പിന്നീട് ഫോണോ സിമ്മോ മാറ്റിയിട്ടുണ്ടാവും. ആ നമ്പറിൽ ഒരിക്കൽ വിളിച്ചനോക്കിയിരുന്നു. നിലവിലില്ല എന്നായിരുന്നു പ്രതികരണം."

തിരിച്ചപോരുമ്പോൾ പൊതുവേ ഒരു നിരാശയായിരുന്നു എല്ലാവരുടേയും മുഖങ്ങളിൽ. വഴിയിലൊരിടത്ത് നിർത്തി ചായ കുടിക്കുമ്പോൾ മോഹൻദാസ് ചോദിച്ചു.

"ഈ പറയുന്ന മനു ദിവാകറിന് നമ്മുടെ കേസുമായിട്ടെന്തെങ്കിലും ബന്ധമുണ്ടാകുമെന്ന് സാറ് കരുതുന്നുണ്ടോ?"

"മനുവിനെ ഈ കേസുമായി ബന്ധിപ്പിക്കാൻ മൂന്ന് സാധ്യതകൾ കാണുന്നുണ്ട്. ഒന്ന് അയാൾക്ക് വിജയനാരായണൻസാറിനോട്ടുണ്ടാകാവുന്ന പക. രണ്ട് അയാൾ ഒരു എഞ്ചിനീയറിംഗ് ഗ്രാജേറ്റ് ആണ്. അതുകൊണ്ടുതന്നെ ശരത്, മുരളീധരൻ, സിദ്ധാർത്ഥൻ എന്നിവരിൽ ആരെങ്കിലുമായി ബന്ധമുണ്ടാകാൻ സാധ്യതയുണ്ട്. മൂന്ന് അയാളുടെ മുംബൈ കണക്ഷൻ. നമ്മൾ ഇതുവരെ സംശയിച്ച എല്ലാവർക്കും ഒരു മുംബൈ കണക്ഷൻ കാണുന്നുണ്ട്."

"എനിക്ക്തോന്നുന്നത്..." വിശ്വനാഥൻ പറഞ്ഞു. "ഈ കക്ഷിക്ക് ഈ കേസിൽ എന്തെങ്കിലും റോളുണ്ടോ എന്നറിയണമെങ്കിൽ എന്തിനാണ് വിജയൻസാർ ഇയാളെ കള്ളക്കേസിൽ കുടുക്കിയത് എന്നറിയണം."

"ശരിയാണ്. അത് നമ്മെ ശരിയായ വഴിയിലേക്ക് നയിച്ചെന്നു വരാം. അതിന് വിജയൻസാറിനെ ആശ്രയിച്ചിട്ട് കാര്യമില്ലെന്നാണ് തോന്നുന്നത്. അങ്ങനെയാകുമ്പോൾ അന്നത്തെ എസ്.ഐയെത്തന്നെ കിട്ടണം. വിശ്വനാഥൻ അയാളുടെ നമ്പർ വാങ്ങിയിട്ടുണ്ടല്ലോ?"

"ഉണ്ട് സാർ..."

"എന്നാൽ വിളിച്ചനോക്ക്. ഇപ്പോൾ എവിടെയാണുള്ളതെന്നറിയാമല്ലോ."

വിശ്വനാഥൻ ആ നമ്പർ ഡയൽ ചെയ്തു.

"സാർ, എസ്.ഐ ബാലകൃഷ്ണൻ ഇപ്പോൾ തൃശ്ശൂർ ജില്ലയിലാ. മണ്ണുത്തിയിൽ."

"എറണാകുളത്തേക്ക പോകുമ്പോൾ നേരിട്ട കാണാം. പക്ഷേ ഇന്നു രാത്രി പോയാൽ കാണാൻ ബുദ്ധിമുട്ടാകും. അങ്ങനെയെങ്കിൽ എറണാകുളത്തേക്ക് വെളുപ്പിന പോകാം. മണ്ണത്തിയിൽ ഇറങ്ങി എസ്.ഐയെ

കണ്ടതിനുശേഷം പോകാം."

കൊയിലാണ്ടിയിൽവെച്ച് വിശ്വനാഥനും ഫിറോസും കാറിൽനി
ന്നിറങ്ങി. സ്റ്റേഷനിൽ നിർത്തിയിട്ടിരുന്ന പോലീസ് വാഹനത്തിൽ
അവർ കോഴിക്കോട്ടേക്ക തിരിച്ചു. ശ്യാം മനോഹറിന്റെ കാറും പോലീസ്
വാഹനത്തിനു പുറകിലായി നീങ്ങി.

●

11

"ഒരു പുതിയ ഡെവലപ്മെന്റ് ഉണ്ടായിട്ടുണ്ട്."

വിശ്വനാഥനോട്ടും മോഹൻദാസിനോട്ടുമായി ശ്യാം മനോഹർ പറഞ്ഞു. അവർ പുലർച്ചെ കോഴിക്കോട്ടുനിന്ന് മണ്ണത്തിയിലേക്ക തിരിച്ചതാണ്. മോഹൻദാസാണ് വണ്ടി ഓടിക്കുന്നത്.

"ആ വാനിന്റെ ദൃശ്യം ഒരു സി.സി.ടി.വി ക്യാമറയിൽ പതിഞ്ഞിട്ടുണ്ട്. ഏറ്റവും ശ്രദ്ധേയമായ കാര്യം പെട്രോൾ ബങ്കിൽ ഇന്ധനമടിക്കുന്ന തിനിടയിൽ വണ്ടിയിൽനിന്ന് പുറത്തിറങ്ങുന്ന ഡ്രൈവറുടെ മുഖവും പതിഞ്ഞിട്ടുണ്ടെന്നാണ്. വണ്ടിയൊന്ന സൈഡാക്കിയാൽ ചിത്രം നോക്കാം."

"എനിക്ക് പരിചയമൊന്നും തോന്നുന്നില്ല." ചിത്രം പരിശോധിച്ച നോക്കിയിട്ട് വിശ്വനാഥൻ പറഞ്ഞു.

"ശരത്തിന്റെ ഷോപ്പിലെ ഡ്രൈവർമാരാരെങ്കില്യമാണോ എന്നൊന്ന് ഒത്തുനോക്കൂ."

വിശ്വനാഥൻ തന്റെ മൊബൈലിൽ അയച്ചുകിട്ടിയ ചിത്രങ്ങളുമായി ഒത്തുനോക്കി നിരാശയോടെ പറഞ്ഞു.

"ഇവരുമായി സാമ്യമൊന്നുമില്ല."

"ആ സ്ഥാപനത്തിൽനിന്ന് അടുത്ത കാലത്തോ കുറച്ച കാലങ്ങൾ ക്കുമുമ്പോ ഏതെങ്കിലും ഡ്രൈവർമാർ എന്തെങ്കിലും കാരണത്താൽ ഒഴിവായിപ്പോയിട്ടുണ്ടോ? അതൊന്ന് അന്വേഷിക്കാമോ?"

"തീർച്ചയായും" വിശ്വനാഥൻ എസ്.ഐ വിനോദിനെ വിളിച്ച് ഈ കാര്യങ്ങൾ രഹസ്യമായി അന്വേഷിച്ച് വിവരം തരാൻ ആവശ്യപ്പെട്ടു.

"അന്ന് ഷോപ്പിൽകണ്ട സ്റ്റാഫുകളിലാരുമായും ഈ മുഖം യോജിക്കുന്നില്ല."

അവരുടെ വാഹനം മണ്ണത്തിയിലേക്ക തിരിച്ചു.

"ആ സംഭവവുമായി ബന്ധപ്പെട്ടതൊന്നും മറക്കാനാവില്ലല്ലോ." ശ്യാം മനോഹറിന്റെ ചോദ്യത്തിന് മറുപടിയായി എസ്.ഐ ബാല കൃഷ്ണൻ പറഞ്ഞു. എസ്.ഐയുടെ ക്വാർട്ടേഴ്സിൽ ശ്യാം മനോഹരും മോഹൻദാസും ബാലകൃഷ്ണന്റെ മുൻപിലിരിക്കുന്നുണ്ടായിരുന്നു. ചായ കുടിക്കുന്നതിനിടയിൽ ബാലകൃഷ്ണൻ തുടർന്നു.

"തന്റെ സ്റ്റേഷനതിർത്തിയിൽ ഒരു നക്സലൈറ്റുണ്ടെന്ന പറഞ്ഞാണ് വിജയൻസാർ എന്നെ രഹസ്യമായി വിളിപ്പിച്ചത്. അയാൾ ധാരാളം യുവാക്കളെ നക്സലിസത്തിലേക്ക് ആകർഷിക്കാനായി ക്ലാസുകളെടുക്കുന്നുണ്ടെന്ന് രഹസ്യാന്വേഷണ വിഭാഗത്തിന് വിവരം കിട്ടിയിട്ടുണ്ടെന്നും എത്രയും പെട്ടെന്ന് അയാളെ പൊക്കണമെന്നും വിജയൻസാർ പറഞ്ഞു. നക്സലൈറ്റ് എന്ന പേരിൽ കസ്റ്റഡിയിലെ ടുക്കണ്ട, അത് പത്രക്കാരൊക്കെ അറിഞ്ഞാൽ അയാൾക്ക് പബ്ലിസിറ്റി കിട്ടുകയേയുള്ളൂ, അതിനാൽ ഒരു കള്ളപ്പരാതിയുണ്ടാക്കി അതന്വേഷി ക്കാൻ സ്റ്റേഷനിലേക്ക വിളിപ്പിച്ചാൽ മതി എന്ന് സാറ് നിർദ്ദേശം തന്നു. പരാതി ഒരു പെണ്ണിന്റെ പേരിലാകുന്നതാണ് നമുക്ക് സെയ്ഫ് എന്ന പറഞ്ഞതും സാറാണ്. സന്ദർശനം രഹസ്യമായാണ് സാർ അറേഞ്ച് ചെയ്തിരുന്നത്. ആളെ കയ്യിൽ കിട്ടിക്കഴിഞ്ഞാൽ ഒറ്റ ദിവസം മാത്രമേ ലോക്കപ്പിൽ കിട്ടുകയുള്ളൂ. ആ ദിവസംകൊണ്ട് ഇടിച്ച് പഞ്ഞിപ്പരുവ മാക്കിക്കോ എന്ന പറഞ്ഞപ്പോൾ ഞാൻ ചോദിച്ചു. സാറെ, പിന്നീട് കേസെന്തെങ്കിലും എന്റെ പേരിൽ വരുമോ എന്ന്. താൻ ഒന്നുകൊണ്ടും പേടിക്കേണ്ട. തനിക്ക് ഒന്നും സംഭവിക്കാതെ ഞാൻ നോക്കിക്കോളാ മെന്ന് സാറ് പറഞ്ഞു. സാറിന്റെ സ്വാധീനത്തെക്കുറിച്ചൊക്കെ ഞാൻ ധാരാളം കേട്ടിരുന്നു. എന്നാൽ എല്ലാം കഴിഞ്ഞപ്പോൾ സംഗതിക ളാകെ കഴഞ്ഞുമറിഞ്ഞു. ലോക്കപ്പ് മർദ്ദനവാർത്തകൾ പത്രങ്ങൾ ആഘോഷിച്ചു. അയാൾ ആശുപത്രിയിലും ഞാൻ സസ്പെൻഷനിലു മായി. എന്നെ സഹായിക്കാമെന്നേറ്റ വിജയൻസാറിനെ കാണാൻ ഞാൻ ചെന്നെങ്കിലും എന്നെ കാണാൻപോലും അയാൾ വിസമ്മ തിച്ചു. എനിക്കെന്തു ചെയ്യണമെന്നറിയാതെയായി. അങ്ങനെയാണ് ഞാനൊരു പത്രസമ്മേളനം വിളിച്ചേർത്ത് കാര്യങ്ങളൊക്കെ വിളി ച്ചുപറയുന്നത്. എന്നാൽ അതൊന്നും എനിക്കൊരു ഗുണവും ചെയ്തില്ല.

ഡി.വൈ.എസ്.പിയുടെ നേതൃത്വത്തിൽ അന്വേഷണക്കമ്മീഷൻ വന്ന് പരിശോധിച്ചിട്ട റിപ്പോർട്ട് കൊടുത്തതും എനിക്കെതിരായിട്ടായിരുന്നു."

"സത്യത്തിൽ എന്തായിരുന്നു വിജയൻസാറും ആ ചെറുപ്പക്കാരനും തമ്മിലുണ്ടായിരുന്ന പ്രശ്നം?"

"ഇത്രയൊക്കെ സംഭവങ്ങളുണ്ടായിട്ടും അക്കാര്യം എനിക്കറിയാൻ കഴിഞ്ഞില്ല. നക്സലൈറ്റാണെന്നുപറഞ്ഞത് കളവാണെന്ന് സ്റ്റേഷൻ നിലെത്തിച്ചതിന്റെ പിറ്റേന്നുതന്നെ എനിക്ക് ബോധ്യപ്പെട്ടു. വിജയൻ സാർ കാണാൻ കൂട്ടാക്കാത്തതുകൊണ്ട് അയാളിൽനിന്ന് അറിയാനും മാർഗ്ഗമില്ല. മനു എന്ന ചെറുപ്പക്കാരനോട്തന്നെ ചോദിച്ചറിയാം എന്ന നിലയിൽ ഞാനൊരിക്കൽ ആശുപത്രിയിൽ അയാളെ കാണാൻ പോയി. ചെറിയൊരു പേടി എനിക്കുണ്ടായിരുന്നു. എന്നെ തിരിച്ചറി യുന്ന മനുവിന്റെ ആളുകൾ ബഹളമുണ്ടാക്കുമോ എന്നൊരു ആശങ്ക യുണ്ടായിരുന്നു. എന്നാൽ ആശുപത്രിയിൽ ഭാഗ്യത്തിന് കൂടെ ആരുമു ണ്ടായിരുന്നില്ല. ഞാനയാളോട് മാപ്പ് ചോദിച്ചു. ഞാനുമായി യാതൊരു വിധത്തിലും പ്രശ്നമില്ലാത്ത നിരപരാധിയായ ചെറുപ്പക്കാരനെ ലോക്കപ്പിലിട്ട് അടിച്ച് പതം വരുത്തിയതിൽ എനിക്ക് വല്ലാത്തൊരു കുറ്റബോധമുണ്ടായിരുന്നു. ഞാൻ മനുവിനോട് എന്താണ് താനും വിജ യൻസാറും തമ്മിലുള്ള പ്രശ്നമെന്നു ചോദിച്ചു. അയാൾ പറഞ്ഞതുകേട്ട് ഞാനമ്പരന്നു. അങ്ങനെയൊരാളെപ്പറ്റി കേട്ടിട്ട പോലുമില്ലത്രേ. എത്ര ആലോചിച്ചിട്ടും ഞങ്ങൾക്ക് രണ്ടുപേർക്കും വിജയൻസാറിന്റെ ലക്ഷ്യ മെന്തായിരുന്നുവെന്ന് കണ്ടെത്താനായില്ല."

"പിന്നീടെപ്പോഴെങ്കിലും ഇക്കാര്യം തിരിച്ചറിഞ്ഞോ?"

"അറിഞ്ഞു. ഞാനല്ല, ആ ചെറുപ്പക്കാരൻ."

"അതെങ്ങനെ?"

"ഈ സംഭവങ്ങൾ കഴിഞ്ഞ് ഒരു മാസത്തിനുശേഷം വിജയൻസാറി ന്റെ മകന്റെ വിവാഹം നടന്നു. എസ്.ഐ റാങ്ക് വരെയുള്ള എല്ലാവർക്കും ക്ഷണമുണ്ടായിരുന്നെങ്കിലും എനിക്ക് മാത്രം ക്ഷണമുണ്ടായിരുന്നില്ല. എന്നിട്ടും ഞാനാ കല്യാണത്തിന് പോയി. ഒറ്റയ്ക്ക് സംസാരിക്കാൻ അവസരം കിട്ടിയാൽ ഇക്കാര്യം ചോദിക്കണമെന്ന് കരുതിയാണ് ഞാൻ പോയത്. ഹാളിന്റെ ഒരു മൂലയിൽ ആരും കാണാത്തിടത്താണ് ഞാൻ ഇരുന്നത്. അവിടെ തീരെ പ്രതീക്ഷിക്കാത്ത ഒരാളെ കണ്ടുമുട്ടി. അത് ആ ചെറുപ്പക്കാരനായിരുന്നു. എനിക്ക് അമ്പരതമായി. ആശു പത്രിയിൽനിന്നുള്ള വരവാണെന്നു തോന്നി. എന്നാൽ ആള് വളരെ ശാന്തനായിരുന്നു. പോകാൻ നേരം അയാൾ പറഞ്ഞു."

"ആ ഡി.വൈ.എസ്.പി എന്നെ തല്ലിച്ചതയ്ക്കാൻ ഓർഡർ തന്ന തിന്റെ കാരണം എനിക്ക മനസ്സിലായി. സാറ് ഭാഗ്യം കൊണ്ടാണ് രക്ഷപ്പെട്ടത്. എന്നെ തല്ലാനല്ല, കൊല്ലാൻ തന്നെയാണ് അയാൾ ഉദ്ദേശിച്ചിരുന്നത്."

"എനിക്കൊന്നും മനസ്സിലായില്ല. അയാൾ എസ്.പിയെ കാണുകയോ സംസാരിക്കുകയോ ചെയ്യാതെ ചടങ്ങുകൾ വീക്ഷിക്കുക മാത്രമേ ചെയ്തിട്ടുള്ളൂ. എന്നിട്ടും എങ്ങനെയാണ് അക്കാര്യം തിരിച്ചറിഞ്ഞ തെന്ന് എനിക്ക മനസ്സിലായില്ല."

"പിന്നീട് എപ്പോഴാണ് ആ ചെറുപ്പക്കാരനെ നിങ്ങൾ വീണ്ടും കണ്ടത്?"

"ഇല്ല, പിന്നീടൊരിക്കലും ഞാൻ കണ്ടിട്ടില്ല. ഒരിക്കൽ അയാളുടെ വീടിനടുത്തുപോയി ഒരന്വേഷണം നടത്തിയിരുന്നു. അമ്മാവന്റെ കൂടെ മുംബൈയിലേക്ക പോയി എന്ന വിവരമാണ് എനിക്ക കിട്ടിയത്."

അവർ കുറച്ചനേരം കൂടി എസ്.ഐ ബാലകൃഷ്ണനുമായി സംസാരിച്ച് ഇരുന്നു. ഇപ്പോൾ ലഭിച്ചതിൽ കൂടുതൽ വിവരങ്ങളൊന്നും ലഭിക്കില്ലെ ന്നുറപ്പായപ്പോൾ അവർ യാത്ര പറഞ്ഞിറങ്ങി.

പുറത്തിറങ്ങിയപ്പോൾ ശ്യാം മനോഹർ ആകെ ചിന്താകുലനായി രുന്നു.

"ഇനി നേരെ എറണാകുളത്തേക്കല്ലേ?" മോഹൻദാസ് ചോദിച്ചു.

"അല്ല, ഒരു അരമണിക്കൂർ നേരം എനിക്കൊന്ന് സ്വസ്ഥമായി ഇരിക്കണം. ഇപ്പോൾ കിട്ടിയ വിവരങ്ങൾ നമ്മുടെ കേസിനെ ആകെ കുഴച്ചമറിച്ചിരിക്കുകയാണ്. വണ്ടി ഏതെങ്കിലും തണലത്തോട്ട് മാറ്റിയി ട്ടേക്ക്. കാര്യങ്ങൾ ഒരേസമയം തെളിഞ്ഞു വരികയും അതേ സമയം തന്നെ കൺഫ്യൂഷനാക്കുകയും ചെയ്യുന്നുണ്ട്."

തണലത്ത് ഒതുക്കിയിട്ട വണ്ടിയിൽ ശ്യാം മനോഹർ സീറ്റ് പിന്നി ലേക്കാക്കി ചാരിക്കിടന്നു.

ഒരു മണിക്കൂറോളം അയാൾ കാറിൽ കണ്ണടച്ച് കിടന്നു. പിന്നീട് പതുക്കെ എണീറ്റ് മുഖം കഴുകി. റോഡരികിൽനിന്ന് ഒരു ചായ കുടിച്ച കൊണ്ട് മോഹൻദാസിനോട് പറഞ്ഞു.

"നമ്മൾ തിരിച്ച് കോഴിക്കോട്ടേക്കതന്നെ പോകുന്നു."

അവരുടെ കാർ കോഴിക്കോട്ടേക്കതന്നെ തിരിച്ചപോന്നു.

മോഹൻദാസ് ഒന്നും ചോദിച്ചില്ല.

"നമ്മുടെ കേസ് ഒരു വഴിത്തിരിവിലെത്തിയെന്നാണ് തോന്നുന്നത്."

റൂമിൽ ചെന്നിരുന്നതിനുശേഷം ശ്യാം മനോഹർ പറഞ്ഞു. "നമ്മളന്വേ ഷിച്ച മനുപ്രഭാകറിന് ഈ കേസിൽ നിർണായകമായൊരു റോളുണ്ട്. ലോക്കപ്പ് മർദ്ദനത്തിന്റെ കാരണങ്ങളിലേക്ക് നമ്മൾ പോയാൽ ഈ കേസ് വേറൊരു ദിശയിലേക്കാവും നീങ്ങുക. ആ വഴിയില്ലൂടെയാണ് നമുക്ക് മുന്നോട്ട പോവേണ്ടത്."

"സാറ് പറയുന്നതൊന്നും വ്യക്തമാകുന്നില്ല. ഒന്നുകൂടി തെളിച്ചപ റയൂ."

"ഞാൻ പറയാം. മറ്റ രണ്ടുപേർക്കുള്ളതിനേക്കാൾ കൂടുതൽ വിജ യൻസാറിനോട് പകയുള്ളയാളാണ് മനു പ്രഭാകർ എന്നാണ് എന്റെ നിഗമനം. വയനാട്ടിലെ നന്ദനൻ എന്ന യുവാവിന് വിജയൻസാറിനോ ട്ടുള്ള പകയുള്ള കാരണമെന്താണ്? അവന്റെ അമ്മയെ ഉപേക്ഷിച്ച പോയതും അവന് അർഹിക്കുന്ന സ്വത്ത് നൽകാത്തതും അവന്റെ പിതൃത്വം ഏറ്റുപറയാത്തതും. പീതാംബരനാകട്ടെ തന്റെ ജ്യേഷ്ഠനെ കള്ളക്കേസിൽ കുരുക്കി ജയിലിലടച്ച പോലീസുകാരനോട്ടുള്ള പകയാ ണുള്ളത്. മനു പ്രഭാകറിന് ലോക്കപ്പിലിട്ട് ക്രൂരമായി മർദ്ദിച്ചതിന്റെ പകയല്ല ഉള്ളത്. കാരണം ആ പകയിൽ പകുതിയെങ്കിലും തല്ലിയ ആ എസ്.ഐയോടാണുണ്ടാകേണ്ടത്. ബാക്കി മാത്രമേ വിജയൻ സാറിനോട്ടുണ്ടാകുമായിരുന്നുള്ളൂ. എന്നാൽ മനു പ്രഭാകറിന് അതില്ലും ശക്തമായൊരു കനൽ അയാളുടെ ഹൃദയത്തിൽ ആളിക്കത്തുന്നുണ്ട്, മറ്റ രണ്ടുപേരെക്കാളുപരി. അതെന്താണെന്നറിയണോ? ശരത്തിന്റെ ഭാര്യ നിർമ്മല, മനുപ്രഭാകറിന്റെ കാമുകിയായിരുന്നു. നിർമ്മലയെ ശരത്തിനായി വിവാഹാലോചനയുമായി ചെന്ന വിജയൻസാറിന് തന്റെ പോലീസ് വിംഗിൽനിന്നു തന്നെയാകണം മനുപ്രഭാകറിനെക്ക റിച്ച് അറിവു കിട്ടുന്നത്. വിവാഹത്തിനുമുമ്പായി മനുവിനെ ഒന്നോ ഒന്നി ലധികമോ കേസുകളിൽപ്പെടുത്തി അകത്താക്കാനും മർദ്ദിച്ചവശനാക്കി ശിഷ്ടജീവിതം ദുരിതപൂർണമാക്കി ഒഴിവാക്കാനുമാണ് വിജയൻസാർ ഉദ്ദേശിച്ചത്. സാർ ആഗ്രഹിച്ച രീതിയിലല്ലെങ്കിലും കാര്യങ്ങളെല്ലാം നടന്നു. ആ പാവം എസ്.ഐ ബലിയാടായി. വിജയൻസാറിന് ഒരു പോറലുമേറ്റില്ല. വിവാഹം ഒരു തടസ്സവുമില്ലാതെ നടക്കുകയും ചെയ്തു. പ്രേമിച്ച പെണ്ണിനെ നഷ്ടപ്പെടുമ്പോഴുണ്ടാകുന്ന വേദനയും പ്രതികാര ചിന്തയുമൊക്കെയും മറ്റെന്തിനേക്കാളും കടുപ്പമായിരിക്കും. അതുകൊ ണ്ടതന്നെ മറ്റുരണ്ടുപേരേക്കാൾ ഏറ്റവും കൂടുതൽ പ്രതികാര വാഞ്ഛ ഉണ്ടാവേണ്ടത് മനു പ്രഭാകറിനു തന്നെയാണ്. മുംബൈയിലെത്തി എന്ന് കൃത്യമായി ഉറപ്പുള്ള ഒരേ ഒരാളും മനുതന്നെയാണ്. എന്റെ ഊഹം

ശരിയാണെങ്കിൽ ശരത്തിനെ തട്ടിക്കൊണ്ടുപോയതിന്റെ ആസൂത്രണം മന്നു പ്രഭാകറിന്റേതാവ്വം. ഒരു പക്ഷേ അമർ എന്ന പേരിൽ അവരെ കായൽ യാത്രയ്ക്ക് കൊണ്ടുപോയത് ഈ മന്നുപ്രഭാകർ തന്നെയാകാനിടയുണ്ട്. എത്രയും പെട്ടെന്ന് നമുക്ക് മന്നു പ്രഭാകറിനെ കണ്ടെത്തിയേ തീരൂ."

"സാറ് പറയുന്നത് മന്നു പ്രഭാകറിന്റെ കാമുകിയായിരുന്ന നിർമ്മ ലയെന്നാണോ? തിരിച്ചോ? നിർമ്മലയും മന്നുവും പ്രണയത്തിലായിരു ന്നോ? ശരത്തുമായുള്ള വിവാഹത്തിന് നിർമ്മലയ്ക്ക് എതിർപ്പുണ്ടായിരു ന്നോ?"

"വിശ്വനാഥൻ ചോദിച്ച ചോദ്യങ്ങൾ വളരെ പ്രസക്തമാണ്. ശരത് ഇതുവരെ വീട്ടിൽ തിരിച്ചെത്തിയിട്ടില്ല എന്ന നിർമ്മലയുടെ പരാതി കിട്ടുമ്പോൾ നമ്മൾ അന്വേഷണം തുടങ്ങുന്നത് വിജയൻസാറിന്റെ ശത്രുക്കളെ കണ്ടെത്തുവാനായിരുന്നു. വിജയൻസാറിനോടും മകനോടും കടുത്ത ശത്രുതയുണ്ടാവാൻ സാധ്യതയുള്ള ഒരാളാണ് ഇപ്പോൾ നാം തിരിച്ചറിഞ്ഞിട്ടുള്ളത്. അയാൾക്ക് ഈ കേസിൽ ആരുടെയൊക്കെ സഹായം കിട്ടിയിട്ടുണ്ടാവ്വം എന്നാണ് നാം ചിന്തിക്കേണ്ടത്. തീർച്ച യായും ആദ്യം നാം തിരിച്ചറിഞ്ഞ നന്ദനനും പീതാംബരനും അയാ ളോടൊപ്പമുണ്ടാകും. ശരത്തിന്റെ സുഹൃത്തുക്കളാരെങ്കിലും അയാളെ സഹായിച്ചിട്ടുണ്ടാവ്വം അവർ തമ്മിൽ ബന്ധപ്പെട്ടിട്ടുണ്ടെങ്കിൽ. ശരത്തി ന്റെ സ്ഥാപനത്തിൽനിന്നും ആരെങ്കിലുമൊക്കെ ഇവരെ സഹായിച്ചി ട്ടുണ്ടാവ്വം. അതിനൊക്കെ പുറമേയാണ് താൻ ചോദിച്ച ചോദ്യത്തിന്റെ പ്രസക്തി. നിർമ്മലയ്ക്ക് മന്നു പ്രഭാകറിനോട്ടുള്ള നിലപാടെന്താണ്? നിർമ്മലയുടെ സമ്മതമില്ലാതെയാണോ ആ വിവാഹം നടന്നിട്ടുള്ളത്? അവൾക്കതിൽ കടുത്ത എതിർപ്പുണ്ടായിരുന്നോ? ഇതൊക്കെ നാം അന്വേഷിച്ചറിയണം."

"അന്വേഷണം നടത്തണം എന്ന് ആവശ്യപ്പെട്ടത് നിർമ്മലയല്ലേ? അവർക്കതിനെപ്പറ്റി അറിവുണ്ടെങ്കിൽ അവർ തന്നെ അന്വേഷണമാ വശ്യപ്പെട്ടുമോ?"

"അതേ, അതും പരിഗണിക്കണം. ചിലപ്പോൾ മന്നു പ്രഭാകറിന്റേത് ഒരു വൺവേ പ്രണയമാകാനും സാധ്യതയുണ്ട്."

"എന്തായാലും നമുക്കങ്ങോട്ടുതന്നെ പോകാം. മന്നുപ്രഭാകറിനെക്ക റിച്ച് അന്വേഷിക്കാൻ ഏറ്റവും പറ്റിയത് നിർമ്മലയും വിജയൻസാറും തന്നെയാണ്."

***

നിർമ്മലയുടെ മുഖത്ത് വല്ലാത്തൊരു പരിഭ്രമം കാണുന്നുണ്ടായി രുന്നു. മുമ്പ് കാണുമ്പോഴുണ്ടായിരുന്ന ആത്മവിശ്വാസം നഷ്ടപ്പെട്ടതു പോലെ.

"സാർ, ശരത്തേട്ടനെക്കുറിച്ചുള്ള എന്തെങ്കിലും വിവരങ്ങൾ കിട്ടിയോ? അരുതാത്തതെന്തെങ്കിലും സംഭവിച്ചിട്ടുണ്ടാകുമോ എന്ന ആശങ്കയിലാണ് ഞാൻ. എന്തു സംഭവിച്ചാലും കുലുങ്ങാത്ത അച്ഛനും ഇപ്പോൾ തളർന്നുപോയിരിക്കുന്നു. ഇന്നലെ വൈകിട്ട് ക്ലബിൽ പോയിരുന്നു. എന്നാൽ പതിവുസമയത്തിനും മുമ്പുതന്നെ തിരിച്ചെത്തി. വണ്ടി നിർത്തുന്ന ശബ്ദം കേട്ട് കുറച്ചുകഴിഞ്ഞിട്ടും ബെല്ലടിക്കുന്ന ശബ്ദം കേൾക്കാത്തതുകൊണ്ടാണ് ഞാൻ വാതിൽ തുറന്ന് പുറത്തിറങ്ങി നോക്കിയത്. അച്ഛൻ വണ്ടിയിൽനിന്നിറങ്ങാതെ ഡ്രൈവിംഗ് സീറ്റിൽ തന്നെ ഒരു പ്രത്യേക ഭാവത്തിൽ ഇരിക്കുകയായിരുന്നു. അപ്പോഴേക്കും ഡ്യൂട്ടിയിലുണ്ടായിരുന്ന പോലീസുകാരനും ഓടിയെത്തി. ഞങ്ങൾ രണ്ടുപേരും ചേർന്ന് അച്ഛനെ താങ്ങിക്കൊണ്ടുവന്നാണ് കട്ടിലിൽ കിടത്തിയത്. വല്ലാതെ തളർന്നുപോയമാതിരി. ഞാൻ രാത്രിതന്നെ ഞങ്ങളുടെ ഫാമിലി ഡോക്ടറെ വരുത്തി. പൂർണ്ണമായി വിശ്രമിച്ചാൽ മതി, താൽക്കാലികമായുണ്ടായ ചെറിയൊരു ആഘാതമാണെന്നാണ് ഡോക്ടറുടെ അഭിപ്രായം. ഞാൻ ചോദിച്ചിട്ടൊന്നും പറയുന്നില്ല."

"സാറിപ്പോൾ ഉറങ്ങുകയാണോ? കാണാൻ പറ്റുമോ?"

"ഇപ്പോൾ ഉണർന്നിരിക്കയാണ്. ഞാനൊരു ചായകൊടുത്ത് പോന്നതേയുള്ളൂ."

അവർ പതുക്കെ വിജയനാരായണന്റെ മുറിയിലേക്കു കയറി.

കട്ടിലിൽ കിടക്കുന്ന രൂപത്തെക്കണ്ട് അവർ ഞെട്ടിപ്പോയി. വിശ്വനാഥൻ ഏറ്റവും ഒടുവിൽ വിജയൻസാറിനെ കണ്ടരംഗം ഓർത്തു നോക്കി. ഇത്രയും കുറഞ്ഞ സമയം കൊണ്ട് ഒരാൾക്ക് ഇത്രയധികം രൂപമാറ്റം വരുമോ എന്ന് സംശയിച്ചു. ആത്മവിശ്വാസത്തിന്റെ ഒരു കണികപോലുമില്ലാതെ അവശത പ്രകടമാക്കുന്ന മുഖം. ഷേവ് ചെയ്യാ ത്തതിനാൽ മുഖത്തു കാണുന്ന നരച്ച കുറ്റിരോമങ്ങൾ അയാളെ വൃദ്ധനാ ക്കിയ പോലെ. എല്ലാവരെയും കണ്ടിട്ടും അയാൾ എഴുന്നേറ്റിരിക്കാൻ പോലും ശ്രമിച്ചില്ല. പകരം തലയിണ പുറകിലേക്കുവെച്ച് തലമാത്രം കുറച്ചുയർത്തിവെച്ചു.

"എന്താണ് സാറിനു പറ്റിയത്?"ശ്യാം മനോഹർ അന്വേഷിച്ചു.

"ഏയ്, ഒന്നും പറ്റിയില്ല. മനസ്സിനാകെ ഒരസ്വസ്ഥത."

"ഇന്നലെ ക്ലബിൽ വെച്ചെന്താണുണ്ടായത്? ആരെയെങ്കിലും പ്രത്യേ കമായി കാണുകയോ സംസാരിക്കുകയോ ചെയ്തോ?"

"ആരൊക്കെയോ എന്റെ പിന്നാലെ ഉള്ളതുപോലെ. കുറച്ചദിവ സങ്ങളായി ഉറക്കത്തിലും ഒരു സ്വസ്ഥതയുമില്ല. അവന്റെ വിവരങ്ങ ളൊന്നും കിട്ടാത്തതുകൊണ്ട് എനിക്ക് കിടക്കപ്പൊറുതി കിട്ടുന്നില്ല. അവനെന്തെങ്കിലും പറ്റിയിട്ടുണ്ടാവുമോ? ഇല്ലെങ്കിൽ അവനെവിടെ? നിങ്ങൾ അന്വേഷിച്ചിട്ടെന്താ അവനെ കണ്ടെത്താത്തത്?"

"അന്വേഷണം ഊർജിതമായി നടക്കുന്നുണ്ട്. ശരത്തിന്റെ തൊട്ടട ത്തെത്തി എന്നൊരു തോന്നൽ ഞങ്ങൾക്കുണ്ട്. എന്നാലും കുറച്ചുവിവ രങ്ങൾക്കൂടി ഇനിയും കിട്ടാനുണ്ട്. ഇനി പറയൂ, ഇന്നലെ ക്ലബിൽവെച്ച് എന്താണ് സംഭവിച്ചത്. ആരെയെങ്കിലും കണ്ടോ?"

"അങ്ങനെ പ്രത്യേകിച്ചാരെയും കണ്ടില്ല."

"അതല്ല സാർ, ശരത്തിനെയും അയാളെ അപായപ്പെടുത്താൻ ശ്രമിക്കുന്നവരെയും കണ്ടെത്താൻ ചില നിർണായക വിവരങ്ങൾ കൂടി ഞങ്ങൾക്കവേണം. അതുകൊണ്ട് ചെറിയ സൂചനകൾ പോലും വളരെ പ്രസക്തമാണ്. സാറിന് പെട്ടെന്ന് ഈ തളർച്ചയുണ്ടാവാൻ ഇടയായ ഒരു സംഭവം ഇന്നലെ ക്ലബിൽവെച്ചുണ്ടായിട്ടുണ്ട്. ആരെയോ കാണുകയോ ആരുമായോ സംസാരിക്കുകയോ ചെയ്തിട്ടുണ്ട്. ആരായി രുന്നു അത്? എന്താണയാൾ പറഞ്ഞത്?"

"അയാൾ ഒന്നും പറഞ്ഞില്ല. പക്ഷേ അയാളെ കണ്ടതോടെ എനി ക്കെന്തോ ശരത്തിന് ആപത്തു പറ്റിയിരിക്കാമെന്നുതോന്നി. അതോടെ എന്റെ ദേഹമാകെ തളർന്നു. എങ്ങനെയാണ് വണ്ടിയോടിച്ച് ഇത്രയും വരെ എത്തിയതെന്ന് എനിക്കറിയില്ല."

"അയാളെ ക്ലബിനകത്തുവെച്ചാണോ കണ്ടത്?"

"അതെ..."

"ആരായിരുന്ന അയാൾ? സാറുമായി എന്താണയാൾക്കുള്ള ബന്ധം?"

"പണ്ടൊരിക്കൽ ഏതോ സ്റ്റേഷനിൽവെച്ച് ഒരു എസ്.ഐ മർദ്ദിച്ച ഒരാളുടെ മുഖമായിരുന്ന അത്. ഒന്നുരണ്ട് തവണ നേരിട്ട് കാണുകയും ചെയ്തിരുന്നു. പേപ്പറിലൊക്കെ അക്കാലത്ത് ഇയാളുടെ ഫോട്ടോ വന്നി രുന്നു. അങ്ങനെയാണ് ആളെ ഞാൻ തിരിച്ചറിഞ്ഞത്."

"ഏതോ സ്റ്റേഷനിൽവെച്ച് ആരോ മർദ്ദിച്ച ഒരാളെക്കണ്ട്

 പകച്ചരുൾ

സാറെന്തിന് ഞെട്ടണം. അയാളം സാറുമായിട്ടെന്തെങ്കിലും ബന്ധമു
ണ്ടോ?"

"ബന്ധമൊന്നുമില്ല. പക്ഷേ ആ എസ്.ഐ പത്രസമ്മേളനത്തിൽ
വെച്ച് ഞാൻ പറഞ്ഞിട്ടാണ് മർദ്ദിച്ചതെന്ന് വിളിച്ചുപറഞ്ഞിരുന്നു."

"ആ എസ്.ഐ പറഞ്ഞതിൽ എന്തെങ്കിലും സത്യമുണ്ടോ?"

"ഏയ്, അതയാൾ രക്ഷപ്പെടാൻവേണ്ടി നടത്തിയ ഒരു ആരോപണം
മാത്രം."

"അയാളുടെ പേരെന്തായിരുന്നു?"

"ഏയ്, അതൊന്നും എനിക്കറിയില്ല."

"സാർ, ഇതെങ്ങനെ വിശ്വസിക്കാനാവും. സാറുമായി ഒരു ബന്ധ
വുമില്ലാത്ത, പണ്ടെന്നോ ഏതോ ഒരു എസ്.ഐ മർദ്ദിച്ച ഒരാളെ
ക്ലബിൽവെച്ചുകണ്ട് സാറ് തളർന്നുപോയി എന്നു പറയുന്നതിൽ ഒരു
ലോജിക്കുമില്ല. സാറെന്തോ മറച്ചുവയ്ക്കുകയാണ്."

"ഏയ്, എനിക്കയാളെ അറിയില്ല."

"അറിയും." നിർമ്മല റൂമിലില്ലെന്ന് ഉറപ്പവരുത്തി ശ്യാം മനോഹർ
പറഞ്ഞു. "അയാളുടെ പേര് മന പ്രഭാകർ. സാറ് ആവശ്യപ്പെട്ടതനുസ
രിച്ച് നക്സലൈറ്റാണെന്നു തെറ്റിദ്ധരിപ്പിച്ച് എസ്.ഐ ബാലകൃഷ്ണനെ
ക്കൊണ്ട് ലോക്കപ്പിൽവെച്ച് ഇടിച്ചുപിഴിയപ്പെട്ട ഒരു സാധുമനുഷ്യൻ.
കള്ളക്കേസിൽ കുടുക്കി അയാളെ കസ്റ്റഡിയിലെടുക്കാൻ എസ്.
ഐയെ നിർബന്ധിച്ചത് സാറ് തന്നെയല്ലേ? ഇപ്പോൾ അറിയില്ല എന്നു
പറഞ്ഞാൽ ആര് വിശ്വസിക്കും?"

വിജയനാരായണൻ കണ്ണുകളടച്ചു. അയാളുടെ മുഖം വലിഞ്ഞുമു
റുകി. ആന്തരിക സംഘർഷങ്ങൾമൂലം അയാൾക്ക് ഒന്നും പറയാൻ
കിട്ടാതായി.

"ആ മനപ്രഭാകർതന്നെയാണ് ഇപ്പോൾ സാറിന്റെ പിന്നാലെയു
ള്ളത്. മകനെ കാണാതായതിനു പിന്നിലും ഇയാളാണെന്ന് ഞങ്ങൾ
സംശയിക്കുന്നു. അയാളെ പിടികൂടിയാലേ ശരത്തിനെന്താണ് സംഭ
വിച്ചത് എന്ന് അറിയാനാകൂ. ആദ്യം പണ്ട് സംഭവിച്ചതൊന്ന് പറയൂ.
എന്തിനായിരുന്നു ആ യുവാവിനെ മർദ്ദിക്കാൻ എസ്.ഐയെ ചുമത
ലപ്പെടുത്തിയത്?"

വിജയൻസാറിൽനിന്ന് മറുപടിയൊന്നും കിട്ടുന്നില്ല എന്നുകണ്ട
തോടെ ശ്യാം മനോഹറിന് ചെറുതായി ദേഷ്യം വന്നുതുടങ്ങി. കസേര
യിൽനിന്ന് എഴുന്നേറ്റു.

"സ്വന്തം മകന് കല്യാണമാലോചിച്ച പെണ്ണിന് ഒരു കാമുകന ണ്ടെന്നറിഞ്ഞപ്പോൾ കണ്ടെത്തിയ മാർഗ്ഗം കൊള്ളാം. നക്സലൈറ്റ് എന്ന് മുദ്രകുത്തി ലോക്കപ്പിലിട്ട് ഇഞ്ചിചതയ്ക്കുന്നപോലെ ചതയ്ക്കുക. എന്നിട്ട് കള്ളക്കേസിൽ കുടുക്കുക. ചാവുകയോ നാട്ടുവിട്ട് പോവുകയോ ചെയ്തോളും. ഏത് കൊടിവെച്ച പോലീസായാലും അനുഭവിക്കാന ള്ളത് അനുഭവിക്കേണ്ടിവരും."

ദയനീയമായൊരു നോട്ടമായിരുന്നു പ്രതികരണം. പോകാൻ തുടങ്ങിയ ശ്യാം മനോഹറിന്റെ കയ്യിൽ വിജയനാരായണൻ മുറുകെ പ്പിടിച്ചു.

"എന്തൊക്കെയോ ചെയ്തുകൂട്ടി. ലോക്കൽ സ്റ്റേഷനിൽനിന്നുതന്നെ യാണ് പെണ്ണിന്റെ കാമുകനെക്കുറിച്ചുള്ള വിവരം കിട്ടുന്നത്. അവനിഷ്ട പ്പെട്ട പെണ്ണിനെ സ്വന്തമാക്കാൻ എനിക്ക് ചെയ്യാൻ പറ്റുന്നതെല്ലാം ഞാൻ ചെയ്തു. അതിന്റെ ശരി തെറ്റുകളോ വരും വരായ്കകളോ ഒന്നും തന്നെ ഞാൻ ചിന്തിച്ചിട്ടില്ല. അതുമായി ബന്ധപ്പെട്ട് എനിക്കെതിരെ ഒരു കേസുപോലും വരാതെ ഞാൻ നോക്കി. നിങ്ങളിതെല്ലാം എങ്ങനെ അറിഞ്ഞു? പാവം നിർമ്മല, അവളിതൊന്നുമറിഞ്ഞിട്ടില്ല. ഈ വീടിന്റെ വിളക്കായി അവളിന്നും ഒരു പരാതിയുമില്ലാതെ കഴിയുന്നു. എന്റെ എല്ലാ പാപത്തിന്റെയും ഫലം അനുഭവിക്കേണ്ടത് ഞാനും എന്റെ മകനും മാത്രം. അവനെവിടെ, ശരത്... അവർ അവനെ എന്താണ് ചെയ്തത്? നിങ്ങൾ എന്തെങ്കിലും എന്നിൽനിന്ന് മറച്ചവയ്ക്കുകയാണോ?"

"ഇല്ല, ഞങ്ങളൊന്നും മറച്ചവെച്ചിട്ടില്ല. എല്ലാം മറച്ചവച്ചത് സാറാ യിരുന്നു. സാറിനറിയാവുന്നതെല്ലാം ആദ്യമേ പറഞ്ഞിരുന്നെങ്കിൽ ശരത്തിനെ പെട്ടെന്നുതന്നെ കണ്ടെത്താൻ കഴിയുമായിരുന്നു. എല്ലാം ഞങ്ങളന്വേഷിച്ച് കണ്ടെത്താൻ ശ്രമിച്ചപ്പോഴേക്കും വിലപ്പെട്ട ദിവ സങ്ങളാണ് നഷ്ടപ്പെട്ടത്. ഇപ്പോഴും നിർണായകമായ ബ്രേക്ക് ത്രൂവി നുവേണ്ടി ഞങ്ങൾ കാത്തിരിക്കുകയാണ്. സാറിന്റെ മൗനംകൊണ്ട് നഷ്ടമാകുന്നത് സാറിനും കുടുംബത്തിനും മാത്രം. ഞങ്ങൾ ഞങ്ങളുടെ ജോലി ആത്മാർത്ഥതയോടെ പൂർത്തിയാക്കും. ശരത്തിനെ ഞങ്ങൾ കണ്ടെത്തുക തന്നെ ചെയ്യും. പക്ഷേ ജീവനോടെയാകുമെന്ന് ഒരു ഉറപ്പും തരാനാവില്ല."

അവർ മറുപടിക്കുവേണ്ടി കാത്തുനിൽക്കാതെ മുറിയിൽനിന്ന് പുറ ത്തിറങ്ങി. അവരെക്കാത്ത് സ്വീകരണമുറിയിൽത്തന്നെ ഇരിക്കുന്നുണ്ടാ യിരുന്നു നിർമ്മല.

"സാർ, അച്ഛനെന്താണ് പറ്റിയത്?"

"നിർമ്മലക്കറിയാമല്ലോ, വിജയൻസാർ സർവ്വീസിലുണ്ടായിരുന്ന കാലത്ത് ഒട്ടനവധി അക്രമങ്ങൾ ചെയ്തിട്ടുണ്ട്. അനേകം ആളുകളെ ദ്രോ ഹിച്ചിട്ടുണ്ട്. പലരുടെയും ഭാവി ഇല്ലാതാക്കിയിട്ടുണ്ട്. അവരിൽ പലരും പകയുമായി ഈ സമൂഹത്തിൽ തന്നെ ജീവിക്കുന്നുണ്ട്. ശരത്തിനെ അപായപ്പെടുത്തുന്നതിലൂടെ വിജയൻസാറിനോട്ടുള്ള പ്രതികാരം വീട്ടാമെന്ന് അവരിലാരൊക്കെയോ കണക്കുകൂട്ടുന്നു. അതാരൊക്കെ യാണെന്നുള്ള അന്വേഷണത്തിലാണ് ഞങ്ങൾ. പലരെയും തിരിച്ച റിഞ്ഞെങ്കിലും ആരെയും കണ്ടെത്താനായില്ല. അവരിലൊരാളെ വിജയൻസാർ ഇന്നലെ ക്ലബിൽവെച്ച് കണ്ടതായി കരുതുന്നു. അതിന്റെ ഷോക്കിലാണദ്ദേഹം. മനസ്സിന് പഴയ കരുത്തോ ബലമോ ഒന്നും ഇല്ല. അദ്ദേഹമിപ്പോൾ തികച്ചും ദുർബലനായി മാറിയിരിക്കുന്നു. രണ്ടുമൂന്ന് ദിവസം കൊണ്ട് പഴയ രീതിയിൽ എത്തുമെന്ന് പ്രതീക്ഷിക്കാം.." ശ്യാം മനോഹർ പറഞ്ഞു.

"ഒരു കാര്യം ചോദിച്ചോട്ടെ? മനുപ്രഭാകർ എന്നൊരാളെ അറിയുമോ?" വിശ്വനാഥനാണ് ചോദിച്ചത്.

"എഞ്ചിനീയറിംഗ് കോളേജിൽ പഠിച്ചിരുന്ന മനു പ്രഭാകറാണോ? അറിയും. എന്റെ രണ്ടുവർഷം സീനിയറായി കോളേജിലുണ്ടായിരുന്നു. അദ്ദേഹത്തെയാണ് ഉദ്ദേശിക്കുന്നതെന്ന് കരുതുന്നു."

"അദ്ദേഹമിപ്പോൾ എവിടെയുണ്ട്? ഫോൺ നമ്പറുണ്ടോ?"

"ക്ഷമിക്കണം. പഠിക്കുന്ന കാലത്ത് പരിചയമുണ്ടായിരുന്നു എന്ന മാത്രമേയുള്ളൂ ഇപ്പോൾ ആള് എവിടെയാണെന്നറിയില്ല. ഫോണിൽ ഇതുവരെ കോൺടാക്ട് ചെയ്തിട്ടില്ല."

"ഒരു വ്യക്തിപരമായ ചോദ്യം കൂടി. പറയാൻ ബുദ്ധിമുട്ടുണ്ടെങ്കിൽ പറയണ്ട. പഠിക്കുന്ന കാലത്തോ അതിനുശേഷമോ നിങ്ങൾ തമ്മിൽ അടുപ്പമുണ്ടായിരുന്നോ?"

"പഠിക്കുന്ന കാലത്ത് സംസാരിച്ചിട്ടൊക്കെയുണ്ടായിരുന്നു എന്ന ല്ലാതെ അടുപ്പമൊന്നുമുണ്ടായിരുന്നില്ല. എന്റെ വിവാഹം കഴിഞ്ഞതി നുശേഷം ഞാനിങ്ങോട്ടുപോന്നു. പിന്നീട് ഞാൻ കണ്ടിട്ടില്ല."

"നിർമ്മലയുടെ വീട്ടിൽ ഇപ്പോൾ ആരൊക്കെയുണ്ട്?"

"എന്റെ വിവാഹം കഴിഞ്ഞ് രണ്ടാംവർഷം അച്ഛൻ അറ്റാക്കായി മരിച്ചു. കഴിഞ്ഞ വർഷമാണ് അമ്മ മരിച്ചത്. ഇപ്പോൾ അച്ഛന്റെ അനിയനും കുടുംബവുമാണ് വീട്ടിലുള്ളത്. ഞാൻ കൊല്ലത്തിൽ ഒന്നോ രണ്ടോ തവണ മാത്രമേ വീട്ടിൽ പോകാറുള്ളൂ."

"താങ്ക് യൂ നിർമ്മല. ചില വിവരങ്ങൾക്കൂടി ഏകോപിപ്പിക്കാനുണ്ട്.

രണ്ടു ദിവസത്തിനുള്ളിൽ ശരത്തിനെക്കുറിച്ചുള്ള വിവരങ്ങൾ ലഭ്യമാക്കാ നാവുമെന്നാണ് പ്രതീക്ഷിക്കുന്നത്."

അവർ പുറത്തിറങ്ങി വാഹനത്തിൽ കയറി.

"മനു പ്രഭാകറിനെക്കുറിച്ച് വിശ്വനാഥൻ ചോദിച്ചപ്പോൾ ഞാനവരുടെ കണ്ണുകളിലേക്കാണ് നോക്കിയത്. പ്രത്യേകിച്ചെന്തെങ്കി ലും ഞെട്ടലോ ഭാവവ്യത്യാസമോ ഉണ്ടാകുന്നുണ്ടോ എന്നറിയാൻ. സാധാരണ കൗതുകത്തിനപ്പുറം ഒന്നുമുണ്ടായതായി തോന്നിയില്ല." ശ്യാം പറഞ്ഞു.

"ഒരു ഏകപക്ഷീയ പ്രേമബന്ധത്തിന്റെ ദുരന്ത പര്യവസാനം."

"നമുക്ക് നേരെ വിജയൻസാറിന്റെ ക്ലബിലേക്ക് പോകാം. അവിടത്തെ സി.സി.ടി.വി ഫൂട്ടേജുകളൊക്കെ പരിശോധിച്ച് ആളെ തിരിച്ചറിയാൻ പറ്റമോ എന്ന് നോക്കാം. ഇന്നലെ അഡീഷണൽ സെക്യൂരിറ്റിക്കാരാരെങ്കിലും ഉണ്ടായിരുന്നോ..?"

"മഫ്ടിയിൽ രണ്ട് പോലീസുകാർ ഉണ്ടായിരുന്നു. ഞാൻ അവരോട് റിപ്പോർട്ട് തരാൻ ആവശ്യപ്പെട്ടിട്ടുണ്ട്."

അവർ ക്ലബ്ബിലെത്തി മാനേജരെയാണ് ആദ്യം കണ്ടത്.

"ക്ലബിനുള്ളിൽ സി.സി.ടി.വി ഇല്ല. ഫ്രണ്ട് സൈഡിൽ ഒരെണ്ണം മാത്രമാണുള്ളത്. അത് പരിശോധിക്കാം." ക്ലബ് മാനേജർ പറഞ്ഞു.

"ഇവിടെ അംഗമല്ലാത്ത ഒരാൾക്ക് എങ്ങിനെയാണ് അകത്ത് പ്രവേശിക്കാനാവുക?"

"നിലവിലുള്ള ഏതെങ്കിലും മെംബർക്ക് ഒരു സുഹൃത്തിനെ കൊണ്ടുപോകാം."

"ഇന്നലെ ആരൊക്കെയാണ് എത്തിയതെന്ന് രേഖപ്പെടുത്തിയിട്ട ണ്ടോ? ഇന്നലെ ഇതുപോലെ ഗസ്റ്റായിട്ട് ആരെങ്കിലും വന്നിട്ടുണ്ടോ?"

"ഞാൻ ചോദിച്ചിട്ട പറയാം."

മാനേജർ രജിസ്റ്റർ പരിശോധിച്ചു.

"രജിസ്റ്ററിൽ ആരും പേരെഴുതാറില്ല. നമ്പർ മാത്രമേ പറയൂ. പലരുടേയും നമ്പർ സെക്യൂരിറ്റിക്കറിയാം. ആളെക്കണ്ടാൽ അയാൾ തന്നെ നമ്പർ നോട്ട് ചെയ്യുകൊള്ളും. ഞാ, ഇന്നലെ മൂന്നുപേർക്ക് ഗസ്റ്റ് കളുണ്ടായിരുന്നു. ഞാനവരുടെ നമ്പർ നോക്കി പേര് കണ്ടെത്തട്ടെ."

"ഒന്ന് ഡോക്ടർ ജോൺ വർഗീസ്. എനിക്ക് നേരിട്ടറിയാം. അങ്ങേരുടെ ബ്രദർ ഇൻലോ വിദേശത്തുനിന്ന് വന്നിട്ടുണ്ട്. അദ്ദേ ഹമാണ് ഒപ്പമുണ്ടായിരുന്നത്. രണ്ടാമത്തെ ഗസ്റ്റ് വന്നത് അജിത്

     പകച്ചുൾ

മേനോന്റെ കൂടെയാണ്. ആളെ ഞാൻ കണ്ടിട്ടില്ല. മൂന്നാമത്തെ ഗസ്റ്റ് രേഖപ്പെടുത്തിയിട്ടുള്ളത് മുൻ എസ്.പി വിജയനാരായണൻസാറിന്റെ കൂടെയാണ്."

"വിജയൻസാറിന്റെ കൂടെയോ? അതെങ്ങനെ? അദ്ദേഹത്തിന്റെ ഒപ്പമാണോ അകത്തുകയറിയത്?"

"അത് ചോദിക്കാം. ഇന്നലെ ഡ്യൂട്ടിയിലുണ്ടായിരുന്ന ആളെ വിളിക്കാം."

തലേ ദിവസം ഡ്യൂട്ടിയിലുണ്ടായിരുന്ന സെക്യൂരിറ്റിയെ വരുത്തി.

"ഇന്നലെ വിജയനാരായണൻസാറിന് ഗസ്റ്റ് ഉണ്ടായിരുന്നോ?"

"ഉണ്ടായിരുന്നു. പക്ഷേ സാറിന്റെ ഒപ്പമല്ല വന്നത്. സാറുവന്ന് കുറച്ച് കഴിഞ്ഞതിനുശേഷം സാറിന്റെ ഫ്രണ്ടാണെന്ന് പറഞ്ഞപ്പോൾ ഉള്ളിൽ കടക്കാൻ സമ്മതിക്കുകയായിരുന്നു. വിജയൻസാറ് ആളുകളോട് പെട്ടെന്ന് ചൂടാവും. അപ്പോ സാറിന്റെ കാര്യാവുമ്പോ വെച്ച് താമസിക്കാൻ പാടില്ല."

"ഈ വന്ന ആളിന്റെ പേരെന്താണെന്നാ പറഞ്ഞത്?"

"പേര് പറഞ്ഞില്ല. പേരെഴുതണ്ട, ഫ്രണ്ട് എന്നുമാത്രം എഴുതിയാൽ മതി എന്നാ പറഞ്ഞത്."

"എന്നിട്ട് നിങ്ങളതു സമ്മതിച്ചോ?"

"പിന്നെ, വിജയൻസാറിന്റെ കൂട്ടുകാരനെ അകത്തുകയറ്റിയില്ലെ ങ്കിൽ എന്റെ ജോലി അങ്ങോര് തെറിപ്പിക്കും."

"അതിന് സാറ് പറഞ്ഞോ ഇയാൾ സാറിന്റെ കൂട്ടുകാരനാണെന്ന്?"

"ഇല്ല."

"ഇയാൾ വന്നപ്പോൾ സമയമെന്തായിക്കാണും?"

"ആറ് ആററയായിട്ടുണ്ടാവും..."

അവർ സി.സി.ടി.വി ഫൂട്ടേജ് പരിശോധിച്ചനോക്കി. ആ ദൃശ്യത്തില ള്ള മുഖം അവർക്ക് പരിചയമുള്ളപോലെ. അമറിനെക്കുറിച്ച് സാദിഖ് പറഞ്ഞ എല്ലാ അടയാളങ്ങളും ഒത്തിണങ്ങിയ ഒരാൾ ക്ലബിനകത്തേ ക്ക കയറുന്നത് അവർ നെഞ്ചിടിപ്പോടെ കണ്ടു. ഒന്നുമാത്രമേ ദൃശ്യമാകാ തിരുന്നുള്ളൂ. അയാളുടെ മുഖം. വലിയ തൊപ്പിയും കൂളിംഗ് ഗ്ലാസും മുഖ ത്തിന്റെ നല്ലൊരു ഭാഗം മറച്ചിരുന്നു. താടിയുടെ ഭാഗം വ്യക്തമായിരുന്നു. ഈ വേഷത്തില്ലാതെ കണ്ടാൽ ഒരു തരത്തില്ലും തിരിച്ചറിയാനാകില്ല.

അവർ പുറത്തിറങ്ങി.

"ഒരു കാര്യം ഉറപ്പായി. അയാൾ ഈ നഗരത്തിൽ എത്തി എന്ന്. അടുത്ത ടാർജറ്റ് വിജയൻസാറാണെന്ന് തോന്നുന്നു. ഒന്നു കണ്ടപ്പോ ഴേക്കും സാറാകെയൊന്ന് ഉലഞ്ഞുപോയി."

"അതുതന്നെയായിരിക്കും അവരുടെ ഉദ്ദേശവും. അല്ലാതെ ക്ലബിൽ വന്ന് എന്തെങ്കിലും ചെയ്യാമെന്നു വിചാരിച്ചായിരിക്കില്ല."

"തീർച്ചയായും. ശരത്തിനെ തട്ടിക്കൊണ്ടുപോയ ആസൂത്രണ രീതി നോക്കിയാൽ വിദഗ്ധമായൊരു വല വിജയൻസാറിനും നെയ്യുന്നുണ്ടാ കും. അതിനു മുമ്പുതന്നെ അവരെ പിടിക്കുടണം."

"ശരത് ഇതിനകം കൊല്ലപ്പെട്ടിട്ടില്ലെങ്കിൽ ശരത്തിനെ കോഴിക്കോട് തന്നെയാവും ഒളിപ്പിച്ചിട്ടുണ്ടാവുക. ഇവിടെ സംശയാസ്പദമായ കെട്ടിട ങ്ങൾ, ഒറ്റപ്പെട്ട വാടകവീട്ടുകൾ, ഗോഡൗണുകൾ എന്നിവ നിരീക്ഷി ക്കണം. നമുക്കേതോയാലും ഇപ്പോൾ റൂമിലേക്കു പോകാം. കുറച്ചുകാര്യ ങ്ങൾ പ്ലാൻ ചെയ്യേണ്ടതുണ്ട്."

റൂമിലെത്തി കുറച്ചുനേരത്തെ വിശ്രമത്തിനുശേഷം അവർ വീണ്ടും കേസിലേക്കു തിരിഞ്ഞു.

●

 പകച്ചുള്ള

12

"സാർ, വിനോദിൽനിന്ന് നിർണായകമായൊരു വിവരം കിട്ടിയിട്ടുണ്ട്." വിശ്വനാഥൻ പറഞ്ഞു. "ശരത്തിന്റെ സ്ഥാപനത്തിലെ ഡ്രൈവർമാരുടെ വിവരം അമ്പേഷിച്ചപ്പോൾ ലഭിച്ചതാണ്. കുറേ വർഷങ്ങൾക്കുമുമ്പ് മോഡേൺ ഇലക്ട്രിക്കൽസിലെ ഒരു ഡ്രൈവറെ മയക്കുമരുന്ന് കേസിൽ പിടിച്ചിട്ടുണ്ട്. അയാളിപ്പോൾ ജയിലിലാണ്."

"വിശദാംശങ്ങൾ വല്ലതും കിട്ടിയിട്ടുണ്ടോ? എങ്ങിനെയാണതു സംഭവിച്ചത്?" ശ്യാം മനോഹർ ആകാംക്ഷയോടെ ചോദിച്ചു.

"മുമ്പൊക്കെ ഉത്തരേന്ത്യയിൽനിന്നുവരെ നേരിട്ടുപോയി സാധനങ്ങൾ പർച്ചെയ്സ് ചെയ്ത് സ്വന്തം വാഹനത്തിൽ കൊണ്ടുവരുന്ന രീതിയായിരുന്നത്രേ. കൂടുതലും ഗുജറാത്തിൽനിന്നും പഞ്ചാബിൽനിന്നും ഡൽഹിയിൽനിന്നുമൊക്കെയായിരുന്നു കൊണ്ടുവന്നിരുന്നത്. ഇടയ്ക്കൊക്കെ ബോംബേ, കൽക്കത്ത, ഹൈദരാബാദ് പോലെയുള്ള നഗരങ്ങളിൽനിന്നും. ഒരിക്കൽ ഗുജറാത്തിൽനിന്നുള്ള ഒരു വരവിൽ വാളയാർ ചെക്ക്പോസ്റ്റിൽ എക്സൈസിന്റെ സ്പെഷ്യൽ സ്ക്വാഡിന്റെ പരിശോധനയിൽ പർച്ചെയ്സ് ചെയ്ത സാധനങ്ങൾക്കിടയിൽ ഒളിപ്പിച്ചുവെച്ച രീതിയിൽ വൻതോതിൽ കഞ്ചാവ് കണ്ടെത്തുകയുണ്ടായി. പർച്ചെയ്സ് കഴിഞ്ഞ് ശരത് ഫ്ളൈറ്റിൽ നാട്ടിലെത്തിയിരുന്നു. ഡ്രൈവറെ അറസ്റ്റ് ചെയ്തു. താനറിയാതെ തന്റെ വാഹനത്തിൽ ഡ്രൈവർ മയക്കുമരുന്ന് കൊണ്ടുവന്നതാണെന്നുള്ള ശരത്തിന്റെ വാദം അംഗീകരിക്കപ്പെട്ടതിനാൽ ശരത്തിനെതിരേ കേസൊന്നുമുണ്ടായില്ല.

ഡ്രൈവർക്ക് കോടതി ആറുവർഷത്തെ ശിക്ഷയാണ് വിധിച്ചത്. അയാ ളിപ്പോഴും ജയിലിലാണെന്നാണ് അറിവ്." വിശ്വനാഥൻ വിശദീകരിച്ചു.

"എന്താണയാളുടെ പേര്? ഏതു നാട്ടുകാരനാണ്?"

"പേര് ലത്തീഫ്. മലപ്പുറം ജില്ലയിൽ നിലമ്പൂർ ഭാഗത്താണ്."

"ഇയാൾ ഏതു ജയിലിലാണ്?"

"വിയ്യൂരിൽ..."

"ഈ വിവരം നമ്മുടെ കേസിനെന്തെങ്കിലും ഗുണം ചെയ്യുമോ?" മോഹൻദാസ് ചോദിച്ചു.

"അയാളിപ്പോഴും ജയിലിൽതന്നെയാണെങ്കിൽ പ്രത്യേകിച്ച് ഗുണ മൊന്നുമുണ്ടാവില്ല. എന്നാൽ അയാൾ പുറത്തിറങ്ങിയിട്ടുണ്ടെങ്കിൽ ചിലപ്പോൾ സാധ്യതയുണ്ട്. പഴയ സ്ഥാപനത്തോട് അയാളുടെ നില പാടെന്താണെന്ന് നമുക്കറിയില്ലല്ലോ." ശ്യാം മനോഹർ പറഞ്ഞു.

"നമുക്ക് വിയ്യൂരിലേക്ക് വിളിച്ച് ആളവിടെയുണ്ടോ എന്ന് ചോദിക്കാം."

മോഹൻദാസ് കുറച്ചുനേരം ഫോണിൽ തന്നെയായിരുന്നു.

"അയാൾ ജയിലിൽനിന്നിറങ്ങിയിട്ട് എട്ടുമാസത്തോളമായി. കുറേ മാസങ്ങൾ ഇളവുകൾ കിട്ടി നേരത്തെ പുറത്തിറങ്ങിയതാ. മലപ്പുറം ജില്ലയിലെ അയാളുടെ വിലാസം കിട്ടിയിട്ടുണ്ട്."

ശ്യാം മനോഹർ വിലാസം വാങ്ങി നോക്കി.

"ഒന്നുപോയി നോക്കിയാലോ?"

വിശ്വനാഥൻ വിലാസം നോക്കിയിട്ട പറഞ്ഞു.

"ഒരു രണ്ടു മണിക്കൂറിലേറെ യാത്രയുണ്ടാകും. ഇത്രയും യാത്ര ചെയ്ത് അവിടെ ചെല്ലുമ്പോൾ ആളില്ലാതിരിക്കാനും പ്രയോജനമുള്ളതൊന്നും ലഭിക്കാതിരിക്കാനും സാധ്യതയുണ്ട്."

"കുറ്റാന്വേഷണത്തിൽ ഇത്തരം മുൻവിധികൾക്ക് പ്രസക്തിയില്ല. ഒരു റിസൽട്ട് കിട്ടുന്നതിനായി ഒരൊറ്റ കല്ലുപോലും പൊക്കിനോക്കാൻ അവശേഷിക്കരുത്. നമ്മൾ തേടുന്നത് എവിടെയാണുണ്ടാവുക എന്ന റിയാത്തിടത്തോളം എല്ലായിടവും തിരയുക എന്നതു മാത്രമേ നമുക്ക് മാർഗ്ഗമുള്ളൂ. നാളെ കാലത്ത് നമുക്കൊന്ന് ലത്തീഫിനെ കാണാൻ പോകാം."

***

വളരെ ചെറിയൊരു വീടായിരുന്ന ലത്തീഫിന്റേത്. ലത്തീഫിനെ അന്വേഷിച്ചെങ്കിലും ലത്തീഫ് ഉണ്ടായിരുന്നില്ല. മാതാപിതാക്കളും രണ്ട് അനുജന്മാരുമാണ് ആ വീട്ടിൽ താമസിച്ചിരുന്നത്.

   പകച്ചുതൾ

അനിയനാണ് അവരോട് ലത്തീഫിനെക്കുറിച്ചുള്ള വിവരങ്ങൾ പറഞ്ഞത്.

"ഇക്കാക്ക നിരപരാധിയാ സാറേ. ഇക്കയെ ഇക്കയുടെ മുതലാളി ചതിച്ചതാ. പല സാധനങ്ങളും വാങ്ങി വണ്ടീല് കേറ്റി പോരുമ്പോ ളൊന്നും ആ കഞ്ചാവിന്റെ കെട്ടുകളൊന്നും വണ്ടീല് ണ്ടായ്‍രുന്നില്ല. അതൊക്കെ കഴിഞ്ഞ് ഇക്കാക്കേനെ മൊതലാളി ഭക്ഷണം കഴിക്കാൻ പറഞ്ഞുവിട്ടു. ആ സമയത്താവും ആ കഞ്ചാവിന്റെ കെട്ട് വണ്ടീല് കേറ്റി വെപ്പിച്ചത്. കഞ്ചാവ് വണ്ടീല് ണ്ട് ന്നുള്ള കാര്യം ചെക്ക് പോസ്റ്റില് സ്പെഷ്യല് സ്ക്വാഡ് പരിശോധിക്കാൻ വരുമ്പോൾ പോല്യും ഇക്ക അറിഞ്ഞിരുന്നില്ല. ചെക്ക് പോസ്റ്റിലൊന്നും അത്ര വിശദമായ പരിശോധനയൊന്നും മുമ്പത്തെ ട്രിപ്പുകളിലൊന്നും ഉണ്ടായിരുന്നില്ല. സ്പെഷ്യല് സ്ക്വാഡിന്റെ പരിശോധനയായയതുകൊണ്ടാ കഞ്ചാവിന്റെ കെട്ട് കണ്ടെത്തിയതും ഇക്കാനെ പിടിച്ചതും. മറ്റ് ചെക്ക് പോസ്റ്റുകളിൽ നിന്നൊക്കെ വണ്ടി സുഖായിട്ട് കടന്നുപോന്നതല്ലേ."

"ലത്തീഫ് ഇപ്പോ എവിടെയാ ഉള്ളത്? അത്യാവശ്യമായിട്ട് ഒന്ന കാണണമായിരുന്നു."

"ഇക്ക ജയില്ന്ന് എറങ്ങീട്ട് ഇങ്ങോട്ട് ഇതുവരെ വന്നിട്ടില്ല. ഇക്ക ള്ള് ഈ നാട്ടിലേക്ക് വരാൻതന്നെ വല്ലാത്തൊരു നാണക്കേടായി. അതുവരെ ഒരു തെറ്റും വരുത്താതെ ജീവിച്ചപോന്ന ആളാ."

" ലത്തീഫിന്റെ ഒരു ഫോട്ടോ കിട്ടാൻ വഴിണ്ടോ?"

വീടാകെ തെരഞ്ഞ് ലത്തീഫിന്റെ അനുജൻ ഒരു ഫോട്ടോ തപ്പി ക്കൊണ്ടുവന്നു. ഫോട്ടോ കണ്ടപ്പോൾ മനസ്സില്ലുണ്ടായ ചലനങ്ങൾ പുറത്തുകാണിക്കാതെ ശ്യാം മനോഹർ ഫോട്ടോ പോക്കറ്റിലിട്ടു.

"ലത്തീഫിന് ഫോൺനമ്പറുണ്ടോ? ഉണ്ടെങ്കിൽ പറഞ്ഞുതര്വ്..."

"ജയിലിൽ പോയേന് ശേഷം ഇക്ക മൊബൈല് ഉപയോഗിച്ചിട്ടി ല്ല." ലത്തീഫിന്റെ അനിയൻ പറഞ്ഞു.

"എന്നാ ഞങ്ങളിറങ്ങട്ടെ. ലത്തീഫിന്റെ വിവരങ്ങളെന്തെങ്കില്യും കിട്ടിയാൽ ഈ നമ്പറിൽ അറിയിക്കണം. പുതിയ അപകടങ്ങളിൽ പെടാതിരിക്കാനാണ്." വിശ്വനാഥൻ തന്റെ ഫോൺ നമ്പർ അവർ ക്കുകൈമാറി.

വണ്ടിയിലിരിക്കുമ്പോഴാണ് ശ്യാം മനോഹർ ഫോട്ടോ മറ്റുള്ളവർക്ക കൈമാറിയത്.

"ഇത്രയും ദൂരം വണ്ടിയോടിച്ചുപോയാൽ പ്രയോജനമുണ്ടാകുമോ എന്ന് വിശ്വനാഥൻ ചോദിച്ചില്ലേ? ഇതാണതിന്റെ ഉത്തരം, ഈ ഫോട്ടോ."

ഫോട്ടോയില്ലുള്ള ആളെ രണ്ടുപേർക്കും തിരിച്ചറിയാനായില്ല.

"സാർ ഇയാൾ?"

"വിശ്വനാഥന്റെ ഫോണിൽ എറണാകുളത്തെ കായൽ റോഡിലൂടെ വന്ന വാനിന്റെ ഡ്രൈവറുടെ ഫോട്ടോ ഇല്ലേ. അതുമായൊന്ന് ഒത്തു നോക്കൂ."

ആ ഫോട്ടോയില്ലുള്ള ആളാരെന്ന് അവർ അപ്പോഴാണ് തിരിച്ച റിഞ്ഞത്. പെട്രോൾ പമ്പിൽ വണ്ടിയിൽനിന്നിറങ്ങുന്ന സമയത്തുള്ള സി.സി.ടി.വിയിൽ പതിഞ്ഞ അതേ ആൾ.

"അപ്പോൾ ലത്തീഫായിരുന്നല്ലേ ആ വാനിലുണ്ടായിരുന്നത്? കായ ലിൽനിന്ന് അമർ ഏൽപിച്ച എന്ന് കരുതുന്ന ശരത്തിനേയും കൊണ്ട് വാനിൽ യാത്ര ചെയ്യവൻ. ഇവനെ പിടികൂടിയാൽ ശരത്തിന് എന്ത് സംഭവിച്ച എന്നറിയാൻ പറ്റും."

"അതിനിവൻ നമ്മുടെ മുന്നിലെത്തിയിട്ടില്ലല്ലോ. ആ വാൻ മിക്കവാറും കോഴിക്കോട്ടേക്ക് തന്നെയാകും സഞ്ചരിച്ചിട്ടുണ്ടാവുക. നാഷണൽ ഹൈവേ വിട്ട് പരമാവധി ഊടുവഴികളില്ലൂടെയാവും വണ്ടി ഓടിയിട്ടു ണ്ടാവുക. സി.സി.ടി.വികൾക്കൊന്നും മുഖം കൊടുക്കാതെ."

"ലത്തീഫം ശരത്തിനെതിരാവുന്നത് സ്വാഭാവികം മാത്രം. അയാളെ ഉപയോഗിച്ച് നിരവധിതവണ ശരത് മയക്കമരുന്ന് കടത്തിയിട്ടുണ്ടാവും. അതില്ലൂടെ ഒരു പക്ഷേ കോടികൾ അനധികൃതമായി സമ്പാദിച്ചിട്ടുണ്ടാ കും. എന്നിട്ടും ഡ്രൈവർ പിടിക്കപ്പെട്ടപ്പോൾ അയാളെ ജയിലിലെ തടവ്മുറിയിലേക്കെറിഞ്ഞു കൊടുത്ത് ശരത് നിരപരാധി ചമഞ്ഞ് നെഞ്ചുംവിരിച്ച് നിന്നു." വിശ്വനാഥൻ പറഞ്ഞു.

"ശരത്തിന്റെ ബിസിനസ് വളർച്ചയുടെ ആണിക്കല്ല് ഈ മയക്ക മരുന്ന് ബിസിനസ് ആകാം. ഒരിക്കൽ പിടിക്കപ്പെട്ടതിന്ശേഷവും അയാളത്തുടർന്നിരുന്നോ എന്നാണിനി അറിയേണ്ടത്." മോഹൻദാസ് നിർദ്ദേശിച്ചു.

ശ്യാം മനോഹറാണ് അതിന് മറുപടി പറഞ്ഞത്.

"മിക്കവാറും ആ രീതിയിൽ മയക്കമരുന്ന് കൊണ്ടവരുന്നത് അയാൾ അവസാനിപ്പിച്ചിട്ടുണ്ടാവും. ബിസിനസ് തുടർന്നിട്ടുണ്ടാകാമെങ്കിലും കഞ്ചാവ് കൊണ്ടവരുന്ന രീതികളിൽ മാറ്റം വരുത്തിയിട്ടുണ്ടാകും."

"ഇന്ത്യയിലെ പല ഭാഗങ്ങളിൽനിന്നും അയാൾ ഹോൾസെയിലായി കൊണ്ടവരുന്ന മയക്കമരുന്ന് എങ്ങിനെയാണയാൾ വിറ്റഴിക്കുകയോ വിതരണം ചെയ്യുകയോ ചെയ്തിട്ടുണ്ടാവുക? അതിനുള്ള ഒരു നെറ്റ്വർക്ക് എന്തായിരിക്കും?" മോഹൻദാസ് ചോദിച്ചു.

 പകച്ചുരുൾ

"ഒരു പക്ഷേ, കോഴിക്കോട് എത്തുന്നതിനുമുമ്പേ തന്നെ ഒരിടത്താ വളത്തിൽ ചരക്കെല്ലാം മറ്റൊരു വാഹനത്തിലേക്ക് മാറ്റിയിരിക്കും. അതല്ലെങ്കിൽ അയാളുടെ ഡെലിവറി വാനുകളിൽ ഷോപ്പിലെ സാധ നങ്ങളുടെ ഇടയിൽ രഹസ്യമായി ഈ സ്റ്റഫിന്റെ സപ്ലൈയും നടത്തി യിരിക്കും." വിശ്വനാഥൻ പറഞ്ഞു.

"രണ്ട് രീതിയായാലും മറ്റ് പലരും അറിഞ്ഞേ നടത്താൻ പറ്റൂ. എന്തായാലും അതിനുമുമ്പോ ശേഷമോ ശരത്തിന്റെ പേരിൽ ഒരു കേസുപോലും എടുത്തിട്ടില്ല. അയാളുടെ സാമർത്ഥ്യമാണോ സ്വാധീന മാണോ കാരണമെന്ന് നമുക്കറിയില്ല. എനിക്കൊരു സംശയം. അയാൾ ഇന്ത്യയുടെ പല ഭാഗങ്ങളിലേക്കും മീറ്റിംഗിനെന്ന പേരിൽ നടത്തുന്ന യാത്രകൾക്ക് ഈ ഒരു ഉദ്ദേശം കൂടി ഉണ്ടായിരിക്കില്ലേ?" മോഹൻദാസ് തന്റെ സംശയം അവതരിപ്പിച്ചു.

"കമ്പനികൾ നടത്തുന്ന മീറ്റിംഗുകൾക്ക് ക്ഷണപ്രകാരമാണ് അയാൾ പോകാറുള്ളതെന്നാണ് മാനേജർ പറഞ്ഞത്. എനിക്ക് തോന്നുന്നത് മീറ്റിംഗുകൾ നടന്നിരിക്കും. അതിൽ ഇയാൾ പങ്കെടുത്തിട്ടുമുണ്ടാവും. പക്ഷേ യാത്രയ്ക്കിടയിൽ ഇയാൾ തന്റെ സ്വകാര്യ ബിസിനസിന്റെ ഡീലുകളും ഉറപ്പിച്ചിരിക്കാം." വിശ്വനാഥൻ തന്റെ അഭിപ്രായം പറഞ്ഞു.

"സ്വന്തം സ്ഥാപനത്തിലെ ഒരാളും അറിയാതെ ഇയാൾ ഇലക്ട്രിക്കൽ ഷോപ്പിനൊപ്പം മയക്കമരുന്ന് വിതരണവും നടത്തിയിരുന്നുവെന്ന് വിശ്വസിക്കാൻ പ്രയാസം. ഒന്നോ രണ്ടോ സഹായികൾ ഇയാൾക്കു ണ്ടായിരിക്കാൻ സാധ്യതയുണ്ട്." മോഹൻദാസ് സൂചിപ്പിച്ചു.

"നാമിപ്പോൾ ആ സഹായികളെക്കുറിച്ചുള്ള അന്വേഷണത്തിലേക്ക് തിരിഞ്ഞാൽ നമ്മുടെ മുഖ്യ അന്വേഷണം വഴിതെറ്റും. ഒരുപക്ഷേ ഇയാൾ എഞ്ചിനീയറിംഗ് കോളേജിൽ പഠിക്കുന്ന കാലത്തേ മയക്കമരുന്ന് ഉപയോഗിക്കുന്ന ആളായിരിക്കാം. ചിലപ്പോൾ ആ കാലത്തുതന്നെ ഈ ബിസിനസിന്റെ സാധ്യതകളെക്കുറിച്ച് ഇയാൾ മനസ്സിലാക്കി യിട്ടുണ്ടാവും. പിന്നീട് കോളേജിൽനിന്ന് പുറത്തിറങ്ങി സ്വന്തമായി ബിസിനസ് തുടങ്ങുകയും ബിസിനസ് ആവശ്യാർത്ഥം ഇന്ത്യയിലെ പല പ്രധാന നഗരങ്ങളിലൊക്കെ കറങ്ങുകയും ചെയ്യപ്പോൾ ആരെങ്കിലും ഇത്തരമൊരു പ്രലോഭനവുമായി മുന്നോട്ട വന്നിട്ടുണ്ടാവും. ഷോപ്പ് നടത്തുന്നതിനേക്കാൾ എത്രയോ ഇരട്ടി ലാഭം കിട്ടുമെന്നറിയുമ്പോൾ അതുമൊന്നു പരീക്ഷിക്കാൻ തീരുമാനിച്ചിട്ടുണ്ടാകും. ആരെയും അറിയി ക്കാതെ നടത്തുന്നതാണ് ബുദ്ധി. അതിനുള്ള മാർഗ്ഗങ്ങളാണ് പിന്നീട് ആവിഷ്കരിച്ചിട്ടുണ്ടാവുക. പിന്നെ വേണ്ടത് ചെക്ക് പോസ്റ്റുകളിലെ ഡീലിംഗ്സ് ആണ്. ഒറ്റത്തവണ പരിചയമായിക്കഴിഞ്ഞാൽ പിന്നെ

അതൊക്കെ സ്വാഭാവികമായിത്തന്നെ മുന്നോട്ടുപോയിക്കൊള്ളും. സാധനം നാട്ടിലെത്തിയാൽ കൊണ്ടുപോകാൻ ധാരാളം പേരുണ്ട്. സ്വന്തം ഡ്രൈവർപോല്യമറിയാതെ സ്പെഷ്യൽ സ്ക്വാഡിന്റെ പിടി യിൽപെട്ടന്നതുവരെ ശരത് ഈ ബിസിനസിൽ വിജയിച്ചുകൊണ്ടേയി രുന്നു. അന്ന് സ്പെഷ്യൽ സ്ക്വാഡ് പിടിച്ചെടുത്ത മുതലിന് ഇവിടെ ഒരു കോടിയിലേറെ വിലയുണ്ടായിരുന്നത്രേ. കേവലമൊരു ഡ്രൈവർക്ക് നടത്താനാവുന്ന ഒരു ഡീലല്ല എന്ന ലോജിക് പോല്യം വിലപ്പോയില്ല. സ്വന്തം അച്ഛനോ, ഭാര്യയോ മാനേജരോ മറ്റ് സ്റ്റാഫോ അറിയാതെ ശരത് നടത്തിയിരുന്ന ഈ ബിസിനസിനെക്കുറിച്ച് ലത്തീഫിനെ തിരി ച്ചറിഞ്ഞതുകൊണ്ടുമാത്രം നമ്മൾ അറിഞ്ഞതാണ്. ശരത്തിനു പുറമേ മറ്റാരെങ്കിലും ഈ ബിസിനസിൽ പങ്കാളികളായി ഉണ്ടായിരുന്നോ എന്ന കാര്യം നമുക്കൊന്ന് അന്വേഷിക്കാവുന്നതാണ്. എന്നും വൈകീട്ട് ശരത്തിനോടൊപ്പം ബാറിൽ കമ്പനി കൂടുന്ന സുഹൃത്തുക്കളെക്കുറിച്ച് നമുക്കൊന്ന് അന്വേഷിക്കണം."

വിശ്വനാഥൻ വിനോദിനെ വിളിച്ച് ശ്യാം മനോഹർ സൂചിപ്പിച്ച കാര്യം അന്വേഷിച്ച് വിവരം തരാൻ ആവശ്യപ്പെട്ടു.

"വൈറ്റിലയിൽ താമസിച്ചിരുന്ന അമർസിംഗ് എന്ന ആളുടെ സി.സി.ടി.വി ദൃശ്യം അയച്ചുകിട്ടിയിട്ടുണ്ട്. സാദിഖ് പറഞ്ഞ അമർ എന്ന ആളിന്റെ പ്രത്യേകതകളെല്ലാം ഇയാളിലുണ്ട്. ഓഗസ്റ്റ് പതിനേഴുവരെ അഞ്ചുദിവസം അയാളാ ഹോട്ടലിൽ താമസിച്ചിട്ടുണ്ടത്രേ."

"പിന്നീട് ഓഗസ്റ്റ് ഇരുപതിന് ഉരുത്തിലെ അതിഥികളെല്ലാം പോയതിനുശേഷം അയാളും ഇങ്ങോട്ടുപോന്നിട്ടുണ്ടാവും. അയാളുടെ ഇവിടത്തെ താവളം കണ്ടെത്തണം. അതോടൊപ്പം ആ വാൻ എവിടെയാണ് ഒളിപ്പിച്ചുവെച്ചിട്ടുള്ളതെന്നും."

"കർണാടക സ്റ്റേറ്റ് ഇന്റലിജൻസ് വിംഗിൽനിന്നും ഒരു മെസ്സേജ് കിട്ടിയിട്ടുണ്ട്. ഞാൻ കർണാടകത്തിലേക്കും തമിഴ്നാട്ടിലേക്കും ശരത്തി ന്റെ ഫോട്ടോ അടക്കമുള്ള ഡീറ്റെയിൽസ് അയപ്പിച്ചിരുന്നു. അതിന്റെ മറുപടിയായി കിട്ടിയതാ. ആളെപ്പറ്റിയുള്ള ഇപ്പോഴത്തെ വിവരങ്ങളൊ ന്നും കിട്ടിയിട്ടില്ല. എന്നാൽ മറ്റൊരു വിവരം ലഭിച്ചിട്ടുണ്ട്. വർഷങ്ങൾക്ക മുമ്പ് അയാളുടെ പേരിൽ മൈസൂരിനടുത്ത് പത്ത് ഹെക്ടർ തോട്ടം രജി സ്റ്റർ ചെയ്തിട്ടുണ്ടെന്ന്. ഇതിൽനിന്ന് ഒരു കാര്യം വ്യക്തമാണ്. അയാൾ കഞ്ചാവ് കടത്തുന്നതിലൂടെ സമ്പാദിച്ച പണം ഇവിടെ ബിസിനസിൽ ഇറക്കിയിട്ടുണ്ടാവില്ല. അത് മുഴുവൻ കർണാടകത്തിൽ തോട്ടം വാങ്ങി ക്കൂട്ടിയിരിക്കയാണ്. ആള് ബുദ്ധിമാൻതന്നെ. പക്ഷേ അനുഭവിക്കാൻ യോഗമുണ്ടോ എന്ന് പറയാനായിട്ടില്ല."

വണ്ടി കോഴിക്കോട്ടെത്തിയപ്പോൾ വിശ്വനാഥൻ പറഞ്ഞു.

"ഞാനൊന്ന് ഓഫീസിൽ ഇറങ്ങാം. വൈകിട്ട് വരേണ്ടതുണ്ടോ?"

"തീർച്ചയായും. വിശ്വനാഥൻ വരൂ. ഇതുവരെയുള്ള അന്വേഷണ പുരോഗതി വൈകിട്ടൊന്ന് അവലോകനം ചെയ്യാം. എവിടെയെങ്കിലും കണ്ണികൾ വിട്ടുപോയിട്ടുണ്ടെങ്കിൽ കൂട്ടിച്ചേർക്കണമല്ലോ."

"ശരി സാർ, ഞാൻ വൈകിട്ട് ഏഴുമണിയോടെ റൂമിലേക്കുവരാം."

"ഓക്കെ..."

വിശ്വനാഥൻ സ്റ്റേഷനുമുന്നിലിറങ്ങി.

●

13

ശ്യാം മനോഹർ സംസാരിച്ചുതുടങ്ങി.

"എനിക്ക് മനസ്സിലായേടത്തോളം ഈ കൂട്ടർ വെറുതെ ഒരു പ്രതികാരം നടത്തിയിട്ട് പിടികൊടുക്കാൻ വന്നവരല്ല. എങ്ങനെയെങ്കിലും എതിരാളിയെ തീർക്കണമെന്ന് കരുതുന്നവരു മല്ല. ഒരിക്കലും ഒരു തെളിവുപോലും ബാക്കിവയ്ക്കാതെ കൃത്യമായി ആസൂത്രണം ചെയ്തുകൊണ്ട് തങ്ങൾ ആഗ്രഹിക്കുന്ന കാര്യങ്ങൾ നടപ്പിലാക്കുന്നവരാണിവർ. അതിനുവേണ്ടി എത്രകാലം വേണമെ ങ്കിലും കാത്തിരിക്കാമെന്നും അവർ തെളിയിച്ചുകഴിഞ്ഞു. ശരത്തിന്റെ വിവാഹം നടന്നിട്ടുപോലും പതിമൂന്നു വർഷം കഴിഞ്ഞു. ഇത്രയും കാലത്തിനുശേഷം ഈ സമയം പക തീർക്കാൻ തെരഞ്ഞെടുത്തത് എന്തുകൊണ്ടാകാം. എല്ലാ സാഹചര്യങ്ങളും അനുകൂലമാണെന്ന് ഉറപ്പ വരുത്തിയതിന്റെ അടിസ്ഥാനത്തിലാണത്. ഇത്രയും ദിവസം നമ്മൾ അന്വേഷിച്ചിട്ടും പ്രതിയെയോ പ്രതികളെയോ ശരത്തിനെയോ കണ്ടെ ത്താൻ സാധിക്കാത്തതിന്റെയും കാരണവും മറ്റൊന്നുമല്ല. അത്രയും പെർഫെക്ടായി എക്സിക്യൂട്ട് ചെയ്തതായതുകൊണ്ടാണത്. ദീർഘ നാളത്തെ ആസൂത്രണം തന്നെ അവർ നടത്തിയിട്ടുണ്ടാകും. അതിൽ ഒരു പ്രതിയെങ്കിലും നമ്മുടെ മുമ്പിലേക്ക് നടന്നു കയറിയിരിക്കയാണ്. എനിക്ക് തോന്നുന്നത് നമ്മുടെ അന്വേഷണത്തിന്റെ വിവരങ്ങളെല്ലാം അവർക്ക ലഭിക്കുന്നുണ്ടെന്നാണ്. അങ്ങനെയെങ്കിൽ എന്തിനാണയാൾ വിജയൻസാറിന്റെ മുമ്പിൽ പ്രത്യക്ഷനായത്. നമ്മളന്വേഷിച്ച ചെല്ല മെന്നും ആളെ തിരിച്ചറിയുമെന്നും ഉറപ്പുണ്ടായിട്ടും എന്തിനാണയാൾ

 പകച്ചുരുൾ

ക്ലബ്ബിൽചെന്ന് വിജയൻസാറിനെ മുഖം കാണിച്ചു. അത് നമുക്കൊരു മുന്നറിയിപ്പാണെന്നാണ് എനിക്ക തോന്നുന്നത്. ഏത് പ്രൊട്ടക്ഷന്റെ വലയത്തിനുള്ളിലും അവർ വിജയൻസാറിനെ വകവരുത്തുമെന്ന മുന്ന റിയിപ്പ്. അതുപക്ഷേ ഒരിക്കലും ഒരു ഏകപക്ഷീയമായ കൊലപാതക മായിരിക്കില്ല. എങ്ങനെയെങ്കിലും വിജയൻസാറിനെ വകവരുത്തുക എന്നത് ഒരു അഭ്യാസിയായ കൊലയാളിക്ക് നിഷ്പ്രയാസം സാധിക്കുന്ന കാര്യമാണ്. രണ്ടോ മൂന്നോ പോലീസുകാരുടെ കാവലൊന്നും തന്നെ അതിനെ തടയാൻ പര്യാപ്തമല്ല. അങ്ങനെ ഒരിക്കലും അവരയാളെ കൊല്ലില്ല. വീട്ടിലോ ക്ലബ്ബിലോ വച്ചാകില്ല അവർ പ്ലാൻ ചെയ്യുക. അയാളെ മാനസികമായി തകർത്തിന ശേഷമായിരിക്കും ആ മരണം നടപ്പാക്കുക."

"സാറ് പറയുന്നതെല്ലാം അംഗീകരിക്കുന്നു. മകന്റെ മരണം അയാളെ കാണിക്കാനാണോ അവർ കാത്തിരിക്കുന്നത്?" മോഹൻദാസ് ചോദിച്ചു.

"ഞാൻ ചിന്തിക്കുന്നത് ശരത്തിന്റെ ജീവൻവെച്ച് അവർ വിലപേശും. മരിച്ചിട്ടില്ലെങ്കിൽ അർദ്ധപ്രാണനായിക്കഴിഞ്ഞിട്ടുള്ള ശരത്തിന്റെ ബോഡി കാണാൻ അവരയാളെ കൊണ്ടുപോകും. അയാളെ കൊല്ല കയല്ല, അയാൾ നെഞ്ചുപൊട്ടി മരിക്കാനായിരിക്കും അവർ ആഗ്രഹി ക്കുക." ശ്യാം മനോഹർ മറുപടി പറഞ്ഞു.

"ഈ നഗരത്തിലെ ഒരു പ്രധാന കേന്ദ്രത്തിൽ ഇന്നലെ പ്രത്യക്ഷ പ്പെട്ട ഒരാളെ നമുക്ക് കണ്ടെത്തിക്കൂടെ? ഇവിടെ അയാൾക്കൊരു വീടില്ലെങ്കിൽ നഗരത്തിലെ ഏതെങ്കിലും ഹോട്ടലിലായിരിക്കില്ലേ അയാളുടെ താമസം? ആ നിലയ്ക്ക് നമുക്കൊരു അന്വേഷണം നടത്തി യാലോ?" മോഹൻദാസ് ചോദിച്ചു.

"വേണം. ഹോട്ടലുകൾ കേന്ദ്രീകരിച്ചൊരു അന്വേഷണം നടത്താം. ആ വേഷം മാത്രമേ നമുക്കൊരു സൂചന കൊടുക്കാനാവൂ. അയാൾ എന്ത് പേരാണ് ഉപയോഗിക്കുന്നതെന്നറിയില്ല. ചിലപ്പോൾ ഹോട്ടലിൽ മറ്റൊരു ഐഡി പ്രൂഫിൽ മറ്റൊരു ഭാഷയിൽ സംസാരിച്ചുകൊണ്ടായിരി ക്കും അയാൾ ചെക്ക് ഇൻ ചെയ്തിട്ടുണ്ടാവുക." ശ്യാം മനോഹർ പറഞ്ഞു.

"സാർ, അയാൾക്കൊരു സുഹൃത്തുണ്ടായാലോ? അയാളുടെ ഉദ്ദേ ശമറിയുന്ന ഒരു സുഹൃത്ത്. അതിനെല്ലാം പിന്തുണ നൽകുന്ന ഒരാൾ. അങ്ങിനെയെങ്കിൽ അയാളുടെ കൂടെയായിരിക്കും താമസവും. അപ്പോൾ പിന്നെ നമ്മൾ ഹോട്ടലുകൾ അരിച്ചപെറുക്കുന്നത് വൃഥാവിലാവും." വിശ്വനാഥൻ തന്റെ സംശയം വെളിപ്പെടുത്തി.

"അതും പരിഗണിക്കാം. ആ ദൃശ്യങ്ങളിൽനിന്ന് കിട്ടിയ ചിത്രം എല്ലാ സ്റ്റേഷനിലേക്കും അയച്ചുകൊടുത്ത് ഒരു വ്യാപക തിരച്ചിൽ നടത്തണം. അയാളുടെ ഒളിയിടത്തിൽനിന്ന് അയാൾ പുറത്തിറങ്ങുന്ന നിമിഷം തന്നെ നാം കണ്ടെത്തണം."

"സാർ, ഒരു ചെറിയ പ്രശ്നമുണ്ട്." വിശ്വനാഥൻ പറഞ്ഞു. "നഗര ത്തിലെ പുതിയ ഫ്ളൈ ഓവറിന്റെ ഉദ്ഘാടനത്തിന് ഇനി മൂന്നു ദിവസമേയുള്ളൂ. മുഖ്യമന്ത്രിയും മറ്റുമൂന്ന് മന്ത്രിമാരും ഉദ്ഘാടനത്തിനെ ത്തുന്നുണ്ട്. ഞാനുൾപ്പെടെ എല്ലാവരും മുഖ്യമന്ത്രിയുടെ സുരക്ഷാ ചുമ തലയുള്ളവരാണ്. സകലമാന പോലീസ് ഫോഴ്സും മുഖ്യമന്ത്രിയുടെ വരവുമായി ബന്ധപ്പെട്ടുള്ള ഓരോരോ ചുമതലകളിലാണ്. എനിക്കും പൂർണമായി ആ ജോലിയിൽ ഇൻവോൾവ് ചെയ്യേണ്ടതുണ്ട്. വ്യാപക മായ ഒരു സേർച്ച് മൂന്നു ദിവസത്തിനു ശേഷമേ നടക്കൂ."

"വിശ്വനാഥൻ, ഞാൻ മറ്റൊരു തരത്തിലാണ് ചിന്തിക്കുന്നത്. ഇത്ത രമൊരവസരത്തിനുവേണ്ടിയാണ് അവരും കാത്തിരിക്കുന്നതെങ്കിലോ? ജില്ലയിലെ സകലമാന പോലീസ് വ്യൂഹവും മുഖ്യമന്ത്രിയുടെ പിന്നിലും മുന്നിലുമായി ഓട്ടമ്പോൾ അവർക്ക് ഏറ്റവും സുരക്ഷിതമായൊരു അവസരമാണ് ലഭിക്കുക. ചിലപ്പോൾ ആ ദിവസത്തിലായിരിക്കുമോ അവരും ഒരു ആക്ഷൻ പ്ലാൻ ചെയ്യുന്നത്? ഇതുവരെയുള്ള നീക്കങ്ങ ളിൽനിന്ന് അവരുടെ ആസൂത്രണം കുറ്റമറ്റതാവുമെന്നറപ്പിക്കാം. നമ്മളെ കാണികളാക്കിമാറ്റിക്കൊണ്ട് അവരത് നടപ്പിൽവരുത്താനാ യിരിക്കുമോ തീരുമാനം. ഇല്ല, വിശ്വനാഥൻ ഒരിക്കലും അതിനനുവദി ച്ചുകൂടാ. നമ്മൾ അതിനെ തടയണം. ഈ മൂന്നു ദിവസങ്ങൾ നമുക്കും നിർണായകമാണ്. നമ്മൾ അതിനനുവദിച്ചുകൂടാ..."ശ്യാം മനോഹർ ഉറച്ച സ്വരത്തിൽ പറഞ്ഞു.

"എങ്ങനെ?" മോഹൻദാസ് ചോദിച്ചു "നമുക്കെന്തൊക്കെ ചെയ്യാനാകും?"

"വിജയൻസാറിന്റെ ഫോണിലേക്കുവരുന്ന എല്ലാ കോളുകളും ടാപ്പ് ചെയ്യണം. ആ വീടിനുപുറത്ത് സുരക്ഷാ ഉദ്യോഗസ്ഥർക്കുപുറമേ ഇൻവെ സ്റ്റിഗേഷൻ ടീമുമായി ബന്ധപ്പെട്ട ഒരാളെ നിയോഗിക്കണം. ക്ലബ്ബി നുച്ചുറ്റും അതുപോലൊരാളുണ്ടാകണം."ശ്യാം മനോഹർ നിർദ്ദേശിച്ചു.

"ഈ മൂന്നു ദിവസം ക്ലബ്ബിൽ പോകണ്ടെന്നു പറഞ്ഞാൽ പോരെ?"

"ഈ അവസ്ഥയിൽ വിജയൻസാർ ക്ലബ്ബിൽ പോയില്ലെന്നുവ രാം. അതിനുള്ള ആത്മവിശ്വാസമൊന്നും ഇപ്പോൾ പുള്ളിക്കില്ല. കൊലയാളി ഒരു പക്ഷേ ക്ലബ്ബിലേക്കു വീണ്ടുമെത്താൻ സാധ്യതയുണ്ട്.

വിജയൻസാറിനെ കാണാനോ സൃഹ്മത്തെന്നു പറഞ്ഞോ ആരെ
ത്തിയാലും അറിയിക്കാൻ ക്ലബ്ബിന നിർദ്ദേശം കൊടുത്തിട്ടുണ്ടല്ലോ.
വിജയൻസാറിന് വരുന്ന തപാലുകളിൽ പ്രത്യേകത തോന്നിക്കുന്നവ
യുണ്ടെങ്കിൽ അറിയിക്കാൻ സെക്യൂരിറ്റിക്ക് നിർദ്ദേശം കൊടുക്കണം.
ഭീഷണി വല്ലതുമാണെങ്കിൽ നമ്മളറിഞ്ഞിട്ട് സാററിഞ്ഞാൽമതി."ശ്യാം
മനോഹര് നിർദ്ദേശിച്ചു.

"ഓക്കെ സാർ. ഇതെല്ലാം അറേഞ്ച് ചെയ്യാം."

"ഇനി നമുക്ക് ഒരു കാര്യം കൂടി ഇന്ന് ചെയ്യാനുണ്ട്. നമ്മളേതായാലും
ഗോഡൗണകളും ലോഡ്ജ്ജകളുമൊക്കെ പരിശോധിക്കാൻ പോവുക
യല്ലേ. ആദ്യമായി ഈ ശരത്തിന്റെ മോഡേൺ ഇലക്ട്രിക്കൽസിന്റെ
ഗോഡൗണിൽനിന്നതന്നെ പരിശോധന തുടങ്ങാം. വിശ്വനാഥൻ
അതിന്റെ എക്സാക്ട് ലൊക്കേഷൻ ഒന്ന മനസ്സിലാക്കിവയ്ക്ക്."

വിശ്വനാഥൻ വേണ്ട നിർദ്ദേശങ്ങൾ കൊടുത്തതോടെ അഞ്ചുമിനുട്ടി
നള്ളിൽ ആവശ്യമായ വിവരങ്ങൾ കിട്ടി.

"സാർ, ഇവിടെനിന്ന് ഒരു മൂന്നര കിലോമീറ്റർ ദൂരമുണ്ട്. മോഡേൺ
ഇലക്ട്രിക്കൽസിൽനിന്ന് അഞ്ഞൂറ് മീറ്ററേ വരുന്നള്ള. അതിന്റെ തൊട്ട
ടുത്ത് ചെറിയൊരു ജംഗ്ഷനുണ്ട്. അവിടെനിന്ന് ഏകദേശം എഴുപത്ത
ഞ്ച് മീറ്ററോളം ഉള്ളിലാണ് മോഡേണിന്റെ ഗോഡൗൺ."

"നമുക്ക് വണ്ടി എടുക്കണ്ട. ഒരു ഓട്ടോയിൽപോവാം. ആ ജംഗ്ഷൻ
വരെ പോയാൽമതി. അവിടെനിന്ന് നമുക്ക് നടന്നപോകാം. ഇരുട്ടാവു
ന്നതിനുമുമ്പ് തിരിച്ചെത്താം."

ജംഗ്ഷനിൽ ഓട്ടോയിറങ്ങി അവർ വേർപിരിഞ്ഞു. പിന്നെ
ഒറ്റയ്ക്കൊറ്റയ്ക്കായി ആ ഗോഡൗണിനെ ലക്ഷ്യമാക്കി നടന്നു.
ഗോഡൗണിന്റെ അടുത്തെത്തുമ്പോൾ അവർ വീണ്ടും ഒന്നിച്ചായി.

"ഇതൊരു വലിയ ഗോഡൗൺ ആണല്ലോ. പുറത്തുതന്നെ ഒരു മുറി
യുള്ളത് വാച്ച്മാനുള്ളതാണോ? അതോ ഈ ഗോഡൗണിന് പ്രത്യേകം
ചുമതലക്കാരനുണ്ടോ?"

"സ്ഥാപനത്തിലെ സ്റ്റാഫിന്റെ ഡീറ്റെയ്ൽസ് ചോദിച്ചപ്പോൾ
ഗോഡൗണിൽ ഒരു പ്രത്യേക ചുമതലക്കാരൻ ഉള്ളതായി പറഞ്ഞിരു
ന്നു." വിശ്വനാഥൻ പറഞ്ഞു.

"ആ റൂം പുറത്തുനിന്ന് പൂട്ടിയിട്ടുണ്ട്. ആള് പുറത്തുപോയതാണെന്ന്
തോന്നുന്നു. അപ്പുറത്തതാ ഒരു ഷെഡ്ഡ് കാണുന്നത് വാഹനങ്ങൾക്ക
ള്ളതാകുമല്ലേ?" മോഹൻദാസ് ചോദിച്ചു.

"ആവാം. അന്ന് മൂന്നു വാഹനങ്ങളും ഷോട്ടമിനോട് ചേർന്നുള്ള ഷെഡ്ഡിലാണ് നിർത്തുന്നതെന്നാണ് പറഞ്ഞിട്ടുള്ളത്. ഇത് ചിലപ്പോൾ ഇപ്പോൾ ഉപയോഗിക്കാത്ത ഷെഡ്ഡാവും."

"നമുക്ക് ഇതിന്റെ ചുറ്റമൊന്ന് നടന്നുനോക്കാം."

ഷെഡ്ഡിൽ ആൾ പെരുമാറ്റമുള്ളതായി തോന്നിയില്ല. അവർ ഷെഡ്ഡിനു ചുറ്റം നടന്നു. അവർ വിചാരിച്ചതിനേക്കാൾ വലിപ്പമുണ്ടായി രുന്നു ഷെഡ്ഡിന്.

പുറത്തുണ്ടായിരുന്ന റൂമിന് പിന്നിലായി പിന്നെയും റൂമുണ്ടായിരുന്നു. ചിലപ്പോൾ ഒന്നിച്ചൊരു ഹാളാകാം. ഉള്ളിൽ രണ്ട് മുറികളെയും വേർ തിരിക്കുന്ന ചുമരുകളെന്തെങ്കിലുമുണ്ടാകാം.

"വിശ്വനാഥൻ ഒന്നു ചിന്തിച്ചുനോക്ക്. ഈ ഗോഡൗണിനുള്ളിൽ ഒരാളെ ബന്ധനസ്ഥനാക്കിയിട്ടുണ്ടെങ്കിൽ പുറംലോകം എങ്ങനെ അറിയാനാണ്..?"

"ഇതിന്റെ ചുമതലക്കാരനല്ലാതെ പുറമേ ഒരാൾക്ക് അത് ചെയ്യാനാ വില്ലല്ലോ. സ്വന്തം മുതലാളിയെത്തന്നെ തൊഴിലാളി തടവിലാക്കുമോ?"

"അറിഞ്ഞുക്കൂടാ. നാളെ കാലത്തുതന്നെ ഷോപ്പിൽചെന്ന് ഇവിടെ താമസിക്കുന്ന ആളുടെ ഡീറ്റയിൽസ് കളക്ട് ചെയ്യണം. ആളെ നേരിലൊന്ന് ചോദ്യം ചെയ്യകയും വേണം. തൽക്കാലം നമുക്കിപ്പോൾ തിരിച്ചുപോവാം. ഇന്നുരാത്രി നമുക്കൊരിക്കൽക്കൂടി ഇങ്ങോട്ടുവരാം."

അവർ തിരിച്ചുനടന്നു.

ഒരു രാത്രിദൗത്യത്തിന് അനുയോജ്യമായ വേഷത്തിൽ രാത്രി പതിനൊന്നുമണി കഴിഞ്ഞപ്പോഴാണ് അവർ റൂമിൽനിന്ന് പുറപ്പെ ട്ടത്. ജംഗ്ഷൻ കുറച്ചുമുമ്പ് ജീപ്പിൽനിന്നിറങ്ങി അവർ പതുക്കെ ഗോഡൗണിനടത്തേക്ക നടന്നു. ഗോഡൗണിന് പുറത്തും റൂമിനകത്തും വെളിച്ചമുണ്ടായിരുന്നു. അവർ പതുക്കെ ആ ഷെഡ്ഡിനടത്തേക്ക് ഒച്ച യുണ്ടാക്കാതെ നടന്നെത്തി. ചുറ്റം നടന്നെങ്കിലും ഷെഡ്ഡിനകത്തെ കാഴ്ചകളൊന്നും അവർക്ക് കാണാനായില്ല.

"ഒരു കോണി കിട്ടിയിരുന്നെങ്കിൽ ചുമരിന്റെ മുകളിലെ വിടവില്ലൂടെ ഉള്ളിലേക്ക കാണാമായിരുന്നു."

"സാരമില്ല. അതിനൊരു വഴിയുണ്ട്. സാറ് എന്റെ ദേഹത്തേക്ക് കേറിക്കോ." വിശ്വനാഥൻ പറഞ്ഞു.

ശ്യാം മനോഹർ തന്റെ ഷൂസ് ഊരിവെച്ചു. കുനിഞ്ഞുനിന്ന വിശ്വ നാഥന്റെ പുറത്തേക്ക് മോഹൻദാസിന്റെ സഹായത്തോടെ കയറിയ

അയാൾ കഴുത്ത് നീട്ടി ച്ചമരിന്റെ മുകളിലെ വിടവിലൂടെ അകത്തേ ക്ക നോക്കി. ഇരുട്ടായതിനാൽ ഒന്നം കാണന്നില്ല. മൊബൈൽ ഫോണിന്റെ ലൈറ്റിൽ ശ്യാം മനോഹർ ആ കാഴ്ചകണ്ട. ഒരു വാൻ. അതിന്റെ കളർ പച്ചയും മഞ്ഞയുമായിരുന്നു. കൊച്ചിയിലെ കായൽ കടവിൽനിന്ന് മെയിൻ റോഡിലേക്കുള്ള പാതയിൽവെച്ച് ശരത് അപ്ര ത്യക്ഷമായ ദിവസം ഒരു നാട്ടുകാരൻ കണ്ട എന്നവകാശപ്പെട്ട അതേ കളറിലുള്ള വാൻ. ലത്തീഫ് എന്ന പഴയ ഡ്രൈവർ ഓടിച്ചവന്ന വാൻ. ശ്യാം മനോഹർ താഴെയിറങ്ങി. ശബ്ദം താഴ്ത്തി കൂട്ടുകാരോട് പറഞ്ഞു.

"ഇവിടെയൊരു വാനുണ്ട്. കായൽ റോഡിൽകണ്ട അതേ കളർ പാറ്റേണിലുള്ള വാൻതന്നെ. നമ്മുടെ മുന്നിൽ രണ്ട് വഴികളുണ്ട്. ഒന്നുകിൽ ഇപ്പോൾതന്നെ കുറച്ച് ഫോഴ്സിനേയും വരുത്തി ഈ ഗോഡൗണിൽ ഒരു സേർച്ച് നടത്തുക. രാത്രിയുള്ള സേർച്ചിന് വല്ലാ ത്തൊരു പബ്ലിസിറ്റി കിട്ടാനുള്ള സാധ്യതയുണ്ട്. നാളെ മാനേജരെയും കൂട്ടി നമുക്ക് ഈ ഗോഡൗണിൽ വരികയും മുഴുവൻ സ്ഥലവും അരിച്ച പെറുക്കുകയും ചെയ്യുന്നതാവും നല്ലത്. ശരത്തിനെ ഇവിടെയാണ് സൂക്ഷിച്ചിട്ടുള്ളതെങ്കിൽ നമുക്ക് രക്ഷപ്പെടുത്താം. എന്തു പറയുന്നു?"

"സാർ, ശരത് ഇവിടെയുണ്ടെങ്കിൽ എത്രയും പെട്ടെന്ന് രക്ഷിക്കുക യല്ലേ വേണ്ടത്?"

"ഇതുവരെ അയാൾക്ക് ഒന്നും സംഭവിച്ചിട്ടില്ലെങ്കിൽ നാളെ രാവിലെ വരെയും ഒന്നും സംഭവിക്കില്ല. കൊല്ലാൻ വിചാരിച്ചവർ ഇതിനകം കൊന്നിരിക്കും. മറ്റെന്തെങ്കിലും കാര്യത്തിനായി കാത്തിരിക്കുന്നവർ അയാളുടെ ജീവൻ നിലനിർത്തിക്കൊണ്ടുപോകും."

അവർ ആ ഇരുട്ടിൽ തിരിച്ചനടന്നു. അവരുടെ വണ്ടി നിർത്തിയിരു ന്ന ഇടം വരെ.

***

ശരത്തിന്റെ തിരോധാനവുമായി ബന്ധപ്പെട്ട് എല്ലാ ദുരൂഹത കൾക്കും ഇന്ന് സമാപനം കുറിക്കാനാവുമെന്ന ആശ്വാസത്തിലാണ് പിറ്റേന്ന് മോഡേൺ ഇലക്ട്രിക്കൽസിന്റെ മുന്നിൽ അവർ സ്ഥാപനം തുറക്കുന്ന സമയത്തുതന്നെ എത്തിച്ചേർന്നത്. മാനേജർ രാധാകൃഷ്ണൻ എത്തിയതോടെ ശ്യാം മനോഹർ മാനേജരുടെ ക്യാബിനിലേക്ക ചെന്നു.

"മിസ്റ്റർ രാധാകൃഷ്ണൻ, താങ്കൾ ഞങ്ങളോടൊപ്പം ഈ സ്ഥാപന ത്തിന്റെ ഗോഡൗണിലേക്കൊന്ന വരണം. ഞങ്ങൾക്കവിടെയൊന്ന് പരിശോധിക്കാനുണ്ട്."

"അതിനെന്താ, ഒരഞ്ചുമിനട്ടുകൊണ്ട് നമുക്കെറങ്ങാം. ഞാൻ ഒന്നര
ണ്ട് നിർദ്ദേശങ്ങൾ കൊട്ടത്തോട്ടെ."

രാധാകൃഷ്ണനെയും കൂട്ടി അവർ ഗോഡൗണിലെത്തി.

വാഹനത്തിന്റെ ശബ്ദം കേട്ട് ഒരാൾ പുറത്തെ റൂമിൽനിന്ന് പുറത്തി
റങ്ങിവന്നു. നല്ല ആരോഗ്യമുള്ള ഒരു ചെറുപ്പക്കാരൻ.

"ഇതാരാണ്?"

"ഇത് അരവിന്ദൻ. സ്റ്റോറിന്റെ കെയർ ടേക്കറാണ്."

"ഇവിടെ ഇയാൾ മാത്രമേ ഉള്ളോ?"

"ഇവിടെ രണ്ടുപേരുണ്ട്. മറ്റേ ആൾ നൈറ്റ് വാച്ച്മാൻ ശ്രീധരൻ."

അവർ ആ ഗോഡൗണിനകത്തേക്ക കയറി. പലവിധ ഇലക്ട്രിക്കൽ
സാധനങ്ങൾ വൃത്തിയായി അടുക്കിവെച്ചിരിക്കുകയായിരുന്നു. ആ
ഹാളിൽ എല്ലായിടവും അവർ ചുറ്റിനടന്നു. പിന്നെ പഴയ സാധന
ങ്ങൾ കൂട്ടിയിട്ട ഹാളിലും കയറി. ഇവിടെ എവിടെയും ഒരു മനുഷ്യനെ
പാർപ്പിച്ചതിന്റെ യാതൊരു സൂചനയുമില്ല. അപ്പോൾ ഇവിടെയല്ല.

ഹാളിനുപുറത്ത് കെയർ ടേക്കറുടെ റൂമിലും അതിനു തൊട്ടടുത്തുള്ള
റൂമിലും വിശദമായി പരിശോധിച്ചു. ആ റൂം ഒരു അടുക്കളയായി ഉപയോ
ഗിക്കുകയാണ്. ഒരു മൂല ഒരു സ്റ്റോർ മുറിപോലെ വീട്ടുസാധനങ്ങൾ അടു
ക്കിവെച്ചിട്ടുണ്ട്. കെയർ ടേക്കറുടേതാണെന്നു തോന്നുന്ന വസ്തുക്കളാണ്
ഒരു ഭാഗത്ത്.

"ഇവിടെ പാചകം നടത്തുന്നുണ്ടോ?"

"ഉണ്ട് സാർ, ഞാനും ശ്രീധരേട്ടനും ഇവിടെ ഭക്ഷണം ഉണ്ടാക്കാ
റാണ്."

ഇതുവരെ സംശയാസ്പദമായ രീതിയിൽ ഒന്നും കാണാൻ അവർക്ക്
കഴിഞ്ഞില്ല. എങ്കിലും ആ വണ്ടി കണ്ടെടുത്താൽ എല്ലാം ഒറ്റയടിക്ക്
തെളിയും.

"നമുക്ക് പുറത്തുള്ള ആ ഷെഡ്ഡൊന്ന് തുറന്നു കാണാം."

മാനേജർ അരവിന്ദനോട് താക്കോൽ വാങ്ങി ഷെഡ്ഡിനുനേരെ
നടന്നു തുടങ്ങി. ശ്യാമും വിശ്വനാഥനും മോഹൻദാസും അയാളെ അനു
ഗമിച്ചു.

ഇതാണ് ആ മുഹൂർത്തം. ശ്യാം മനോഹർ മനസിൽ പറഞ്ഞു. എല്ലാ
രഹസ്യങ്ങളും വെളിവാകുന്ന സമയമായി.

പഴയ ഗാരേജിന്റെ വാതിൽ രാധാകൃഷ്ണനും അരവിന്ദനും ചേർന്ന്
വലിച്ചു തുറന്നു.

ശ്യാം മനോഹർ ഉള്ളിലേക്കു തുറിച്ചുനോക്കി. അയാൾക്ക് സ്വന്തം കണ്ണുകളെ വിശ്വസിക്കാനായില്ല. മോഡേൺ ഇലക്ട്രിക്കൽസിലെ പഴയയൊരുവാൻ. മറ്റെല്ലാ വാനകളെപ്പോലെ തന്നെ ഈ വാഹനത്തി ന്റെ പെയിന്റും. അപ്പോൾ താൻ ഇന്നലെ രാത്രി കണ്ടത് ഇതുതന്നെ യായിരുന്നോ?

"ഇത് ഉപയോഗിക്കാൻ പറ്റാതായതുമുതൽ ഈ ഗാരേജിൽതന്നെ ഇട്ടതാ. ഇതൊഴിവാക്കി പുതിയതൊന്ന് വാങ്ങണമെന്ന് ശരത്സാർ പറഞ്ഞിട്ടുണ്ടായിരുന്നു." രാധാകൃഷ്ണൻ പറഞ്ഞു.

സ്തംഭിച്ചുപോയ ശ്യാം മനോഹർ പെട്ടെന്നുതന്നെ സമനില വീണ്ടെ ടുത്തു.

"ഓക്കെ ഓക്കെ... രാധാകൃഷ്ണൻ ഇനി നമുക്ക് തിരിച്ചുപോകാം. നിങ്ങളുടെ മുതലാളിയുടെ തിരോധാനവുമായി ബന്ധപ്പെട്ടുള്ള സംശ യങ്ങൾ ഓരോന്നായി തീർത്തുകൊണ്ടിരിക്കയാണ്. അതിന്റെ ഭാഗമാണീ പരിശോധനകളെല്ലാം. പുതിയ വിളികളോ മെസ്സേജുകളോ ഒന്നും വന്നിട്ടില്ലല്ലോ."

"ഇല്ല സാർ..."

"ഇത്തരമൊരു നാണക്കേട് തീരെ പ്രതീക്ഷിച്ചില്ല." തിരിച്ച് റൂമിലേക്ക് പോകുന്ന വഴി ശ്യാം മനോഹർ പറഞ്ഞു.

"നമ്മുടെ എതിരാളികളെ നമ്മൾ അണ്ടർ എസ്റ്റിമേറ്റ് ചെയ്യുതോ അതോ അവർ എതിരാളികളല്ലെന്നുണ്ടോ?"

"ഞാനും വല്ലാത്തൊരു കൺഫ്യൂഷനിലാണ്. രാത്രി പന്ത്രണ്ടുമണി യോടെയാണ് നമ്മൾ അവിടെനിന്ന് പോന്നത്. ആ സമയത്ത് ഞാൻ അവിടെക്കണ്ട വാനല്ല ഇപ്പോൾ അവിടെ കിടക്കുന്നത്. അതോ ആ ഇരുട്ടിൽ എനിക്ക് തെറ്റിപ്പോയതോ. അങ്ങനെയാണെങ്കിൽ നമുക്ക് വീഴ്ചയൊന്നും സംഭവിച്ചില്ലെന്നു പറയാം. അതല്ലെങ്കിൽ നമ്മൾ പോന്ന തിനുശേഷം ആ വാൻ മാറ്റി മറ്റൊരു വാൻ അവിടെ കൊണ്ടുചെന്നിട്ടു. ഗോഡൗണിനുള്ളിൽ സംശയാസ്പദമായി ഉണ്ടായിരുന്നതൊക്കെ നീക്കം ചെയ്തു. ഞാൻ വിവക്ഷിക്കുന്നത് ശരത്തിനെ ഇവിടെയാണ് സൂക്ഷിച്ചിരുന്നതെങ്കിൽ അയാളെക്കൂടി ഇവിടെനിന്ന് മാറ്റിക്കഴിഞ്ഞു. ഇതെല്ലാം ഇത്ര കുറഞ്ഞ സമയത്തിനുള്ളിൽ വൃത്തിയായി ചെയ്യാനും നമ്മളെ വിഡ്ഢികളാക്കാനും അവർക്ക് കഴിഞ്ഞിട്ടുണ്ടെങ്കിൽ അതി നർത്ഥം നമ്മൾ തിരയുന്നത് ഒട്ടും നിസ്സാരക്കാരെയല്ല. ആ ടീമിന്റെ നേതൃസ്ഥാനത്ത് അമർ എന്ന മനു പ്രഭാകറാണെങ്കിൽ ആരൊക്കെയാ യിരിക്കും അയാളുടെ ടീമംഗങ്ങൾ? ആലോചിച്ചിട്ട് ആകെ ഒരമ്പരപ്പ്."

●

14

“**സാ**ർ, മാനേജർ രാധാകൃഷ്ണനും സ്റ്റോർ കീപ്പർ അരവിന്ദനും ഇതിലെന്തെങ്കിലും പങ്കുണ്ടെന്ന് തോന്നുന്നില്ല. അവർ രണ്ടുപേരുടെ മുഖത്തും ഒരു തരത്തിലുള്ള പരിഭ്രമവും ദൃശ്യമായില്ലല്ലോ. എന്തെങ്കിലും മറച്ചവയ്ക്കുന്നതായി തോന്നിയിട്ടുമില്ല. സ്വന്തം സ്ഥാപന ത്തിന്റെ മുതലാളിയെ അവരുടെ തന്നെ ഗോഡൗണിൽ സൂക്ഷിച്ചിരുന്ന എന്നുള്ളത് വിശ്വസിക്കാനാവുന്നില്ല. ആ വാഹനം സാറ് കണ്ടു എന്നുള്ള കാര്യമൊഴിച്ചാൽ ബാക്കിയൊന്നും തന്നെ അവരെ ഈ കേസുമായി ബന്ധപ്പെടുത്താനുള്ള കാര്യങ്ങളല്ല.” മോഹൻദാസ് പറഞ്ഞു.

“ആ കെയർ ടേക്കർ അരവിന്ദനെക്കുറിച്ചും നൈറ്റ് വാച്ച്മാൻ ശ്രീധ രനെക്കുറിച്ചും കൂടുതൽ അന്വേഷിക്കേണ്ടതുണ്ട്.”

“നമ്മൾ ശരത്തിന്റെ അടുത്തെത്തി എന്ന തോന്നലാണുണ്ടായിരു ന്നത്.” മോഹൻദാസ് തുടർന്നു. “ഇപ്പോൾ വീണ്ടും തുടങ്ങിയേടത്തുത ന്നെ എത്തി നിൽക്കുകയാണ്. അവർ എവിടേക്കായിരിക്കും ആ വാൻ മാറ്റിയത്? ആ പ്രദേശത്ത് സി.സി.ടി.വി ഉണ്ടെങ്കിൽ നോക്കാമായിരു ന്നു. അവിടെയാണ് ശരത്തിനെ സൂക്ഷിച്ചിരുന്നതെങ്കിൽ ആ വാഹന ത്തിൽ തന്നെയായിരിക്കും അയാളെ കൊണ്ടുപോയിട്ടുണ്ടാവുക.”

“അതിന് തൊട്ടടുത്തുള്ള ജങ്ഷനിൽ സി.സി.ടി.വി ഉണ്ടോ എന്ന് പരിശോധിക്കാം. അതൊരു ചെറിയ അങ്ങാടിയാണ്. കാണാൻ സാധ്യത കുറവാണ്.” വിശ്വനാഥൻ പറഞ്ഞു.

“അത് പ്രശ്നമില്ല. അവിടെനിന്ന് രണ്ടു ഭാഗത്തേക്കുള്ള റോഡുകളിൽ ആദ്യം കാണുന്ന സി.സി.ടി.വിയിൽ നിന്നുള്ള ദൃശ്യങ്ങൾ

പകച്ചുരൾ

കിട്ടിയാൽമതി. രാത്രി 12മണിക്ക് ശേഷമുള്ളത്."

"എനിക്കൊരു സംശയം." വിശ്വനാഥൻ പറഞ്ഞു. "മുഖ്യമന്ത്രിയുടെ സന്ദർശനത്തിന് ഇനി രണ്ട് ദിവസമാണുള്ളത്. പക്ഷേ നമ്മൾ ഇത്ര അടുത്തെത്തി എന്നറിഞ്ഞ സ്ഥിതിക്ക് അവർ അവരുടെ ആക്ഷൻ നേരത്തെ ആക്കാൻ ശ്രമിക്കുമോ?"

"അതിനുള്ള സാധ്യതയുണ്ട്. അവരുടെ ഗോഡൗൺ പോലെ സുര ക്ഷിതമായൊരു സ്ഥലം വേറെ കിട്ടിക്കൊള്ളണമെന്നില്ല. എന്നാൽ ഒട്ടും ആസൂത്രണമില്ലാതെ അവർ എടുത്തുചാടി പ്രവർത്തിക്കാൻ ഒരു സാധ്യതയുമില്ല. തങ്ങളിലൊരാളെപ്പോലും പോലീസിന് വെളിവാക്കുന്ന തരത്തിലായിരിക്കില്ല അവരുടെ ആക്ഷൻ. അവരെന്തെങ്കിലും ചെയ്യുന്ന തിനുവേണ്ടി കാത്തിരിക്കേണ്ട അവസ്ഥയിലാണ് നമ്മൾ."

"നമുക്ക് അവരെ രണ്ടുപേരേയും- ആ രാധാകൃഷ്ണനേയും അരവിന്ദനേ യും അങ്ങ് പൊക്കിയാലോ? നന്നായി ചോദ്യം ചെയ്താൽ അവർക്കെ ന്തെങ്കിലും അറിയുമെങ്കിൽ പറയിപ്പിക്കാമല്ലോ." മോഹൻദാസ് തന്റെ നിർദ്ദേശം മുന്നോട്ടുവെച്ചു.

"നിലവിലെ അവസ്ഥയിൽ അവർക്കെതിരെ എന്ത് തെളിവുകളാണ് നമ്മുടെ കയ്യിലുള്ളത്. കായൽ സീനിൽ അവരുടെ പ്രസൻസ് ഉണ്ടോ? ഇവിടെ അവരുടെ ഭാഗത്തുനിന്ന് സംശയാസ്പദമായ എന്തെങ്കിലും നടപടികൾ ഉണ്ടായിട്ടുണ്ടോ? ആ വാൻ കണ്ട എന്ന എന്റെ വിശ്വാസം ഒഴിച്ചുനിർത്തിയാൽ അവരെ ചോദ്യം ചെയ്യാൻ നമ്മുടെ കയ്യിലൊന്ന മില്ലല്ലോ. ആകെ പ്രതിസ്ഥാനത്ത പറയാനുള്ളത് മനുപ്രഭാകർ എന്ന ആളെക്കുറിച്ചാണ്. അയാളാണ് അമർ എന്ന കാര്യം ഏതാണ്ട് തീർച്ചയാണ്. എന്നാൽ അയാളും മോഡേൺ ഇലക്ട്രിക്കൽസുമായി എന്തെങ്കിലും ബന്ധമുണ്ടോ എന്നതിന് ഒരു സൂചനയും കിട്ടിയിട്ടില്ല. തെളിവുകളുടെ ഒരു കണികപോലുമില്ലാതെ ഒരാളെ ചോദ്യം ചെയ്യുന്നത് അപ്രസക്തമല്ലേ?" ശ്യാം മനോഹർ വിശദീകരിച്ചു.

"സർ മൊബൈലിൽ ആ വാനിന്റെ ഒരു ഫോട്ടോ എടുത്തിരുന്നെ ങ്കിൽ നമുക്ക് തീർച്ച വരുത്താമായിരുന്നു." മോഹൻദാസ് പറഞ്ഞു.

"വിശ്വനാഥന്റെ തോളിലിരുന്ന് കാണാനെങ്കിലും പറ്റിയല്ലോ, അതുതന്നെ വലിയ കാര്യം." ശ്യാം മനോഹർ തിരിച്ചടിച്ചു.

"ഇന്നലെ രാത്രി ആ വാൻ കണ്ടപ്പഴേ പിടിച്ചെടുക്കാത്തത് മണ്ട ത്തരമായിപ്പോയി."

"അതിന് ഇത്രയും ചട്ടലമായൊരു നീക്കമുണ്ടാകുമെന്ന് ആരാണ് പ്രതീക്ഷിക്കുക."

വിശ്വനാഥന്റെ ഫോണിലേക്ക് നിർമ്മലയുടെ കോൾവന്നു.

"സാർ, അച്ഛൻ കാറുമായി പുറത്തേക്ക പോയിട്ടുണ്ട്. എങ്ങോട്ടാണെ ന്ന് ചോദിച്ചിട്ട് ഒന്നം പറഞ്ഞില്ല. എങ്ങോട്ടാണെങ്കിലും പോകണമെ ങ്കിൽ ഷോപ്പിൽനിന്നും ഡ്രൈവറെ വരുത്താമെന്ന് ഞാൻ പറഞ്ഞുനോ ക്കി. സുഖമില്ലാത്ത ഈ സമയത്ത് ഒറ്റയ്ക്ക് ഡ്രൈവ് ചെയ്ത് പോകണ്ടാന്ന് പറഞ്ഞെങ്കിലും ഒന്നം പറയാതെ ഓടിച്ചപോവുകയാണുണ്ടായത്."

"എത്ര സമയമായി പോയിട്ട്? ഏത ഭാഗത്തേക്കാണ് പോയത്? വണ്ടി നമ്പർ ഒന്ന പറയാമോ?"

"ഒരു അഞ്ചുമിനുട്ട് ആയതേയുള്ള. മെയിൻ റോഡിൽ ടൗൺ ഭാഗ ത്തേക്കാണ് പോയത്." നിർമ്മല വണ്ടി നമ്പർ പറഞ്ഞുകൊടുത്തു.

"ഞങ്ങൾ അന്വേഷിക്കാം നിർമ്മല. എന്തെങ്കിലും അത്യാവശ്യ ത്തിനോ ആരെയെങ്കിലും കാണാനോ പോയതായിരിക്കും."

"നല്ല സുഖമില്ലാത്ത അവസ്ഥയിൽ ശരിക്കും ഡ്രൈവ് ചെയ്യാൻ പോല്യം കഴിയില്ല. അതാണ് പേടി. ശരത്തേട്ടന്റെ എന്തെങ്കിലും വിവ രങ്ങൾ?"

"പുതുതായി ഒന്നുമില്ല. വിജയൻസാറിന്റെ കാര്യം അന്വേഷിക്കാം. ആ സെക്യൂരിറ്റിക്കാരോട് പറഞ്ഞോ? ഇല്ലെങ്കിൽ അവരോട്ടം സൂചി പ്പിച്ചോളൂ."

"ശരി..."

"ശ്യാം സാറേ, സംഗതി അപകടത്തിലായി എന്നാ തോന്നുന്നേ..."

"എന്തേ വിശ്വനാഥൻ?"

"നിർമ്മലയാണ് വിളിച്ചത്. വിജയൻസാറ് ഒന്നും പറയാതെ കാറിൽ കയറി ഡ്രൈവ് ചെയ്ത് പോയത്രേ."

"ഉടൻ കൺട്രോൾ റൂമിലേക്ക് വിളിച്ചു വണ്ടി നമ്പർ കൊട്ടുക്ക. ഇപ്പോൾ എവിടെയുണ്ടെന്ന് ടൗണിൽ മുഴുവൻ അരിച്ചപെറുക്കാൻ പറയ്യ. നമ്മൾ ഡ്യൂട്ടിക്കിട്ട ആളെന്താ ഇതുവരെ വിളിക്കാത്തത്? അയാൾ എന്തുകൊണ്ട് ഫോളോ ചെയ്യില്ല?"

"ഞാൻ വിളിച്ചു പറയാം."വിശ്വനാഥൻ കൺട്രോൾ റൂമിലേക്ക് വിളിച്ച് കാര്യങ്ങൾ വിശദീകരിച്ചു. വിജയൻസാറിന്റെ വീടിനമുമ്പിൽ പ്രത്യേക ഡ്യൂട്ടിക്കിട്ട പോലീസുകാരൻ നൗഷാദിനെ വിളിച്ചു.

"സാർ, ഞാൻ വിജയൻസാറിന്റെ കാർ ബൈക്കിൽ ഫോളോ ചെയ്ത കൊണ്ടിരിക്കയാണ്. ബീച്ചിനടത്തേക്കാണ് ഇപ്പോൾ പോയിക്കൊ ണ്ടിരിക്കുന്നത്. ഹെവി ട്രാഫിക്കാണ്. കാർ മിസ്സാവുമോ എന്നൊരു

പകച്ചരുൾ

ഭയമുണ്ട്. ഞാൻ കുറച്ച ദൂരെയാണ്. മുന്നോട്ട നീങ്ങാൻ ഒരു നിർവ്വാഹ വുമില്ല. ഞാൻ വിളിക്കാം."

"സാർ, നമ്മുടെ ആള് വിജയൻസാറിന്റെ പിന്നാലെയുണ്ട്. ബീച്ചിന്റെ ഭാഗത്താണ്. നമുക്കം അങ്ങോട്ട നീങ്ങിയാലോ?"

"പെട്ടെന്ന പോകാം. പക്ഷേ ഞാനാലോചിക്കുന്നത് വിജയൻസാ റിന് എങ്ങനെയാണൊരു ഇൻഫർമേഷൻ പാസ് ചെയ്തിട്ടുണ്ടാവുക? വിളിച്ചപറഞ്ഞിട്ടുണ്ടെങ്കിൽ നമുക്ക് വിവരം കിട്ടേണ്ടതായിരുന്നു. ആരെങ്കിലും കത്തായിട്ട് കൊടുക്കുകയാണെങ്കിലും നമ്മളറിയും. ഒരു സാധാരണ മെസ്സേജ് ആയൊന്നും അയയ്ക്കാൻ സാധ്യതയില്ല. കാരണം വിജയൻസാറിനെപ്പോലൊരാൾ അതൊന്നും നോക്കാനേ സാധ്യതയി ല്ല. ആരും ആവശ്യപ്പെടാതെ അദ്ദേഹം ധൃതിപ്പെട്ട് പുറത്തിറങ്ങാൻ ഒരു സാധ്യതയുമില്ല. അങ്ങിനെയെങ്കിൽ ഒരു വഴിയേ ഉള്ളൂ." എന്താണ് വഴിയെന്ന് ശ്യാം പറഞ്ഞില്ല.

ബ്ലോക്കുകളൊക്കെ മറികടന്ന് അവർ ബീച്ചിൽ നൗഷാദ് പറഞ്ഞ സ്ഥലത്തെത്തുമ്പോൾ വിജയൻസാറിന്റെ കാറിനചുറ്റിലും നടന്നു നോക്കുകയായിരുന്നു നൗഷാദ്.

"സാർ, വിജയൻസാർ കാറിലില്ല."

ശ്യാം കാറിനു ചുറ്റുമുള്ള ടയർപാടുകൾ നോക്കിപ്പറഞ്ഞു. "ഒരു വാഹനം ഇവിടെ എത്തിയിട്ടുണ്ട്. വിജയൻസാറിനെയും കയറ്റി പൊയ്ക്ക ളഞ്ഞു. ഇവിടെനിന്ന് മുന്നോട്ടുള്ള എല്ലാ വഴികളും ചെക്ക് ചെയ്യാം. ഒരുപക്ഷേ നമ്മെ വഴിതെറ്റിക്കാനുള്ള ഒരടവായിരിക്കും ബീച്ചിലേക്ക് വരാൻ പറഞ്ഞത്. ഈ ഭാഗത്ത് സി.സി.ടി.വി ക്യാമറകളൊന്നുമില്ല ല്ലോ."

അവർ സിറ്റിയുടെ പലഭാഗങ്ങളിലുമായി അലഞ്ഞുതിരിഞ്ഞു. ഏത് വാഹനമാണെന്നറിയാത്തതുകൊണ്ട് അന്വേഷണത്തിൽ പുരോഗതി യൊന്നുമുണ്ടായില്ല.

അവർ മോഡേൺ ഇലക്ട്രിക്കൽസിന്റെ ഷോറൂമിലേക്കുചെന്നു. മാനേജർ ഷോപ്പിലുണ്ടായിരുന്നില്ല. മാനേജരെ ഫോണിൽ ബന്ധപ്പെ ടാൻ ശ്രമിച്ചെങ്കിലും ഔട്ട് ഓഫ് റീച്ചായിരുന്നു.

"നമുക്ക് ആ ഗോഡൗൺ വരെയൊന്നു പോയി നോക്കാം."

ഗോഡൗണിൽ അരവിന്ദൻ മാത്രമേ ഉണ്ടായിരുന്നുള്ളൂ.

"മാനേജർ രാധാകൃഷ്ണൻ ഇങ്ങോട്ട വന്നിരുന്നോ?"

"ഇല്ലല്ലോ, ഒരുമണിക്കൂർ മുമ്പ് ഒരു വാനിൽ ലോഡ് കേറ്റാൻ അയയ്ക്കു ന്നുണ്ടെന്ന് സാറ് വിളിച്ചുപറഞ്ഞിരുന്നു. ലോഡ് കയറ്റി അയയ്ക്കുകയും ചെയ്തു. സാറിങ്ങോട്ടുവന്നില്ല."

അവർ ഗോഡൗണിൽനിന്നു മടങ്ങി.

"നേരെ വിജയൻസാറിന്റെ വീട്ടിലേക്കു പോകാം. വീട്ടിൽനിന്ന് എന്തെങ്കിലും സൂചനകൾ കിട്ടിയാലോ."

അവർ ചെല്ലുമ്പോൾ പരിഭ്രമത്തോടെ പുറത്തുനിൽക്കുന്ന നിർമ്മല യെയാണ് കണ്ടത്.

"സാർ അച്ഛനെന്താണ് പറ്റിയത്? കാറിൽ അച്ഛനുണ്ടായിരുന്നില്ല എന്ന് പോലീസുകാരൻ പറഞ്ഞു. അച്ഛനെ ആരെങ്കിലും കൊണ്ടുപോ യതാണോ?"

"ഇപ്പോൾ ഒന്നും പറയാറായിട്ടില്ല. ഈ ജില്ലയിലെ പോലീസ് ഫോഴ്സ് മുഴുവനുമിപ്പോൾ വിജയൻസാറിനെ തിരഞ്ഞുകൊണ്ടിരി ക്കയാണ്. മുഖ്യമന്ത്രി വരുന്നതിന്റെ സുരക്ഷാ ചുമതലകൾക്കിടയിൽ പോലും   ഈ അന്വേഷണത്തിന്റെ ഭാഗമാകാൻ എല്ലാവരോടും പറഞ്ഞിട്ടുണ്ട്. പഴുതടച്ച അന്വേഷണമാണ് നടക്കുന്നത്. ഒന്നുരണ്ട് കാര്യങ്ങൾ നിർമ്മലയോട് ചോദിക്കാനുണ്ട്."

"എന്താ സാർ?"

"ഫോണിലൂടെ എന്തെങ്കിലും നിർദ്ദേശങ്ങൾ സാറിനോ നിർമ്മല യ്ക്കോ കിട്ടിയിരുന്നോ?"

"എന്റെ ഫോണിലേക്ക് ഒന്നും വന്നിട്ടില്ല. ശരത്തേട്ടന്റെ വിവരങ്ങൾ എന്തെങ്കിലും കിട്ടുമോ എന്ന് പ്രതീക്ഷിച്ച് എപ്പോഴും ഫോൺ എന്റെ കയ്യിലുണ്ടാകും. അച്ഛൻ മിക്കവാറും മുറിയടച്ച് ഉള്ളിൽ തന്നെയായ തുകൊണ്ട് അച്ഛന് ഫോൺവന്നോ മെസ്സേജ് വന്നോ എന്നൊന്നും ഞാനറിഞ്ഞിട്ടില്ല. ഞാനെത്ര ചോദിച്ചിട്ടും എന്നോടൊന്നും പറയാൻ തയ്യാറായില്ല. കുറച്ചുവെള്ളം ചോദിച്ചത് കൊട്ടക്കാനായി ചെന്ന പ്പോഴാണ് ഡ്രസ് മാറ്റിയത് കണ്ടത്. എങ്ങോട്ടാണ് പോകുന്നതെന്ന് ചോദിച്ചപ്പോൾ പോയിട്ടുവരാം എന്നുമാത്രമാണ് പറഞ്ഞത്. ഞാൻ ഷോപ്പിലേക്കു വിളിച്ച് ഡ്രൈവറെ അയയ്ക്കാൻ പറയാൻ ശ്രമിച്ചെങ്കി ലും വേണ്ട എന്നു പറഞ്ഞ് വണ്ടിയെടുക്കുകയാണുണ്ടായത്. മുഖത്തെ ഭാവമൊക്കെ വല്ലാതെ മാറിയതായി തോന്നി. അതുകൊണ്ടാണ് പോയ ഉടൻതന്നെ സി.ഐ സാറിനെ വിളിച്ചത്."

"വിജയൻസാറിന്റെ മൊബൈലിൽ വിളിച്ചോ?"

"നോക്കി, ഫോൺ സ്വിച്ച്ഡ് ഓഫാണ്."

"സാറിന്റെ മുറിയൊന്ന നോക്കട്ടെ."

"പൂട്ടിയിട്ടില്ല."

എന്തെങ്കിലും എഴുത്തുകളോ കവറുകളോ ഭീഷണിക്കത്തിന്റെ സൂചനകളോ അവർക്ക് കണ്ടെത്താനായില്ല. മൊബൈൽ ഫോൺ അവിടെ ഉണ്ടായിരുന്നില്ല.

"സാറിന് ഡയറി എഴുതുന്ന ശീലമുണ്ടോ?"

"ഡയറി ഉണ്ട്. എന്തെങ്കിലും പ്രധാനപ്പെട്ട വരവുചെലവുകൾ മാത്രമേ അതിൽ എഴുതിയിരുന്നുള്ളൂ. കുറച്ചുവർഷങ്ങളായി അതും ഇല്ല."

"ഈ മേശയുടെ വലിപ്പകളുടെ താക്കോൽ എവിടെ?"

"അതാ, ചുമരിലെ കലണ്ടറിനുമുകളിൽ തൂക്കിയിട്ടുണ്ട്. "

അവർ മേശ വലിപ്പ് തുറന്നു.

അതിലുള്ളതെല്ലാം പുറത്തേക്കിട്ട തിരഞ്ഞെങ്കിലും പ്രയോജനപ്രദ മായൊന്നും അവർക്ക് കിട്ടിയില്ല.

അവർ പുറത്തിറങ്ങി.

"നിർമ്മല ധൈര്യമായിരിക്ക്. രാത്രിയോടെ എന്തെങ്കിലും പോസി റ്റീവായ വിവരം കിട്ടും. വീടിനുപുറത്ത് കുറച്ച പോലീസുകാരെക്കൂടി ഡ്യൂട്ടിക്കിട്ടിട്ടുണ്ട്. ഒറ്റയ്ക്ക കഴിയാൻ ബുദ്ധിമുട്ടുണ്ടെങ്കിൽ ഒരു വനിതാ പോലീസിനെ അയയ്ക്കാം."

"വേണ്ട സാർ, ജോലിക്കാരി ഇന്നിവിടെ എന്റെ കൂടെ ഉണ്ടാകും. അതുമതി."

"വിശ്വനാഥൻ, ആ ഗോഡൗണിനു ചുറ്റം ഒരു നിരീക്ഷണം ഏർപ്പെട ത്താൻ എന്താണ് വഴി?" കാറിലിരുന്നപ്പോൾ ശ്യാം മനോഹർ ചോദിച്ചു.

"ഗോഡൗണിനു ചുറ്റം തിരസ്സായ ഏരിയയാണ്. അവിടെ രഹസ്യ മായ നിരീക്ഷണം പ്രായോഗികമല്ല. ആ ജംഗ്ഷനിലെ ഏതെങ്കിലും കടമുറികളിലെ മുകൾത്തട്ടുകളിലിരുന്ന് ബൈനോക്കലർ ഉപയോഗിച്ച് ശ്രമം നടത്താം. ഞാൻ വിളിച്ച് ഏർപ്പാടാക്കാം."

"എന്റെ സംശയം മറ്റൊന്നാണ്." മോഹൻദാസ് പറഞ്ഞു. "ആ ഗോഡൗൺ ഒരാളെ ഒളിപ്പിക്കാൻ പറ്റിയ സ്ഥലം തന്നെ. പക്ഷേ, അത്ര പെട്ടെന്ന് ഒരാളെയും ആ വാനം അവിടെനിന്ന് മാറ്റണമെങ്കിൽ അവർക്കിതേ രൂപത്തിൽ മറ്റൊരു സ്ഥലം കൂടിവേണ്ടേ?"

"ആ ഗോഡൗണിനുള്ളിൽ ഭ്രമിക്കടിയിലേക്ക് വല്ല രഹസ്യമുറികളും ഉണ്ടാകുമോ? സാധനങ്ങൾ അടുക്കിവെച്ചതുകൊണ്ട് നമുക്ക് പരിശോധിക്കാനും കഴിഞ്ഞില്ല." ശ്യാം മനോഹർ പറഞ്ഞു.

"നല്ല കാര്യം. സ്വന്തം സ്ഥാപനത്തിന്റെ ഗോഡൗണിന്റെ നിലവറയിൽ സ്ഥാപനത്തിന്റെ മുതലാളിയെത്തന്നെ പൂട്ടിയിടുക. അവിടെ ഒരു നിലവറയുണ്ടെങ്കിൽ അതീ ശരത്ത് തന്നെ നിർമ്മിച്ചതായിരിക്കുമല്ലോ." മോഹൻദാസ് അഭിപ്രായപ്പെട്ടു.

"ചിലപ്പോൾ അയാളുടെ എന്തെങ്കിലും രഹസ്യങ്ങൾ സൂക്ഷിക്കാനായി അയാൾ നിർമ്മിച്ചതാകാം. അല്ലെങ്കിൽ..." ശ്യാം മനോഹർ വാചകം പാതിയിൽ നിർത്തി.

"അതല്ലെങ്കിൽ?"

"അത് പറയണമെങ്കിൽ ആ കെയർ ടേക്കർ എത്ര കാലമായി അവിടെയുണ്ട് എന്നറിയണം. അയാൾ എങ്ങനെ ഇവിടെ എത്തിപ്പെട്ടു എന്നറിയണം. അയാളെ ആരാണ് നിയമിച്ചത് എന്നറിയണം. അയാളുടെ വേര് എബൗട്ടുകളൊക്കെ അറിയണം. അയാൾ നമ്മളറിഞ്ഞതോ അറിയാത്തതോ ആയ, വിജയൻസാറിന്റെ ശത്രുപക്ഷത്തുള്ള ഒരാളാണെങ്കിൽ അയാൾ അവിടെ എത്തിയതോ, അയാളെ അവിടെ എത്തിച്ചതോ കൃത്യമായ ഉദ്ദേശത്തോടുകൂടി ആയിരിക്കും. എങ്കിൽ ആ നിലവറ നിർമ്മിച്ചത് അയാളായിരിക്കും. ചിലപ്പോൾ മറ്റാരുമറിയാതെ ഏറെക്കാലമായി ഒരു നിലവറയും നിർമ്മിച്ച് ഇരയെ പ്രതീക്ഷിച്ചിരിക്കുകയായിരിക്കും അയാൾ. അങ്ങനെയെങ്കിൽ ഇതുവരെ ശരത്തിനെ പാർപ്പിച്ചിരുന്ന ആ നിലവറയിൽ ഇപ്പോൾ വിജയൻസാറുകൂടിയുണ്ടാവും."

"ഇതൊക്കെ വെറും ഭാവനയല്ലേ. അവിടെ അങ്ങനെയൊരു നിലവറ ഉണ്ട് എന്നതിന് യാതൊരു തെളിവുമില്ലല്ലോ. എന്തുമാത്രമല്ല, മുഖ്യപ്രതിയെന്നു കരുതുന്ന മനു പ്രഭാകറിന് ഈ കഥയിൽ ഒരു റോളും കൊടുക്കാനാവുന്നില്ലല്ലോ. അയാളെയും ശരത്തിന്റെ സ്ഥാപനത്തെയും ബന്ധപ്പെടുത്തുന്ന ഒറ്റ തെളിവുപോലും കയ്യിലില്ലല്ലോ." വിശ്വനാഥൻ തന്റെ അഭിപ്രായം വെളിപ്പെടുത്തി.

"ഞാൻ കരുതുന്നത്, ഈ ഗൂഢാലോചനയുടെ മുഴുവൻ ആസൂത്രണവും നടത്തിയിരിക്കുന്നത് മനു പ്രഭാകറായിരിക്കും. ബുദ്ധിപൂർവ്വം കളിക്കാൻ കഴിയുന്ന ഒരാൾ. അയാളുടെ സഹായികളിലൊരാൾ ഷോപ്പിലും മറ്റൊരാൾ ഗോഡൗണിലുമുണ്ട്. ശരത്തിന്റെ എല്ലാ നീക്കങ്ങളും ഇവർ വഴി അയാളറിയുന്നുണ്ട്. ശരത്തിന്റെ ഏതോ ഒരു സുഹൃത്തിൽനിന്നും

കിട്ടിയ വിവരങ്ങളനുസരിച്ച് ഈ വർഷത്തെ യാത്രയിലേക്ക് അയാൾ ബോംബേ ഇറങ്ങുന്നെന്ന ഇരുപ്പച്ചീട്ട് കാട്ടി ശരത്തിനെയും കൂട്ടുകാരെ യും ആകർഷിക്കുന്നു. സ്ഥാപനത്തിന്റെ തന്നെ പഴയൊരു വാൻ ഈ ആവശ്യത്തിലേക്കായി ഉപയോഗിക്കുന്നു. ഗോഡൗണിലെ സഹായി വാനിൽ ശരത്തിനെക്കയറ്റി ഇവിടെ ഗോഡൗണിലെത്തിച്ച് നിലവ റയിലിട്ട് പൂട്ടുന്നു. അവർ ഇടയ്ക്കെങ്കിലും വെള്ളമോ ഭക്ഷണമോ കൊടുത്തിട്ടുണ്ടെങ്കിൽ അയാൾ ഇപ്പോഴും ജീവനോടെ ഉണ്ടാവും. എന്തെങ്കിലും മയക്കുമരുന്ന് കുത്തിവെച്ച് സ്ഥിരമായി ബോധമില്ലാത്തവ നാക്കി മാറ്റിയിട്ടുണ്ടാകും. അവർക്കുവേണ്ടത് വിജയൻസാറിനെയാണ്. സ്വന്തം മകൻ മരണാസന്നനായി കിടക്കുന്ന കാഴ്ച വിജയൻസാറിനെ കാണിക്കുകയാണ് അവരുടെ ലക്ഷ്യം. പ്രതികാരമെന്നത് കേവല മൊരാളുടെ ജീവനെടുക്കൽ മാത്രമല്ല. തങ്ങൾ അനുഭവിച്ച അതേ മാനസികാവസ്ഥയിലേക്ക് ശത്രുവിനെ കൊണ്ടുവരൽ കൂടിയാണ്. തീർച്ചയായും വിജയൻസാറിനെ കാണിക്കാൻ വേണ്ടിയായിട്ടെങ്കിലും അവർ ശരത്തിന്റെ ജീവൻ നിലനിർത്തിയിട്ടുണ്ടാവും."

"സാറ് എല്ലാം നേരിട്ട് കണ്ടതുപോലെയാണല്ലോ പറയുന്നത്. ഇതിൽ ചില ലൂപ് ഹോളുകളുണ്ട്. ശരത് അപ്രത്യക്ഷനായിട്ട് ഏതാനും ദിവസങ്ങളേ ആയുള്ളൂ. ബിസിനസിൽ നല്ല പരിചയമുള്ള ആളാണയാൾ. അയാൾ നേരിട്ട് ബിസിനസ് നടത്തുമ്പോൾ അയാളുടെ കീഴിലുള്ള ഏതാനും ജീവനക്കാർ അയാൾക്കെതിരെ ഗൂഢാലോചന നടത്തിക്കൊണ്ടിരുന്നു എന്നു പറയുന്നതിൽ ചെറിയ അപാകതയുണ്ട്. മിക്ക ജോലിക്കാരെയും അയാൾ തന്നെയാണ് നിയമിച്ചിട്ടുണ്ടാവുക. കുറേ വർഷങ്ങളായി അയാൾക്കെതിരെ പടയൊരുക്കം നടത്തുന്നു ണ്ടെങ്കിൽ അയാൾക്ക് എങ്ങനെയെങ്കിലും വിവരം കിട്ടാതിരിക്കില്ല. അപ്പോൾ അയാളുടെ ഭാര്യയോടെങ്കിലും സൂചിപ്പിച്ചിരിക്കാനിടയുണ്ട്. നിർമ്മല അത്തരമൊരു സൂചനപോലും തന്നിട്ടില്ല. മാത്രവുമല്ല ഒരു ജീവനക്കാരനെക്കുറിച്ചും നിർമ്മല ഒരു പരാതിയും പറഞ്ഞിട്ടില്ല. ഇതുവരെ നമ്മൾ സംസാരിച്ചിട്ടുള്ള ജീവനക്കാരാരും എന്തെങ്കിലും മറച്ചുവയ്ക്കുന്ന രീതിയിൽ സംസാരിച്ചിട്ടുമില്ല. എല്ലാം കൂട്ടിവായിക്കുമ്പോൾ ആ സ്ഥാപനവുമായി ബന്ധമില്ലാത്ത ആരൊക്കെയോ ആണ് ഈ തട്ടിക്കൊണ്ടുപോകലിനു പിന്നിൽ എന്നാണ് എനിക്ക് തോന്നുന്നത്." മോഹൻദാസ് തന്റെ അഭിപ്രായം പറഞ്ഞു.

"വിശ്വനാഥൻ, ഇന്ന് നമുക്കൊരു തയ്യാറെടുപ്പ് നടത്തേണ്ടിവരും. നമ്മളിൽ മൂന്നുപേരും ഓരോ സ്ഥലത്തായി ക്യാമ്പ് ചെയ്യണം. ഞാൻ ഗോഡൗണിനു മുമ്പിലുണ്ടാകും. മോഹൻദാസ് ഷോപ്പിന്റെ പരിസരത്ത്

നിൽക്കട്ടെ. വിശ്വനാഥൻ വിജയൻസാറിന്റെ വീടിന്റെ പരിസരത്തും. കൂട്ടിന് നമുക്ക് രണ്ടോ മൂന്നോ പേരെ വേണം. വാഹനങ്ങളും വേണം. സംശയാസ്പദമായി എന്തു കണ്ടാലും അറിയിക്കണം. നിരന്തരം കോൺടാക്ട് ചെയ്യണം. ഈ ലക്ഷ്യം വെച്ചുകൊണ്ട് രണ്ടോ മൂന്നോ പോലീസ് വാഹനങ്ങൾ ഇന്നുരാത്രി നഗരത്തിന്റെ പല ഭാഗങ്ങളിൽ കൂടി കറങ്ങിക്കൊണ്ടിരിക്കണം. നമ്മുടെ എതിരാളികളുടെ പ്ലാനിംഗിനെ അപ്രതീക്ഷിതമായ നീക്കങ്ങളിലൂടെ പൊളിച്ചാലേ അവരുടെ ഭാഗത്തു നിന്ന് പിഴവുകളുണ്ടാകൂ. അത്തരമൊരു പിഴവിലൂടെ മാത്രമേ അവരെ നമുക്ക് പിടിക്കൂടാനാവൂ."

"ഇതെല്ലാം അറേഞ്ച് ചെയ്യാം. എന്റെ മൂന്ന് എസ്.ഐമാരോട് വാഹനങ്ങളിൽ റോന്ത് ചുറ്റാൻ ആവശ്യപ്പെടാം. എന്റെ സഹപ്രവർത്ത കരിൽനിന്ന് മിടുക്കന്മാരായ എട്ടുപത്ത് പേർ ഇന്ന് രാത്രി നമ്മളുടെ കൂടെ ഉണ്ടാകും. പക്ഷേ ഇന്ന് രാത്രി എന്തെങ്കിലും നടക്കുമെന്ന് സാറ് പ്രതീക്ഷിക്കുന്നുണ്ടോ? ശരത്തിനെ കൊണ്ടുപോയിട്ട് ഇത്രയും ദിവസമാ യിട്ട് അവരൊന്നും ചെയ്തില്ലല്ലോ. അതുപോലെ വിജയൻസാറിനെയും ദിവസങ്ങളോളം ടോർച്ചർ ചെയ്യാനാണ് ഉദ്ദേശമെങ്കിൽ ഈ ഒരുക്ക ങ്ങൾ കൊണ്ട് പ്രയോജനമുണ്ടാവില്ലല്ലേ?"

"അങ്ങനെയല്ല വിശ്വനാഥൻ. ശരത്തിനെപ്പോലെയല്ല വിജയനാ രായണൻ സാറിന്റെ ശാരീരികാവസ്ഥ. സ്വന്തം മകന്റെ ദയനീയമായ അവസ്ഥ അയാളെ കാണിക്കുന്നതിലൂടെ തന്നെ അവരുടെ ഉദ്ദേശം പൂർത്തിയാകും. പിന്നെ അവർ തീരുമാനിച്ച കാര്യം നടപ്പാക്കുമെന്നറ പ്പാണ്. അതിനായി അവർ ഒട്ടും കാത്തുനിൽക്കാൻ ഇടയില്ല. മാത്രവുമല്ല, നമ്മുടെ നീക്കങ്ങളെക്കുറിച്ച് അവർ അറിയുന്നുണ്ടെന്നത് വ്യക്തമാണ ല്ലോ. അവരുടെ അടുത്തേക്ക് നമ്മളെത്തുന്നതിനുമുമ്പുതന്നെ കാര്യങ്ങൾ അവസാനിപ്പിക്കുകയായിരിക്കും അവർ ചെയ്യുക. അതുകൊണ്ടാണ് ഇന്ന് രാത്രി നിർണായകമാണെന്ന് ഞാൻ പറയുന്നത്."

"ഓക്കെ സാർ, ഞാനൊന്ന് സ്റ്റേഷനിൽപോയി വേണ്ട അറേഞ്ച്മെ ന്റുകളൊക്കെ ചെയ്ത് വൈകീട്ട് ഏഴുമണിയോടെ ഇവിടെ എത്താം. നമ്മുടെ പല സംഘങ്ങളും ടൗണിൽ ചുറ്റിക്കറങ്ങുന്നുണ്ട്. എന്റെ സർക്കി ളിനു കീഴിലുള്ള എല്ലാ എസ്.ഐമാർക്കും ഈ വിവരങ്ങൾ അറിയാം. എല്ലാവരും നിരന്തരം ബന്ധപ്പെടുന്നുമുണ്ട്."

വിശ്വനാഥൻ ഇറങ്ങിയതിനുശേഷം ശ്യാം മനോഹർ പറഞ്ഞു.

"വിശ്വനാഥൻ ആളൊരു ജെന്റിൽമാനാണ്. നമ്മുടെ പോലീസ് സേനയിൽ ഇത്തരം ആളുകൾ വളരെ കുറവാണ്."

"തീർച്ചയായും. ബുദ്ധിപൂർവ്വം ചിന്തിക്കുന്ന നല്ല പ്രാക്ടിക്കൽ സെൻസുള്ള ആളാണ്. ഏതൊരു ടീമിലും കൂടെക്കൊണ്ടു നടക്കാൻ പറ്റും."

"മോഹൻദാസ് നേരത്തെ പറഞ്ഞ സംശയമില്ലേ. ഈ സ്ഥാപ നവുമായി ബന്ധമുള്ളവരായിരിക്കില്ല ഇതിനു പിന്നിലെന്നത്. ആ നിരീക്ഷണം ശരിയല്ല. അതിന് ഒരു ചെറിയ വിശദീകരണം കൂടി തരാം. നമ്മളീ അന്വേഷണത്തിലൂടെ എത്തിച്ചേർന്നത് എവിടെയാണ്? വളരെക്കാലം മുമ്പ് നടന്ന ചില സംഭവങ്ങളുടെ പകരംവീട്ടലോ പ്രതികാരം തീർക്കലോ ആയിരിക്കും എന്നാണല്ലോ. പ്രതികാരം വീട്ടാൻ സാധ്യതയുള്ള കുറേ ആളകളേയും നാം കണ്ടെത്തി. അവർക്ക് പ്രതികാരം വീട്ടേണ്ട ആളകൾ എവിടെയും ഒളിച്ചിരിക്കുന്നവരല്ല. ശരത് എറെക്കുറെ മുഴവൻ സമയം പുറത്ത് ജീവിക്കുന്നവനാണ്. വിജയൻസാ റാകട്ടെ പകൽ വീട്ടിലാണെങ്കിലും വൈകീട്ട് ക്ലബ്ബിൽ ചിലവഴിക്കുന്ന ആളമാണ്. പ്രതികാരം വീട്ടാനുള്ള ആളകൾക്ക് ഒരു കള്ളത്തോക്കും സംഘടിപ്പിച്ചവന്ന് ഇവർ രണ്ടുപേരെയും എവിടെവെച്ചും അവസാനി പ്പിക്കാവുന്നതേയുള്ളൂ. പക്ഷേ അങ്ങനെയല്ല ഇവരീ പ്രതികാരത്തെ കണ്ടിരിക്കുന്നത്. ഒരർത്ഥത്തിൽ ജീവിതത്തിൽ ശിക്ഷ അനുഭവിച്ച കഴിഞ്ഞവരാണ് ഈ ചെറുപ്പക്കാർ. ഇനി ഒരു കുറ്റകൃത്യം കൂടി ചെയ്ത് ശിഷ്ടജീവിതത്തിലും ശിക്ഷ അനുഭവിക്കാൻ അവർ തയ്യാറല്ല. എന്നാൽ പ്രതികാര ദാഹം ഒരിക്കലും നിലച്ചിട്ടുമില്ല. അവസരത്തിനുവേണ്ടി വർഷ ങ്ങളോളം കാത്തിരിക്കുകയാണനവർ. ഇത്രയും വർഷങ്ങൾ ക്ഷമയോടെ ഒളിത്താവളമാകാൻ ഏറ്റവും നല്ല സ്ഥലമേതാണ്? തീർച്ചയായും അത് ശത്രുവിന്റെ പാളയത്തിൽ തന്നെയാണ്. മറ്റൊരു ഐഡന്റിറ്റിയിൽ ശത്രുവിന്റെ പാളയത്തിൽ കയറിപ്പറ്റുകയും അവരുടെ വിശ്വസ്ഥനായി മാറുകയും ചെയ്താൽ അവസരങ്ങൾ താനെ മുന്നിലേക്കവരും. അങ്ങനെ കിട്ടിയ ഒരവസരത്തെയാണ് അവർ കായൽ യാത്രയിൽ ഉപയോഗ പ്പെടുത്തിയത്. നമ്മുടെ ഇടപെടൽ ഇല്ലായിരുന്നെങ്കിൽ മിക്കവാറും മുഖ്യമന്ത്രി വരുന്ന ദിവസം തന്നെയായിരിക്കും അവർ അവരുടെ പ്രധാന ലക്ഷ്യത്തിനായി തെരഞ്ഞെടുക്കുക. അച്ഛനെയും മകനെയും പൂർണമായി ഇല്ലാതാക്കിക്കഴിഞ്ഞാൽ ഒരു പക്ഷേ പ്രതികളുടെ ഒരു സൂചനപോലും അവശേഷിപ്പിക്കാതെ അവർക്ക് രക്ഷപ്പെടാൻ സാധി ക്കുമായിരുന്നു. അവർക്ക് മറ്റൊരു പേരിൽ ഒളിച്ചിരിക്കാനും എല്ലാം സമയാസമയം തന്നെ ആസൂത്രണം ചെയ്യാനും ആ സ്ഥാപനത്തെ മറയാക്കാൻ കഴിഞ്ഞു എന്നതന്നെയാണ് ഞാൻ വിശ്വസിക്കുന്നത്. അവർ ആരൊക്കെയാണെന്നോ എത്രപേരുണ്ടെന്നോ നമുക്കറിയില്ല.

ഇപ്പോഴും നമ്മുടെ അന്വേഷണ രീതികൊണ്ട് മാത്രമാണ് ഈ കേസി നെക്കുറിച്ചുള്ള ഒരു ചെറിയ വാർത്തപോലും ഒരു മീഡിയയിലും പ്രത്യക്ഷപ്പെടാതിരിക്കുന്നത്. മനു പ്രഭാകർ തന്നെയാണ് അമർ എന്ന തെളിയിക്കാൻ ബുദ്ധിമുട്ടില്ല. സാദിഖ് ഉൾപ്പെടെയുള്ളവരെ വിളിച്ചവരുത്തിയാൽമതി. പക്ഷേ ശരത്തിനെ അവിടെനിന്ന് തട്ടിക്കൊണ്ടുപോയത് അമർ ആണെന്ന് തെളിയിക്കാൻ നമ്മുടെ കയ്യിലൊന്നുമില്ല. അതിന് ലത്തീഫിനെ കണ്ടെത്തേണ്ടിവരും. അനുപയോഗിച്ച മൊബൈലും സിമ്മുമൊക്കെ എപ്പോഴോ മാറ്റിയിട്ടുണ്ടാകും. അന്ന് കായൽ തീരത്ത് കണ്ടു എന്ന് പറയപ്പെടുന്ന വാൻ നമുക്ക് പിടിക്കിടാനായാൽ അതൊരു തെളിവാകുമായിരുന്നു. അതിലൂടെ പിടിച്ച കയറിയാൽ മുഴുവൻ തെളിവും നമ്മുടെ കയ്യിലെത്തിയേനെ. അതും നഷ്ടപ്പെട്ടു. തെളിവുകൾ അവശേ ഷിപ്പിക്കാതെ കുറ്റകൃത്യം ചെയ്യാനൊരുങ്ങുന്നവരെ പിടിക്കടാൻ അത്ര എളുപ്പമാവില്ല.”

“ഏത് കുറ്റകൃത്യത്തിലും വിലപ്പെട്ടൊരു തെളിവ് ബാക്കി വയ്ക്കുമെന്നാ ണല്ലോ പറയുന്നത്.”

“അത് കുറ്റാന്വേഷണ നോവലുകളിൽ മാത്രം. ഏത് അന്വേഷ ണോദ്യോഗസ്ഥനേയും കബളിപ്പിക്കാനാവുന്ന നിരവധി കുറ്റവാളികൾ നമ്മുടെ സമൂഹത്തിലുണ്ട്. കേസിനെപ്പറ്റി കേൾക്കുമ്പോൾതന്നെ ചാടിക്കേറി ഇരുപത്തിനാല് മണിക്കൂറിനുള്ളിൽ കയ്യാമം വെച്ച് മുമ്പിൽ കൊണ്ടുവരും എന്ന് വീരവാദം മുഴക്കുന്ന അധികാരികളുണ്ടാവാം. അത്തരം കേസുകൾ ശ്രദ്ധിച്ചാലറിയാം. പെട്ടെന്നുള്ള പ്രകോപന ത്തിന് അടിപ്പെട്ട് മുൻധാരണയില്ലാതെ കുറ്റകൃത്യം ചെയ്യുന്നവരെക്കുറി ച്ചാണ്. കുറ്റകൃത്യം ചെയ്തുകഴിഞ്ഞാൽ ഇനി എന്തു ചെയ്യും എന്നുപോലും ആലോചിക്കാതെ പ്രവർത്തിക്കുന്നവരെ പിടിക്കടാൻ എളുപ്പമാണ്. നമ്മൾ അന്വേഷിക്കുന്നത് അത്തരം കുറ്റവാളികളെയല്ല, ബുദ്ധിപരമായി ചിന്തിക്കുകയും അവസരം കിട്ടുന്നതുവരെ ക്ഷമാപൂർവ്വം കാത്തിരിക്ക കയും കൃത്യമായി നടപ്പാക്കുകയും ചെയ്യുന്ന ഒരു ടീമിനെയാണ് നമുക്ക് നേരിടേണ്ടി വന്നിരിക്കുന്നത്.”

“എന്തായാലും വിശ്വനാഥൻ വരുന്നതുവരെ വിശ്രമിക്കാം.”
“അതെ.”

***

ഗോഡൗണിനു സമീപത്തുള്ള അങ്ങാടിയിലെ കടമുറിക്ക മുകളിലെ ഒഴിഞ്ഞ മുറിയിലായിരുന്നു ശ്യാം മനോഹറും മുന്ന് പോലീസ് ഉദ്യോഗ സ്ഥരും തങ്ങിയത്. പുറത്തേക്കുള്ള ചെറിയ ജനലിലൂടെ നോക്കിയാൽ

ദൂരെയായി ഗോഡൗണിന്റെ ലൈറ്റ് കാണാം. ഒരു സ്റ്റളിലിരുന്ന് ബൈനോക്കുലറിലൂടെ ശ്യാം മനോഹർ പുറത്തേക്ക നോക്കിക്കൊ ണ്ടിരുന്നു. ഓരോരുത്തരും ഊഴമനുസരിച്ച് ബൈനോക്കുലർ നോട്ടം തുടർന്നുകൊണ്ടിരുന്നു.

ഒരു വലിയ വാൻ കോമ്പൗണ്ടിന്റെ ഉള്ളിലേക്ക് പ്രവേശിക്കുന്നത് അവർ കണ്ടു. വാനിൽനിന്ന് രണ്ടുപേർ ഇറങ്ങുന്നതും കെയർ ടേക്കറോട് സംസാരിക്കുന്നതും പിന്നീട് മൂന്നുപേരും ചേർന്ന് സാധനങ്ങൾ വാനിലേക്കെടുത്തുവയ്ക്കുന്നതും അവർ നിരീക്ഷിച്ചു. എന്തൊക്കെയാണ് എടുത്തുവയ്ക്കുന്നതെന്ന് അവർക്ക് കാണാനായില്ല. അരമണിക്കൂർ കഴി ഞ്ഞപ്പോൾ വാഹനം കോമ്പൗണ്ടിനു പുറത്തേക്കുപോയി. വാനിന്റെ പോക്കുവരവിൽ അസ്വാഭാവികമായി ഒന്നുമുണ്ടായിരുന്നില്ല.

കുറേ സമയങ്ങൾക്കുശേഷമാണ് ഒരു കാർ കോമ്പൗണ്ടിലേക്ക് കടന്നുചെന്നത്. ശ്യാം മനോഹർ ബൈനോക്കുലർ വാങ്ങി നോക്കാൻ തുടങ്ങി. കാറിൽനിന്നിറങ്ങിയ ആളെക്കണ്ട് ശ്യാം മനോഹർ ഞെട്ടി പ്പോയി. എറണാകുളത്തെ ഹോട്ടലിൽനിന്ന് സി.സി.ടി.വിയിൽ പതിഞ്ഞ അമറിന്റെ രൂപത്തിലൊരാൾ- മനുപ്രഭാകർ ആണോ?. ഇയാൾതന്നെയായിരിക്കുമോ മനുപ്രഭാകർ? ആണെന്ന് ശ്യാം മനോഹർ മനസ്സുകൊണ്ട് ഉറപ്പിച്ചു. കാറിൽനിന്നിറങ്ങി കുറച്ചനേരം കെയർ ടേക്കറുമായി സംസാരിച്ചുനിന്നു. കാറിന്റെ മറുഭാഗത്തായതു കൊണ്ട് കാഴ്ചകളൊന്നും വ്യക്തമായില്ല. കുറച്ച സമയത്തിനുശേഷം മനുപ്രഭാകർ കാറിൽ തിരിച്ചുകയറി. താമസിയാതെ കാർ അങ്ങാടി യിലേക്കെത്തി പ്രധാന റോഡിലൂടെ ഓടിച്ചുപോയി.

ശ്യാം മനോഹർ ഒരു നിമിഷം ആലോചിച്ചു. ഇപ്പോൾ ശ്രമി ച്ചാൽ ഒരുപക്ഷേ മനു പ്രഭാകറിനെ പിടിക്കാൻ പറ്റിയേക്കും. രണ്ട് പോലീസുകാരെ അവിടെ നിർത്തിയ ശേഷം ഒരാളുമായി ശ്യാം മനോഹർ താഴേക്ക് ഓടിയെത്തി. ജീപ്പില്ലാത്തതിനാൽ ഒരു ഓട്ടോയിൽ കയറി മനുപ്രഭാകറിന്റെ വണ്ടിയുടെ പുറകെ ഓടിക്കാൻ പറഞ്ഞു. പ്രധാന റോഡിലേക്കെത്തിയപ്പോഴേക്കും മനുപ്രഭാകറിന്റെ കാർ അവരുടെ കൺമുമ്പിൽനിന്നും അപ്രത്യക്ഷമായിരുന്നു. ഓട്ടോയിൽ കാറിനെ എങ്ങിനെ പിന്തുടർന്നെത്താനാണ്?

"ഒരു ചെറിയ വാൻ ഉള്ളിലേക്ക പ്രവേശിച്ചിട്ടുണ്ട്. രണ്ടുപേർ ഇറങ്ങി യിട്ടുണ്ട്. കെയർ ടേക്കർക്ക് ഒരു കടലാസ് കൈമാറുന്നതു കാണാം. സാധനങ്ങൾ കയറ്റുകയാണെന്നു തോന്നുന്നു. ഇവിടെ നിന്നാൽ ശരിക്കും കാണില്ല. ഇപ്പോൾ കയറ്റിക്കഴിഞ്ഞെന്ന് തോന്നുന്നു. വണ്ടി തിരിച്ച പോകാൻ തുടങ്ങുകയാണ്. വണ്ടിപോയിക്കഴിഞ്ഞു. ആ കെയർ

ടേക്കറെ ഇപ്പോൾ അവിടെ കാണുന്നില്ല. അയാളും ആ വാനിൽ പോയിക്കാണുമെന്നു തോന്നുന്നു." പോലീസുകാരന്റെ റിപ്പോർട്ട് ശ്യാം മനോഹറിന് ഇടർച്ചയായി കിട്ടിക്കൊണ്ടിരുന്നു.

ഇടയ്ക്കിടെ വിശ്വനാഥനും മോഹൻദാസും വിളിച്ചുകൊണ്ടിരുന്നു. ഷോപ്പിൽ നിന്ന് മാനേജർ രണ്ടുതവണ കാറിൽ കയറി പുറത്തുപോയി. താമസിയാതെ തിരിച്ചുവരികയുണ്ടായി. ആ വലിയ വാൻ ഷോപ്പിന്റെ മുന്നിലേക്കുവന്നു. ആളിറങ്ങി. ഉള്ളിലേക്കുപോയി സംസാരിച്ച് വീണ്ടും വാനുമായി പുറത്തേക്കുപോയി.

ചെറിയ വാൻ ഷോപ്പിലെത്തി. ഡ്രൈവറിറങ്ങി മാനേജരുമായി സംസാരിക്കുന്നത് അവർ കണ്ടു. മാനേജർ കൊടുത്ത കടലാസും വാങ്ങിക്കൊണ്ടാണ് വാൻ തിരികെ പോയത്. മോഹൻദാസിന്റെ വിവരണത്തിൽനിന്നും ഈ വാനാണ് അവസാനമായി ഗോഡൗണി ലെത്തിയതെന്ന് ശ്യാം മനോഹറിന് മനസ്സിലായി.

ശ്യാം പിന്നെ ഗോഡൗണിന്റെ ഭാഗത്തേക്കു തിരിച്ചുപോയില്ല. മോഡേൺ ഇലക്ട്രിക്കൽസ് നിരീക്ഷിക്കുന്ന മോഹൻദാസിന്റെ അടു ത്തേക്കാണെത്തിയത്. രണ്ടാമത്തെ ചെറിയ വാൻ ഷോപ്പിലേക്ക വരുന്നതും കാത്ത് അവരിരുന്നു.

എത്രനേരം ഇരുന്നു എന്നറിയില്ല. വിശ്വനാഥന്റെ ഫോൺ വിളിയാണ് പുറത്തേക്കുള്ള നോട്ടത്തിൽനിന്നും അവരുടെ ശ്രദ്ധ തിരിച്ചത്.

"സാർ, ശരത്തിനെയും വിജയൻസാറിനെയും കണ്ടെത്തി."

"എവിടെ? എന്താണവരുടെ അവസ്ഥ?"

"സെൻട്രൽ പാർക്കിലെ സിമന്റ് ബഞ്ചിൽ ചാരിയിരിക്കുന്ന രീതിയിലാണ് രണ്ടുപേരും. വിജയൻസാറിന്റെ ശിരസ്സ് ശരത്തിന്റെ തോളിലോട്ട് ചാരി നിർത്തിയ പൊസിഷനിലായിരുന്നു. എസ്.ഐ വിനോദ് ഇപ്പോൾ വിളിച്ചുവെച്ചിട്ടേയുള്ളൂ. പാർക്ക് അടയ്ക്കുന്നതിനുമു മ്പായി നടന്നു പരിശോധിച്ച സെക്യൂരിറ്റിയാണ് ഇവരെ കണ്ടെത്തിയത്. രണ്ടുപേർക്കും ബോധമില്ല. വിനോദ് സ്പോട്ടിലെത്തിയിട്ടുണ്ട്. ഞാനും അങ്ങോട്ട നീങ്ങുകയാണ്. സാർ വരുന്നില്ലേ?"

"ഞാനും അങ്ങോട്ടുവരാം. സമയം പത്തരയായില്ലേ? പക്ഷേ എന്നെ കാക്കണമെന്നില്ല. രണ്ടുപേരേയും എത്രയും പെട്ടെന്ന് അടുത്തുള്ള ആശുപത്രിയിൽ എത്തിക്കൂ. ജീവൻ രക്ഷിക്കലാണ് പ്രധാനം. ഞാൻ അവിടെയൊക്കെയൊന്ന് പരിശോധിക്കാനാണ് ആഗ്രഹിക്കുന്നത്."

"ഓക്കെ സാർ."

                                    പകച്ചുരുൾ

ശ്യാം മനോഹറും മോഹൻദാസും എത്തുമ്പോൾ വിശ്വനാഥൻ നിയോഗിച്ച ഒരു പോലീസുകാരനും സെക്യൂരിറ്റിയും മാത്രമേ പാർക്കി ലുണ്ടായിരുന്നുള്ളൂ. സെക്യൂരിറ്റി പോകാനുള്ള ഒരുക്കത്തിലായിരുന്നു.

"ഇവർ ഇവിടേക്ക വരുന്നത് നിങ്ങൾ കണ്ടുവോ?"

"ഇല്ല സാർ, ഞാൻ മെയിൻ ഗേറ്റിനടുത്തായിരുന്നു. പാർക്ക് പൂട്ടിപ്പോകുന്നതിനുമുമ്പ് എല്ലായിടവും നടന്ന് പരിശോധിക്കാറുണ്ട്. അപ്പോഴാണ് അവർ രണ്ടുപേരും അനങ്ങാതെ ഇരിക്കുന്നത് കണ്ടത്. കണ്ടപ്പോഴേ ഒരു വശപ്പിശക് തോന്നി. എസ്.ഐ സാറിന്റെ നമ്പർ എന്റെ കയ്യിലുണ്ടായിരുന്നു. അപ്പോൾത്തന്നെ വിളിച്ച പറഞ്ഞു."

"പാർക്കിനുള്ളിലേക്ക് കടക്കാൻ വേറെ ഗേറ്റകളുണ്ടോ?"

"ഉണ്ട് സാർ, ഈ ഭാഗത്ത് ചെറിയൊരു ഗേറ്റുണ്ട്. അതൊരു എമർ ജൻസി ഗേറ്റാണ്. ആരും പൊതുവേ അതുപയോഗിക്കാറില്ല."

"ഇന്നത് പൂട്ടിയിരിക്കുകയായിരുന്നോ?"

"അല്ല സാർ, രാവിലെ തുറന്നിട്ടും. രാത്രി പൂട്ടും."

"സംശയാസ്പദമായ രീതിയിൽ ഈ ഭാഗത്ത് വാഹനങ്ങളെന്തെങ്കി ലും നിർത്തിയത് കണ്ടിരുന്നോ?"

"മെയിൻ ഗേറ്റിനടുത്തുനിന്നാൽ ഈ ഭാഗത്തേക്കൊന്നും ഒരു കാഴ്ച യുമുണ്ടാകില്ല സാർ."

മോഹൻദാസിനോട് അയാളുടെ പേരും നമ്പറും നോട്ട് ചെയ്യാൻ പറഞ്ഞ് ശ്യാം മനോഹർ ആ ചെറിയ ഗേറ്റിനു നേരെ നടന്നു.

ആ ഗേറ്റ് നിന്നിടം റോഡിനോടു ചേർന്നതും ആൾപ്പെരുമാറ്റം കുറ വുള്ളതുമായിരുന്നു.

"മോഹൻദാസ്, ഈ സ്ഥലം ശ്രദ്ധിച്ചോ. ആളകളുടെ ശ്രദ്ധ ആകർ ഷിക്കാതെ ഒരു വാഹനം ഇവിടെ നിർത്താം. രണ്ടുപേർ ഇറങ്ങി ഒരാൾ മറ്റൊരാളെ പതുക്കെ താങ്ങി നടത്തിക്കൊണ്ടുപോയാൽ ആരും ശ്രദ്ധിക്കില്ല. പാർക്കിന്റെ ഈ ഏരിയ അധികം ആളുകൾ ഉപയോ ഗിക്കുന്നതല്ലെന്നാണ് തോന്നുന്നത്. രണ്ടുപേരുണ്ടെങ്കിൽ അവർ രണ്ടുപേരെയും പതുക്കെ താങ്ങിക്കൊണ്ട് അവിടെവരെ എത്തിക്കാം. ഒരു സംശയവും തോന്നാത്ത രീതിയിൽ ആ സിമന്റ് ബെഞ്ചിൽ ഇരുത്തി തിരിച്ചുവന്ന് വണ്ടിയുമെടുത്ത് പോകാം. ഇത്തവണയും അവർ നമ്മുടെ വളരെ മുമ്പിൽ തന്നെയായിരുന്നു. ഗോഡൗണിൽ രണ്ടാമത വന്ന വാനിലായിരിക്കും അവരെ കൊണ്ടുവന്നത്. മനു പ്രഭാകറിന്റെ പ്രത്യക്ഷപ്പെടൽ നമുക്കിട്ടതന്ന ഒരു ചണ്ടയായിരുന്നു. അതായത്

അവരുടെ ഗോഡൗൺ നമ്മൾ നിരീക്ഷിക്കുന്ന കാര്യം പോലും അവർ അറിഞ്ഞിട്ടുണ്ടെന്ന് ചുരുക്കം. ഞാൻ മനു പ്രഭാകറിന്റെ പുറകെ പോയ സമയത്താണ് അവർ രണ്ടുപേരെയും വാഹനത്തിൽ കയറ്റിയത്. മനു പ്രഭാകറാണെങ്കിൽ സമർത്ഥമായി രക്ഷപ്പെടുകയും ചെയ്തു. ഇതിനടുത്ത് സി.സി.ടി.വി ദൃശ്യങ്ങളുണ്ടെങ്കിൽ നമുക്കതൊന്ന് പരിശോധിച്ച് ഉറപ്പുവരുത്താമായിരുന്നു."

"ഇനി എന്തിനാണ്? രണ്ടുപേരും തിരിച്ചെത്തിയല്ലോ."

"ആശുപത്രിയിൽനിന്ന് വിവരങ്ങളെന്തെങ്കിലും കിട്ടിയോ? വിശ്വനാഥനെ ഒന്നു വിളിച്ചുനോക്കൂ."

മോഹൻദാസ് വിശ്വനാഥനെ വിളിച്ച് ഫോൺ ശ്യാം മനോഹറിന്റെ കയ്യിൽ കൊടുത്തു.

"സാർ, വിജയൻസാർ ഇവിടെ എത്തുന്നതിനുമുമ്പേ മരണപ്പെട്ടിരുന്നു. ഹാർട്ട് അറ്റാക്കാണെന്നാണ് പ്രാഥമിക നിഗമനം. ദേഹത്ത് മുറിവുകളോ ചതവുകളോ ഒന്നും ഇല്ല. ആക്രമിക്കപ്പെട്ടതിന്റെ യാതൊരു ലക്ഷണവും ഇല്ല."

"ശരത്തോ?"

"ശരത്തിന് ഇപ്പോഴും ബോധം വന്നിട്ടില്ല. ജീവന് യാതൊരു അപകടവുമില്ല. വലിയ അളവിൽ മയക്കുമരുന്ന് ഉള്ളിലെത്തിയിട്ടുണ്ട്. നാഡീവ്യൂഹത്തെ വലിയ തോതിൽ ബാധിച്ചിട്ടുണ്ട്. വിശദമായ പരിശോധനയ്ക്കു ശേഷമേ എന്തെങ്കിലും പറയാനാവൂ."

"നിർമ്മലയെ അറിയിച്ചോ?"

"ഡോക്ടർ കൺഫേം ചെയ്തതിനുശേഷമാണ് അറിയിച്ചത്. അവരെ കൊണ്ടുവരാൻ രണ്ട് വനിതാ പോലീസുകാരെ അയച്ചിട്ടുണ്ട്."

"നാളെ രാവിലെത്തന്നെ പോസ്റ്റ്മോർട്ടം നടത്തി ബോഡി വിട്ടു കിട്ടാൻ പറയണം. ഞാനേതായാലും മുകളിലേക്ക റിപ്പോർട്ട് ചെയ്യുകയാണ്. മുകളിൽനിന്ന് ആരൊക്കെയാണ് വരുന്നതെന്നറിയില്ല. പൊതുദർശനത്തിനുവയ്ക്കാൻ ഏർപ്പാടുണ്ടാക്കണം."

"പോലീസ് ക്ലബ്ബിൽ ഏർപ്പാടാക്കാം."

"എങ്കിൽ നാളെ രാവിലെ ഞങ്ങൾ ഹോസ്പിറ്റലിലെത്താം."

"മോഹൻദാസെ, നമ്മളിവിടെ നിന്നിട്ട് ഇനി യാതൊരു പ്രയോജനവുമില്ല. നമുക്ക് തൽക്കാലം റൂമിലേക്ക പോകാം. ബാക്കിയെല്ലാം നാളെ തീരുമാനിക്കാം."

●

15

പിറ്റേന്ന രാവിലെ ഹോസ്പിറ്റലിലേക്ക് പുറപ്പെട്ടമ്പോൾ മോഹൻദാസ് ചോദിച്ചു.

"സാർ, നമ്മുടെ ദൗത്യം ഇവിടെ അവസാനിക്കുകയാണോ? ശരത്തിനെ കാണാതായ പരാതി അമ്പേഷിക്കാനല്ലേ നമ്മളെ നിയോഗിച്ചിരുന്നത്. ശരത് തിരിച്ചെത്തിക്കഴിഞ്ഞു. ശരത്തിനെ അപാ യപ്പെടുത്തിയവരെ നിയമത്തിന്മുന്നിൽ കൊണ്ടുവരേണ്ടതുകൂടി നമ്മുടെ ഉത്തരവാദിത്തമല്ലേ?"

"ശരത്തിന്റെ തിരോധാന കേസാണ് അമ്പേഷിച്ചിരുന്നത്. അതിൽ പ്രതികളുണ്ടെങ്കിൽ തീർച്ചയായും നമ്മൾ അവരെ പിടിക്കൂടണം. ഇവിടെ വിജയൻസാർ കൂടി മരണപ്പെട്ടതോടെ പ്രതികളെ പിടിക്കൂടാൻ ഇനി ആർക്കാണ് താൽപര്യം എന്നതാണ് പ്രശ്നം. ഞാൻ വിചാരിക്കുന്നത് ശരത് തിരിച്ചെത്തുന്നതോടെ നിർമ്മല പരാതിയുമായി മുന്നോട്ടുപോ കുമോ എന്നറിയേണ്ടതുണ്ട്. ഇനി ശരത്താണ് അത്തരമൊരു പരാതി യുമായി മുന്നോട്ടുവരേണ്ടത്. അയാളുടെ ശാരീരികാവസ്ഥയെക്കുറിച്ച് ഇപ്പോൾ ഒന്നും പറയാൻ പറ്റാത്തതുകൊണ്ട് ഈ കേസുമായി ആരെങ്കിലും മുന്നോട്ടുപോകുമോ എന്ന് പറയാനാകില്ല."

"ഞാൻ ഒരു കാര്യം ശ്രദ്ധിച്ചിട്ടുണ്ട്. ഈ കേസിൽ പ്രതികളെ കണ്ടെ ത്താൻ സാറ് കാണിച്ച താൽപര്യമൊന്നും പ്രതികളെ പിടിക്കൂടാൻ സാറ് കാണിച്ചില്ലല്ലോ എന്ന്. എന്താ എന്റെ നിഗമനം ശരിയല്ലേ?"

"മോഹൻദാസ് പറഞ്ഞത് ഒരർത്ഥത്തിൽ ശരിയാണ്. ഞാനീ കേസ് ഏറ്റെടുക്കുന്നതിന്റെ ഭാഗമായി വിജയനാരായണൻസാറിനെക്കുറിച്ചുള്ള

ആരോപണങ്ങളുടെ ഫയല്യകളും അദ്ദേഹത്തിന്റെ സർവീസ് കാലഘ
ട്ടത്തിലെ പ്രധാന കേസുകളുടെ ഫയല്യകളും പരിശോധിക്കുകയാണ്
ആദ്യം ചെയ്തത്. അദ്ദേഹത്തിന്റെ പേരിൽ ഉയർന്നിട്ടുള്ള ചെറുതും
വല്യതുമായ നിരവധി ആരോപണങ്ങളുടെ ഫയല്യകൾ ഞാൻ വായിച്ചു.
അതെല്ലാം നോക്കിയതിനുശേഷം എനിക്കൊരൊറ്റ തീരുമാനത്തി
ലെത്താനേ കഴിഞ്ഞുള്ളൂ. അയാൾ പോലീസ് യൂണിഫോമണിഞ്ഞ
ഒരു ക്രിമിനലാണ്. ഒരു ദയയും അർഹിക്കുന്നില്ല. അത്രയധികം കുറ്റ
കൃത്യങ്ങൾ അയാൾ ചെയ്തിട്ടുണ്ട്. കാക്കിക്കുപ്പായം ധരിച്ചുകൊണ്ടുള്ള
കുറ്റകൃത്യങ്ങളായയുകൊണ്ട് അവയ്ക്കൊക്കെ നിയമപരമായ പരിരക്ഷ
ലഭിക്കുന്നുണ്ടെന്നുമാത്രം. അതുകൊണ്ടുതന്നെ ഈ കേസിൽ എനി
ക്കുണ്ടായിരുന്നത് തുടക്കം മുതലേ ഒരു കൗതുകം മാത്രമായിരുന്നു.
പ്രതികളുടെ ആസൂത്രണമികവിൽ എനിക്ക് മതിപ്പു തോന്നിയിരുന്നു.
അതുകൊണ്ടുതന്നെ അവരെ തിരിച്ചറിയണമെന്ന താൽപര്യമാണ്
എന്നിൽ മുന്നിട്ടുനിന്നത്. പ്രതികൾ അല്ലെങ്കിൽ കുറ്റവാളികൾ എന്ന്
നമ്മൾ മുദ്രകുത്തി അന്വേഷിക്കുന്നവരുടെയൊക്കെ ഭൂതകാലം പരി
ശോധിച്ചപ്പോൾ എല്ലാവരും ഇരകൾ മാത്രമാണെന്ന് തിരിച്ചറിയുകയും
ചെയ്തു. വിജയനാരായണൻ സാറിന്റെയും ശരത്തിന്റെയും അധികാരവും
പണവും ചേരുന്നുള്ള ധാർഷ്യത്തിന്റെ ഇരകൾ. ഇരകൾക്കും ആഹ്ലാ
ദിക്കാനൊരു ദിവസമുണ്ടാകുമല്ലോ. അവരും ആഹ്ലാദിക്കട്ടെടോ.
ഞാനായിട്ട് അവരെ പിടികൂടി ജയിലിലടയ്ക്കാൻ ഉദ്ദേശിക്കുന്നില്ല. അവർ
ഇത്രകാലം ജയിലിന് തുല്യമായ അവസ്ഥയിലായിരുന്നു. ഇന്നുമുത
ലാണ് അവർ സ്വതന്ത്രരാവുന്നത്."

"നമ്മളന്വേഷിക്കുന്ന നന്ദനനേയും പീതാംബരനേയും ഇതുവരെ
കണ്ടെത്തിയില്ലല്ലോ. മന്ദ പ്രഭാകറിനൊപ്പം ഈ ആക്ഷനിൽ അവർ
ക്കൊന്നും ഒരു റോളുമില്ലേ?"

"എല്ലാവരും നമുക്ക ചുറ്റും തന്നെയുണ്ട്. ശരിക്കും കണ്ണുതുറന്നുനോ
ക്കിയാൽ അവരേയും നമുക്ക് കാണാനാവും"

"സാർ അവരെ രണ്ടുപേരെയും കണ്ടെത്തിയോ?"

"അത് നമ്മൾ തിരിച്ചപോകുമ്പോൾ ഞാൻ പറയാം. ഇപ്പോൾ
നമ്മൾ ആശുപത്രിയിൽ പോയി ബാക്കി നടപടികളിലേക്ക കടക്കാം."

അവർ രണ്ടുപേരും ശരത്തിനെ പ്രവേശിപ്പിച്ച ഹോസ്പിറ്റലിലേക്ക
നീങ്ങി.

"സാർ, വിജയൻസാറിന്റെ പോസ്റ്റ്മോർട്ടം കഴിഞ്ഞു. ഹാർട്ട്
അറ്റാക്ക് തന്നെയാണെന്നാണ് ഫസ്റ്റ് റിപ്പോർട്ട്. ഡീറ്റെയിൽസ്

കിട്ടിയിട്ടില്ല. ബോഡി പോലീസ് ക്ലബ്ബിലേക്ക് പൊതുദർശനത്തിന് കൊണ്ടുപോകാനുള്ള ഏർപ്പാടുകൾ ചെയ്തിട്ടുണ്ട്."

"ശരത്തിന്റെ അവസ്ഥ എങ്ങനെ?"

"കുറച്ച് കോംപ്ലിക്കേറ്റഡ് ആണെന്നാണ് ഡോക്ടർമാർ പറയുന്നത്. ബോധം തിരിച്ചകിട്ടിയിട്ടുണ്ടെങ്കിലും ആള് പഴയ ആളല്ല. ചോദിക്കുന്ന തിനോട് പ്രതികരിക്കുന്നുണ്ട്. കുറേശ്ശെ ഭക്ഷണം കഴിക്കുന്നുമുണ്ട്. ഒരു ന്യൂറോ പരിശോധന ആവശ്യമുണ്ട്. ഉച്ചയ്ക്കുമുമ്പായി ഡോക്ടർ എത്തും. അതുകഴിഞ്ഞാലേ കൃത്യമായൊരു വിവരം ലഭിക്കൂ."

"നിർമ്മല എങ്ങനെ?"

"അവർക്ക് ശരത്തിനെ തിരിച്ചകിട്ടിയതിൽ ചെറിയ ആശ്വാസം കാണിക്കുന്നുണ്ട്. അതോടൊപ്പം ഇപ്പോഴത്തെ അവസ്ഥയെക്കുറി ച്ച് അസ്വസ്ഥതയുമുണ്ട്. വിജയൻസാറിന്റെ മരണത്തിൽ വലിയ തോതിലുള്ള ഷോക്കൊന്നും പ്രകടിപ്പിച്ചില്ല."

"ബന്ധുക്കളാരേലും വരാനുണ്ടോ?"

"സാറിന് നേരിട്ടുള്ള ബന്ധുക്കളൊന്നുമില്ലെങ്കിലും കുറച്ച കുടുംബ ക്കാർ വരാനുണ്ട്. അവരൊക്കെ ഉച്ചയോടെ വീട്ടിലെത്തും. നിർമ്മലയുടെ ചില ബന്ധുക്കളും വീട്ടിലെത്തിയിട്ടുണ്ട്. ഇന്ന് വൈകിട്ട് അഞ്ചുമണിക്ക് കോർപ്പറേഷന്റെ ക്രിമറ്റോറിയത്തിലാണ് സംസ്കാരം തീരുമാനിച്ചി ട്ടുള്ളത്."

"വിശ്വനാഥൻ, ഒരർത്ഥത്തിൽ നമ്മൾ ഏറ്റെടുത്ത ദൗത്യം ശരത്തി ന്റെ തിരിച്ചവരവോടെ പൂർത്തിയായി. എതിരാളികൾ ഇപ്പോഴും കാണാ മറയത്തുതന്നെയാണ്. അന്വേഷണം പാതിവഴിയിൽ അവസാനിപ്പി ക്കേണ്ട അവസ്ഥയാണ് ഇപ്പോഴുള്ളത്. ക്രിമേഷൻ കഴിഞ്ഞതിനുശേഷം രാത്രി ഒമ്പതുമണിക്ക് നമുക്ക് റൂമിലൊന്ന് ഇരിക്കാം. എന്നിട്ട് ഇനിയുള്ള കാര്യങ്ങളിൽ തീരുമാനമെടുക്കാം. ഇപ്പോൾ ഞങ്ങൾ വിജയൻസാറി ന്റെ വീട്ടിലേക്കും ഷോപ്പിലേക്കുമൊക്കെ പോവുകയാണ്. വൈകിട്ടുകാ ണാം."

***

രാത്രി ഒമ്പതരയോടെയാണ് വിശ്വനാഥൻ ശ്യാം മനോഹരും മോഹൻദാസും താമസിക്കുന്ന ഹോട്ടൽ മുറിയിലേക്കെത്തിയത്. പകലത്തെ അലച്ചിലിന്റെ ക്ഷീണം മുഴുവൻ വിശ്വനാഥന്റെ മുഖത്തു ണ്ടായിരുന്നു.

"വിശ്വനാഥൻ, താൻ ആകെ ക്ഷീണിച്ചുപോയല്ലോ..."

"ഇന്ന് വല്ലാത്തൊരു ദിവസമായിരുന്നു. ഹോം മിനിസ്റ്ററുടെ വരവ് അപ്രതീക്ഷിതമായിരുന്നു. ചെറിയൊരു സുരക്ഷാപാളിച്ച പോലുമുണ്ടായി. പലതരത്തിലുള്ള റിട്ടയർ ചെയ്തവരും അല്ലാത്തവരുമായ പോലീസ് ഉദ്യോഗസ്ഥർ എത്തിച്ചേർന്നിരുന്നു. സത്യത്തിൽ എന്റെ തിരക്ക് ഇപ്പോഴും തീർന്നിട്ടില്ല. സാറിനെ കണ്ടിട്ട് സംസാരിച്ചിട്ട് പോകാമെന്നു കരുതി വന്നതാ. നാളെ ഫ്ലൈ ഓവറിന്റെ ഉദ്ഘാടനമാണ്. ചീഫ് മിനിസ്റ്റർ എഴുന്നുണ്ട്. ആ ടെൻഷനുമുണ്ട്. സാറിനെ ക്രിമേഷന് കണ്ടില്ല."

"ഞാനും മോഹൻദാസും വന്നിരുന്നു. വിശ്വനാഥന് ഞങ്ങളെ കണ്ടിട്ട് മനസ്സിലാകാതിരുന്നതാ."

"ഓഹോ, വേഷം മാറിയാണെത്തിയതല്ലേ? എന്തെങ്കിലും പുതിയ വിവരങ്ങൾ ലഭിച്ചുവോ?"

"ശരത്തിന്റെ സുഹൃത്തുക്കളായ നാലുപേരും എത്തിയിരുന്നു. എന്നാൽ അവരിലൊരാൾ മാത്രം മാനേജർ രാധാകൃഷ്ണനെ കണ്ട് സംസാരിച്ചു. അവർ രണ്ടുപേരും വിശ്വനാഥന്റെ ഓഫീസിലെ ഒരു പോലീസുകാരനെ കണ്ട് സംസാരിച്ചു."

"ഓ, അത് ഇബ്രാഹിമുമായിട്ടായിരിക്കും. ഈ കേസിൽ എന്നെ ഓഫീസിലിരുന്ന് സഹായിക്കുന്നത് ഇബ്രാഹിമാണ്. രാധാകൃഷ്ണനെ കണ്ടത് ശരത്തിന്റെ ഏത് സുഹൃത്താണ് സാർ?"

"നാലുപേരിൽ സംശയ നിഴലില്ലുണ്ടായിരുന്ന ഒരാൾ. ആട്ടെ ഇബ്രാ ഹിമിന്റെ മുഴുവൻ പേര് വിശ്വനാഥനറിയാമോ?"

"ഇല്ല, ഇബ്രാഹിം എന്നേ ഞാൻ വിളിക്കാറുള്ളൂ."

"എന്നാൽ അറിഞ്ഞിരിക്കുന്നത് നല്ലതാണ്. ഇബ്രാഹിം സെയ്ദ്. പഴയ പോലീസുകാരൻ സെയ്ദ് അബ്ബബക്കറിന്റെ മകൻ."

വിശ്വനാഥൻ ഒന്നു ഞെട്ടി. സെയ്ദ് അബ്ബബക്കറിന്റെ മകനാണോ ഇബ്രാഹിം! തന്റെ വലംകയ്യായി കൂടെയുണ്ടായിട്ടും താൻ മാത്രമത് അറിയാതെ പോയതെന്തേ? ഡിപ്പാർട്ട്മെന്റിലെ എല്ലാ രഹസ്യങ്ങളും താൻ പങ്കുവയ്ക്കുന്ന തന്റെ സഹായി.

"നിർമ്മലയുടെ ചില ബന്ധുക്കളെത്തിയിരുന്നു. ഞങ്ങൾ ചെറുതായൊന്നു മുട്ടി. വിജയൻസാർ പോയതിൽ അതീവ സന്തോഷത്തിലാ യിരുന്നു അവർ. പെണ്ണിന്റെ അച്ഛനെ പോലീസ് മുറയിൽ ഭീഷണിപ്പെ ടുത്തിയിട്ടാണത്രേ കല്യാണം നടന്നത്."

"സർ, ഇനി നമ്മുടെ അന്വേഷണം എങ്ങനെയാണ് മുന്നോട്ട് കൊണ്ടുപോകേണ്ടത്?" വിശ്വനാഥൻ ചോദിച്ചു.

 പകച്ചുരുൾ

"ഞങ്ങൾ നാളെ വൈകീട്ട് പോവും. വിശ്വനാഥന്റെ എല്ലാ സഹകര
ണത്തിനും നന്ദി. പിന്നെ ഒരു ചെറിയൊരു ക്ലൂ തന്നിട്ട് പോവുകയാണ്.
മോഡേൺ ഇലക്ട്രിക്കൽസിന്റെ ഗോഡൗണിൽ പ്രധാന ഹാളിന്റെ
താഴെയായി ഒരു നിലവറയുണ്ടെന്നത് യാഥാർത്ഥ്യമാണ്. മൂലയിലുള്ള
ചെറിയ മുറിയിൽനിന്നാണ് നിലവറയിലേക്കുള്ള പ്രവേശനമെന്നാണ്
കരുതുന്നത്. ശരത്തിനെ പാർപ്പിച്ചിരുന്നതും ശരത്തിനെ കാണിച്ച് വിജ
യൻസാറിന്റെ ഹൃദയം തകർത്തതും ആ നിലവറയിൽവെച്ചായിരുന്നു.
ഒരാൾക്ക് അറ്റാക്ക് വന്നു മരിച്ചതിൽ മറ്റൊരാളുടെ പേരിൽ കേസെടു
ക്കേണ്ടതില്ലാത്തതുകൊണ്ട് അത് വെറും അറ്റാക്കായിത്തന്നെ തുടരട്ടെ.
പിന്നെ മയക്കമരുന്ന് ആരെങ്കിലും നിർബന്ധിച്ച് കഴിപ്പിച്ചതാണോ,
സ്വയം കഴിച്ചതാണോ എന്നറിയാത്തതുകൊണ്ട് അതിൽ കേസിന്
പ്രസക്തിയുണ്ടോ എന്ന് അന്വേഷിച്ചോളൂ.

ഒരു കാര്യം ചോദിക്കട്ടെ വിശ്വനാഥൻ. എന്താണ് ശരത്തിന്റെ
അവസ്ഥയെപ്പറ്റി ഡോക്ടർ പറഞ്ഞത്?"

"ശരത്തിന്റെ സ്ഥിതിയെപ്പറ്റി ഡോക്ടർ ഒറ്റവാക്കിൽ പറഞ്ഞത്
ചിന്താശേഷി നഷ്ടപ്പെട്ട മനുഷ്യൻ എന്നാണ്. സ്വയം ആലോചിച്ച്
ഒന്നും ചെയ്യാൻ കഴിയില്ല. മറ്റാരെങ്കിലും പറയുന്നതിനനുസരിച്ചമാത്രം
പ്രതികരിക്കുന്ന ഒരു ലോകമാണ് ഇനി ശരത്തിനുണ്ടാവുക. ദീർഘകാ
ലത്തെ ചികിത്സകൊണ്ട് ഈ അവസ്ഥ ക്രമേണ മാറ്റിയെടുക്കാനാവും
എന്നാണ് ഡോക്ടറുടെ അഭിപ്രായം."

"നിർമ്മല?"

"വൈകുന്നേരം വരെ അവർ നന്നായി പിടിച്ചുനിന്നിരുന്നു. എന്നാൽ
ക്രിമേഷന് കൊണ്ടുപോകാനെടുത്തപ്പോൾ അവരുടെ നിയന്ത്രണം വിട്ടു.
നാളെത്തന്നെ ശരത്തിനെ വീട്ടിലേക്കു കൊണ്ടുപോകും. മരുന്നുണ്ടെ
ങ്കിലും ആശുപത്രിയിൽ കിടത്തേണ്ട അസുഖമൊന്നും അയാൾക്കില്ല."

"വിശ്വനാഥൻ എല്ലാറ്റിനും നന്ദി. ഞങ്ങൾ നാളെ എറണാകുളത്തേ
ക്കു തിരിച്ചുപോകും."

"കേസ് തെളിയിക്കാതെയാണല്ലോ സാറ് മടങ്ങുന്നത്. ശരത്തി
നെയും വിജയനാരായണൻസാറിനെയും അപായപ്പെടുത്തിയവരെ
കണ്ടെത്തുകയും പിടിക്കൂട്ടുകയും ചെയ്തിട്ടേ സാർ മടങ്ങുകയുള്ളൂ എന്നാണ്
ഞാൻ കരുതിയത്."വിശ്വനാഥൻ നിരാശയോടെ പറഞ്ഞു.

"വിശ്വനാഥൻ, താൻ നിരാശപ്പെടേണ്ട. ഈ കേസുമായി ബന്ധപ്പെ
ട്ട എല്ലാ വിവരങ്ങളും മനസ്സിലാക്കിത്തന്നെയാണ് ഞാൻ തിരിച്ചുപോ
കുന്നത്. എന്നാൽ ഇപ്പോൾ ഇക്കാര്യങ്ങൾ വെളിപ്പെടുത്തേണ്ടതില്ല

എന്നതിനാലാണ് ഞാനത് പറയാതിരിക്കുന്നത്. ഏതാനും ദിവസങ്ങൾ ക്കുള്ളിൽ എല്ലാം താൻ സ്വാഭാവികമായിത്തന്നെ അറിഞ്ഞുകൊള്ളും. നമുക്ക് വീണ്ടും കാണേണ്ടിവരും."

"കാണാം, എന്നാൽ ഞാനിറങ്ങട്ടെ." വിശ്വനാഥൻ അവരോട് യാത്ര പറഞ്ഞു.

***

ടൗണിൽ ബസ്സിറങ്ങിയ ഒരാൾ ഒരു ഓട്ടോയിൽ മോഡേൺ ഇലക്ട്രി ക്കൽസിന്റെ ഗോഡൗണിലേക്കെത്തി. ആഗതനെ കണ്ട് പുറത്തെ മുറിയിൽനിന്ന് അരവിന്ദൻ ഇറങ്ങിവന്നു.

"എല്ലാവരും എത്തിയോ?"

"വന്നുകൊണ്ടിരിക്കുന്നു. ചേട്ടൻ വാ..."

അരവിന്ദൻ അയാളെയും കൂട്ടി ഉള്ളിലേക്കു നടന്നു. ഹാളിനകത്തെ ചെറിയ മുറിയിൽ കയറി.

"ചേട്ടനിവിടെ മുമ്പ് വന്നിട്ടുണ്ടല്ലേ?"

"ഉണ്ട്. ഒരിക്കൽ..."

ചുമരിലെ ഒരു ബട്ടൺ അമർത്തിയതോടെ അവരുടെ മുമ്പിൽ ഒരു വാതിൽ പ്രത്യക്ഷമായി. ഒരു ലിവർ വലിച്ചപ്പോൾ വാതിൽ തുറന്നു. താഴേക്കുള്ള പടവുകളിറങ്ങി താഴെയെത്തിയപ്പോൾ ആ ചെറിയ ഹാളിൽ അഞ്ചുപേർ ഇരിക്കുന്നുണ്ടായിരുന്നു.

"പ്രേമേട്ടാ, സ്വാഗതം..."

അഭിമുഖമായി ഇരുന്ന കസേരകളിലൊന്നിൽനിന്ന് മനു പ്രഭാകർ ഉറക്കെ വിളിച്ചു പറഞ്ഞു.

പ്രേംചന്ദ് നോക്കി.

കസേരകളൊന്നിൽ രാധാകൃഷ്ണൻ ഇരിക്കുന്നുണ്ട്. സമീപത്ത് ഇബ്രാഹിം സെയ്ത്. മറ്റ കസേരകളിൽ ലത്തീഫും ശ്രീധരനും. പ്രേംചന്ദ് മറ്റൊരു കസേരയിൽ ഇരുന്നു. അരവിന്ദനും ഇരുന്നു.

"ഏറെ കാലത്തിനുശേഷമാണ് നാമീ മുറിയിൽ വീണ്ടുമൊന്ന് ഒത്തുകൂടുന്നത്. കാലങ്ങളായി മനസ്സിൽ അടക്കിവെച്ചിരുന്ന നമ്മുടെ പ്രതികാരത്തിനായുള്ള പോരാട്ടം നാം വിജയകരമായി പൂർത്തിയാ ക്കിയിരിക്കുന്നു. ചവിട്ടിയരക്കപ്പെട്ടവർ ഉയർത്തെണീറ്റുവന്ന് അവരുടെ ദൗത്യം വിജയിപ്പിച്ചിരിക്കുകയാണ്. നമ്മളും മനുഷ്യരാണെന്ന് വീണ്ടും ഉറക്കെ വിളിച്ചുപറയാൻ അവസരമൊരുങ്ങിയിരിക്കയാണ്. പണവും

അധികാരവും കാരണം കണ്ണകാണാത്തവരുടെ ധാർഷ്ട്യത്തിന്റെ പത്തിയേറെക്കാലം കാത്തിരുന്നിട്ടാണെങ്കിലും അടിച്ച തകർക്കാൻ കഴിഞ്ഞിരിക്കുന്നു. ഇത്രയും കാലം വിശ്രമമില്ലാത്ത ജോലിയിലായിരു ന്നു. ഇനി നമ്മുടെ മനസ്സിനെ നമുക്ക് സ്വതന്ത്രമാക്കാം. നമ്മുടെ ദൗത്യം പൂർത്തിയായിരിക്കുന്ന സ്ഥിതിക്ക് നമുക്കിനി എങ്ങോട്ട വേണമെങ്കിലും പറന്നുപോകാം. ഈ മീറ്റിംഗിലേക്ക് ഒരാൾക്കൂടി എത്താനുണ്ട്. നമുക്ക് എല്ലാ അർത്ഥത്തിലും പിന്തുണയും ആവശ്യമായ നിർദ്ദേശങ്ങളും തന്ന് നമ്മോടൊപ്പമായിരുന്നെങ്കിലും അണിയറക്ക പിന്നിൽ മാത്രമു ണ്ടായിരുന്ന ഒരാൾ. നമ്മളേക്കാളേറെ ത്യാഗം സഹിച്ച് ഏറെക്കാലം പിടിച്ചുനിന്ന ഒരാൾ."

മനുവിന്റെ ഫോൺ ശബ്ദിച്ചു.

"അരവിന്ദാ, ആളെത്തി. കൂട്ടിക്കൊണ്ടുവരൂ."

അരവിന്ദന്റെ കൂടെ സ്റ്റെപ്പിറങ്ങിവന്ന ആളെക്കണ്ട് മനു പ്രഭാകറൊ ഴികെ അഞ്ചുപേരും ഞെട്ടിത്തരിച്ചു.

നിർമ്മലയായിരുന്നു അത്.

നിർമ്മല, മനു പ്രഭാകറിന്റെ അടുത്തുള്ള സീറ്റിൽ വന്നിരുന്നു.

"നിർമ്മല സംസാരിച്ചോളൂ." മനു പറഞ്ഞു.

"നമുക്കെല്ലാം സന്തോഷമുളവാക്കുന്ന അവസരമാണ് ഏറെക്കാല ത്തിനുശേഷം വന്നുചേർന്നിട്ടുള്ളത്. ഞാനൾപ്പെടെ നമ്മളെല്ലാവരും ഒരർത്ഥത്തിൽ ഇരകളായിരുന്നു. ഇപ്പോൾ നമ്മൾ ഇരകളല്ലാതായി രിക്കുന്നു. നമ്മൾ നമ്മുടെ കടമ നിർവ്വഹിച്ചിരിക്കുന്നു. ഒരു തരത്തിലും നിയമത്തിന്റെ കണ്ണിൽപെടാതെ തന്നെ നാം നമ്മുടെ പ്രതികാരം പൂർത്തിയാക്കിയിരിക്കുന്നു. എത്രകാലം കാത്തിരുന്നു എന്നതൊരു വിഷയമല്ല. ഇനി അവശേഷിക്കുന്ന കാലം ആത്മനിന്ദയില്ലാതെ അഭിമാനത്തോടെ ജീവിക്കാമല്ലോ എന്നോർക്കുമ്പോൾ അതിയായ സന്തോഷം ഉണ്ട്. നിങ്ങൾക്കെല്ലാവർക്കും ഇതേ വികാരമായിരിക്ക മെന്ന് ഞാൻ കരുതുന്നു."

നിർമ്മല പറഞ്ഞു നിർത്തി.

കയ്യടികളോടെയാണ് മറ്റള്ളവർ നിർമ്മലയുടെ വാക്കുകൾ കേട്ടത്.

"രാധാകൃഷ്ണൻ പറയൂ..." മനു പ്രഭാകർ പറഞ്ഞു.

"രാധാകൃഷ്ണനല്ല, പീതാംബരൻ. ഇനി മുതലെങ്കിലും സ്വന്തം പേര് വിളിക്കാനുള്ള അവസരമുണ്ടാകട്ടെ." നിർമ്മല മനുവിനെ തിരുത്തി.

"ഞാനാണ് ഏറ്റവും കൂടുതൽ സന്തോഷിക്കുന്നത്. എന്റെ ചേട്ടൻ പോയതിൽ ഏറെ ദുഃഖമുണ്ടെങ്കിലും ചേട്ടന്റേയും അച്ഛന്റേയും മരണ ത്തിന് കാരണക്കാരായവർക്ക് അവരർഹിക്കുന്ന ശിക്ഷ നൽകാൻ കഴിഞ്ഞതിൽ സന്തോഷമുണ്ട്. ഇനി ഞാനീ സ്ഥാപനത്തിന്റെ മാനേജരായി തുടരാൻ ആഗ്രഹിക്കുന്നില്ല. ഈ ഒരൊറ്റ ഉദ്ദേശത്തിന്റെ ഭാഗമായി മാത്രമാണ് ഞാനിവിടെ ജോലി ചെയ്തത്. ഇനി ഞാൻ ഇവിടം വിട്ടുകയാണ്."

"പീതാംബരനും നന്ദനനും ഈ സ്ഥാപനത്തിന്റെ അവകാശി കളാണ്. നിങ്ങൾ രണ്ടുപേരും എങ്ങോട്ടും പോകുന്നില്ല. മാത്രവുമല്ല, നന്ദനന് ഇനി മുതൽ ഈ ഗോഡൗണിലല്ല, ഷോറൂമിൽത്തന്നെയാണ് ജോലി. നന്ദനന്റെ അച്ഛന്റെ പേരില്ലുള്ള സ്വത്തിൽ നന്ദനനും അവകാശം കൊടുക്കുകയും വേണം."

നിർമ്മല പറഞ്ഞു.

"അപ്പോൾ ഇനി മുതൽ എനിക്കും എന്റെ സ്വന്തം പേരിൽ ജീവി ക്കാമല്ലോ." അരവിന്ദൻ പറഞ്ഞു.

"തീർച്ചയായും."

"ഇനി നിർമ്മലയുടെ പ്രോഗ്രാമെന്താണ്? എന്റെ കൂടെ മുംബൈയി ലേക്ക് വരുന്നോ?"

"ഇല്ല മന. ആഗ്രഹിച്ച കാലത്ത് നടന്നില്ല. അന്ന് വിധി നമുക്കെ തിരായിരുന്നു. എനിക്കിനി സ്വസ്ഥമായി എന്റെ മകനോടൊപ്പം കഴിയണം. ഉടനെ ചെയ്യേണ്ടുന്ന മറ്റൊരു കാര്യമുണ്ട്. ശരത്തിന്റെ പേരിൽ മൈസൂരിൽ വാങ്ങിയ സ്ഥലത്തിന്റെ രേഖകളൊക്കെ എന്റെ കൈവശമുണ്ട്. ആ സ്ഥലം ഡിസ്പോസ് ചെയ്യാൻ മന എന്നെ ഒന്നുസഹായിക്കണം. ആ കിട്ടുന്ന തുക അർഹിക്കുന്നവർക്കെല്ലാം വീതിച്ചുകൊടുക്കാനാണ് ഉദ്ദേശിക്കുന്നത്. മനുവിന് കുറച്ചുകാലമെങ്കിലും ഇവിടെ തുടർന്നുകൂടെ?"

"നിർമ്മല ആവശ്യപ്പെടുന്ന ദിവസം വരെ ഞാനിവിടെ നിൽക്കാം. അതുകഴിഞ്ഞാൽ എനിക്ക് മുംബൈയിലേക്ക തിരിച്ചുപോകണം. പോകുമ്പോൾ നന്ദനനേയും കൊണ്ടുപോകണമെന്നാണ് ഞാൻ ആഗ്രഹിക്കുന്നത്. നിർമ്മല എതിർപ്പ് പറയരുത്."

"അത് നന്ദനൻതന്നെ തീരുമാനിക്കട്ടെ. സ്വന്തം അച്ഛന്റെ സമ്പാ ദ്യത്തിന്റെ അവകാശിയായി നാട്ടിൽ ജീവിക്കണോ അതോ മുംബൈ യിലേക്ക പോകണമോ എന്നത് നന്ദനന്റെ ഇഷ്ടം. പോകരുതെ ന്നാണ് എന്റെ അഭിപ്രായം. നന്ദനൻകൂടി ഉണ്ടെങ്കിൽ ബിസിനസിൽ

എനിക്കൊരു വലിയ സഹായമാവും."

"ഇബ്രാഹിംസാർ എന്താണ് ഒന്നും പറയാത്തത്?" മനുപ്രഭാകർ ചോദിച്ചു.

"എന്റെ ഉപ്പയ്ക്ക് ഞാൻ കൊടുത്ത വാക്ക് ഞാൻ പാലിച്ചിരിക്കുന്നു. ഗോപിനാഥൻ മാഷിന്റെ കുടുംബത്തിന്റെ ദുരന്തത്തിന് കാരണക്കാരായവർക്ക് അർഹമായ ശിക്ഷ നൽകാൻ എന്നെക്കൊണ്ട് കഴിയുന്നതെല്ലാം ഞാൻ ചെയ്തിട്ടുണ്ട്. ഇത് എന്റെ ഉപ്പയോടുള്ള കടപ്പാടായിരുന്നു. അക്കാര്യത്തിൽ എനിക്ക് സന്തോഷമുണ്ട്. എന്റെ ഐഡന്റിറ്റി സി.ഐ വിശ്വനാഥൻ തിരിച്ചറിഞ്ഞെന്നു തോന്നുന്നു. പക്ഷേ ഒരു തെളിവും ഞാൻ അവശേഷിപ്പിക്കാത്തതുകൊണ്ട് എനിക്കൊരു ഭയവുമില്ല." ഇബ്രാഹിം സെയ്ത് പറഞ്ഞു.

"പ്രേമേട്ടന് എന്താണ് പറയാനുള്ളത്?"

"എനിക്ക് ഉള്ളിൽ കുറ്റബോധമുണ്ട്. സുഹൃത്തായി കൂടെനിന്ന് അവസാനം ഒറ്റുകൊട്ടുക്കേണ്ടിവന്നു. ഉള്ളിൽ നീറിക്കത്തിക്കൊണ്ടിരുന്ന പകയുടെ കടുപ്പത്തിൽ കുറ്റബോധം പോലും അലിഞ്ഞില്ലാതാവുകയാണ്. അർഹതപ്പെട്ടതുതന്നെയാണ് രണ്ടുപേർക്കും തിരിച്ചുകൊട്ടത്."

"കൂട്ടത്തിൽ പ്രത്യേക നന്ദി പറയേണ്ടത് ശ്രീധരേട്ടനോടാണ്. ഈ ആക്ഷനുപിന്നിലെ പിഴവ്വുപറ്റാത്ത ആസൂത്രണത്തിന്. ശ്രീധരേട്ടനില്ലായിരുന്നുവെങ്കിൽ നമുക്കിതൊന്നും പ്രായോഗികമാക്കാനാവില്ലായിരുന്നു."മനുപ്രഭാകർ പറഞ്ഞു.

ശ്രീധരൻ ഒന്നു പുഞ്ചിരിക്കുകമാത്രം ചെയ്തു.

"ലത്തീഫിന് വീണ്ടും ഡ്രൈവറായി ജോലിയിൽ കയറാം. കുടുംബത്തിന്റെ സംരക്ഷണം നമ്മുടെ സ്ഥാപനം ഏറ്റെടുക്കും." നിർമ്മല ലത്തീഫിനോടായി പറഞ്ഞു.

"എന്നാലിനി എല്ലാവർക്കും ഭക്ഷണം കഴിക്കാം."

ഒരു കോർണറിൽ ഒരുക്കിയിട്ടുള്ള ഭക്ഷണ മേശയിലേക്ക് മനുപ്രഭാകർ അവരെ നയിച്ചു.

***

"എറണാകുളത്തേക്കു തിരിച്ചപോകുന്നതിനുമുമ്പ് നമുക്കൊരാളെ വീണ്ടും കാണാനുണ്ട്. കാര്യങ്ങളിൽ കുറച്ചുകൂടി വ്യക്തത വരുത്തേണ്ടതുണ്ട്."

"ആരെയാണ്? ആ പ്രേംചന്ദിനെയോ?"

"അതെ. നമുക്കിന്നുതന്നെ തലശ്ശേരിവരെ പോകേണം."

അവർ തലശ്ശേരി എത്തുമ്പോൾ പ്രേംചന്ദ് ഒരു സൈറ്റിലായിരുന്നു. ഇന്ത്യൻ കോഫീ ഹൗസിന്റെ ഒരൊഴിഞ്ഞ മൂലയിൽ അവർ പ്രേംച ന്ദിനെ കാത്തിരുന്നു.

കുറച്ചനേരങ്ങൾക്കശേഷം പ്രേംചന്ദ് അവരുടെ സമീപത്തേക്കെ ത്തി.

"പ്രേംചന്ദ് ഇരിക്കൂ. ഞങ്ങൾ തലശ്ശേരിവരെ വന്നപ്പോൾ പ്രേംച ന്ദിനെ ഒന്നു കാണാമെന്നു കരുതിയതാണ്. ഒന്നുരണ്ട് കാര്യങ്ങൾ അറിയാനുണ്ടായിരുന്നു."

"എന്താണ് സാർ, എനിക്കറിയാവുന്നതെല്ലാം ഞാൻ കഴിഞ്ഞ തവണതന്നെ പറഞ്ഞിരുന്നതാണല്ലോ. മാത്രവുമല്ല, ഇപ്പോൾ ശരത് തിരിച്ചെത്തിക്കഴിഞ്ഞല്ലോ."

"ശരിയാണ്. ശരത് അർദ്ധപ്രാണനായി തിരിച്ചെത്തിക്കഴിഞ്ഞു. വിജയനാരായണൻ സാറാകട്ടെ ഹൃദയം പൊട്ടി മരിക്കുകയും ചെയ്തു. ഒരു വെടിക്ക് രണ്ടുപക്ഷി.

ഇതിനുമുമ്പ് നമ്മൾ തമ്മിൽ സംസാരിക്കുമ്പോഴുണ്ടായ അവസ്ഥ യല്ല ഇപ്പോൾ. പതിനേഴു വർഷങ്ങൾക്കുമുമ്പ് എഞ്ചിനീയറിംഗ് കോളേ ജിൽവെച്ച് നടന്ന റാഗിംഗ് കൊലപാതകവും അതിൽ ശരത്തിനും നിങ്ങൾപ്പെടെയുള്ള കൂട്ടുകാർക്കുമുള്ള പങ്കും ഇന്ന് ഞങ്ങൾക്ക് വ്യക്തമായിട്ടറിയാം. ആ സംഭവത്തിൽ നിരപരാധിയായ മുരളീധരൻ എന്ന വിദ്യാർത്ഥി ശിക്ഷിക്കപ്പെട്ടുകയും അയാൾ പിന്നീട് ജയിലിൽ വെച്ച് ആത്മഹത്യ ചെയ്യുകയും ചെയ്ത കാര്യവും ഞങ്ങൾക്കറിയാം. മുരളീധരനെ കൊലക്കേസിൽ കുടുക്കിയത് വിജയനാരായണൻ സാറും ശരത്തും ശരത്തിന്റെ സുഹൃത്തുക്കളുമായ നിങ്ങളൊക്കെക്കൂടിയാണെ ന്നും ഇപ്പോൾ ഞങ്ങൾക്കറിയാവുന്ന വിവരങ്ങളാണ്. പക്ഷേ ഇപ്പോൾ ഒന്നാണ് ഞങ്ങൾക്കറിയേണ്ടത്. ആ കൊലക്കേസ് മുരളീധരന്റെ തലയിൽ കെട്ടിവെക്കാൻ ശരത്തിനൊപ്പം കൂടിയ നിങ്ങളെങ്ങനെ ശരത്തിന്റെ ശത്രുക്കളുടെ പക്ഷത്തെത്തി? കൂട്ടത്തിൽനിന്നുകൊണ്ട് ശരത്തിനെ ചതിക്കാൻ എന്തായിരുന്നു നിങ്ങളുടെ പ്രചോദനം? ശരത്തിനെ കൊല്ലാക്കൊല ചെയ്യുന്നതിൽ എന്തായിരുന്നു നിങ്ങളുടെ റോൾ?"

ശ്യാം മനോഹറിന്റെ സംസാരം കേട്ടതോടെ പ്രേംചന്ദ് വിളറിവെള ത്തുപോയി. ആ സംസാരം കേട്ടിട്ടുണ്ടായ ഷോക്കിൽനിന്നും മോചിത നാവാൻ കുറച്ച സമയമെടുത്തു.

"സാർ, ഞാൻ പറയാം. ഞാനൊരു നിർധന കുടുംബത്തിൽനി
ന്നും പഠിക്കാനെത്തിയ ആളായിരുന്നു. പഠനമികവും കരുത്തുറ്റൊരു
ശരീരവും മാത്രമായിരുന്നു കൈമുതൽ. എന്റെ ശാരീരികമായ കരുത്താ
യിരുന്നു ശരത്തിനെ ആകർഷിച്ചത്. അതുകൊണ്ടാകാം ഫസ്റ്റ് ഇയർ
മുതൽ ഞാനും ശരത്തിന്റെ സുഹൃത്തുക്കളോടൊപ്പമായിരുന്നു. എന്നാൽ
എനിക്കൊരിക്കലും അവരെപ്പോലെ പണക്കൊഴുപ്പ് കാണിക്കാൻ
കഴിയുമായിരുന്നില്ല. അവരോടൊപ്പം കൂടുമ്പോഴെല്ലാം ചിലവുകൾ
ശരത്ത് തന്നെയാണ് വഹിച്ചുകൊണ്ടിരുന്നത് എന്നതിനാൽ ഞാനാ
കൂട്ടുകെട്ട് ആസ്വദിക്കുന്നുണ്ടായിരുന്നു. ഇടയ്ക്കൊക്കെ നഗരത്തിലെ
വലിയ വലിയ ഹോട്ടലുകളിൽ പോയി ഭക്ഷണം കഴിക്കും. സിനിമ
യ്ക്കു പോകും. ചില ദിവസങ്ങളിൽ എങ്ങോട്ടെങ്കിലും യാത്രപോകും.
ശരത്തിന് അന്നേ കാറുണ്ടായിരുന്നു. ചില്ലറ അടിപിടിക്കേസുകളിലും
പെട്ടിട്ടുണ്ടെങ്കിലും എല്ലാം ശരത്തിനുവേണ്ടിയായിരുന്നതിനാൽ ഒന്നും
കേസായി മാറിയില്ല. ജൂനിയർ വിദ്യാർത്ഥിയായിരുന്ന സിദ്ധാർത്ഥൻ
ശരത്തിനെ വേണ്ടത്ര ബഹുമാനിച്ചില്ല. അതുകൊണ്ടുതന്നെ അവനെ
പ്രത്യേകമായൊന്ന് റാഗ് ചെയ്യണമെന്ന് ശരത് പറഞ്ഞപ്പോൾ ഞങ്ങ
ളെല്ലാം സമ്മതിച്ചു. എന്നാൽ റാഗിംഗ് നടന്ന ദിവസം മെഡിക്കൽ
കോളജിലുള്ള ഒരു ബന്ധുവിനെ കാണാൻ പോയതുകൊണ്ട് ഞാൻ
ഹോസ്റ്റലിലുണ്ടായിരുന്നില്ല. ഞാൻ ഹോസ്റ്റലിൽ തിരിച്ചെത്തിയപ്പോഴേ
ക്കും എല്ലാം കൈവിട്ടുപോയിക്കഴിഞ്ഞിരുന്നു. സിദ്ധാർത്ഥന്റെ നിലവിളി
കേട്ടാണ് മുരളീധരൻ ഓടിയെത്തുന്നത്. മുരളി വരുന്നതുകണ്ടതോടെ
ശരത്തും മറ്റ മൂന്നുപേരും അവിടെനിന്ന് ഓടിമാറി. ആരൊക്കെയോ
വിവരമറിയിച്ച് വാർഡൻ ഓടിയെത്തി. ശരത്താണ് പ്രിൻസിപ്പലിനെ
വിവരമറിയിക്കുന്നത്. പ്രിൻസിപ്പൾ ഉടൻതന്നെ ഹോസ്റ്റലിലെത്തി.
മുരളീധരന്റെ മടിയിൽ തലവച്ചുകിടക്കുന്ന സിദ്ധാർത്ഥനെയാണ്
പ്രിൻസിപ്പാൾ കാണുന്നത്. വാർഡന് എല്ലാ കാര്യങ്ങളും ബോധ്യ
പ്പെട്ടുവെങ്കിലും പ്രിൻസിപ്പാളിനെ മറ്റൊരു രീതിയിലാണ് കാര്യങ്ങൾ
ധരിപ്പിച്ചത്. അതിനു പിന്നിൽ ശരത്തും ശരത്തിന്റെ അച്ഛനുമായിരുന്നു.
മുരളിയാണ് സിദ്ധാർത്ഥന്റെ മരണത്തിനുത്തരവാദിയെന്ന് ശരത്
ഹോസ്റ്റൽ മുഴുവൻ സുഹൃത്തുക്കളെക്കൊണ്ട് പറഞ്ഞുപരത്തി. പക്ഷേ
രാത്രിയോടെ ഞാനൾപ്പെടെ അഞ്ചുപേരെയും വാർഡൻ ഹോസ്റ്റലിൽ
നിന്ന് പുറത്താക്കി നോട്ടീസിട്ടു.

രാത്രിതന്നെ പോലീസെത്തി മുരളീധരനെ കൊണ്ടുപോയി.
എനിക്ക് മുരളിയുമായി പ്രീഡിഗ്രിക്കാലത്തേ പരിചയമുണ്ടായിരുന്നു.
അയാൾ ആളൊരു സാധുവായിരുന്നു. വളരെ സാധാരണ കുടുംബ
ത്തിൽനിന്നായിരുന്നു മുരളി വന്നിരുന്നത്. അതുവരെ ശരത്തിന്റെ

എല്ലാ പ്രവൃത്തികൾക്കും കൂട്ടുനിന്ന എനിക്ക് മുരളിയോട് ഇങ്ങനെ ചെയ്തതിൽ വലിയ എതിർപ്പുണ്ടായിരുന്നു. പക്ഷേ ഒന്നും ചെയ്യാൻ പറ്റുമായിരുന്നില്ല. ശരത്തിനോട് എതിർത്ത് എന്തെങ്കിലും പറയുന്ന തിനുപോലും ഞാനശക്തനായിരുന്നു. കുറച്ച ദിവസങ്ങൾക്കശേഷം മുരളിയെ അറിയുന്ന ഇബ്രാഹിം സെറ്റ് എന്നൊരു പോലീസുകാരൻ കോളേജിൽ എന്നെ അന്വേഷിച്ചെത്തി. അയാളോട് ഞാൻ ഉണ്ടായ സംഭവങ്ങളെല്ലാം തുറന്നുപറഞ്ഞു. അതും വളരെ രഹസ്യമായി. ശരത്ത് അറിഞ്ഞാൽ എന്റെ ജീവനുതന്നെ ഭീഷണിയാകുമായിരുന്നു. മുരളിയുടെ അനിയൻ നാട്ടുവിട്ടുപോയ വിവരം ആ പോലീസുകാരനാണ് എന്നോടു പറഞ്ഞത്. ഇത്രയുമാണ് ആ കേസിൽ എന്റെ ഇൻവോൾവ്മെന്റ്." പ്രേംചന്ദ് പറഞ്ഞുനിർത്തി.

"എന്നിട്ടും നിങ്ങൾ ആ വാർഷികാഘോഷത്തിൽ കഴിഞ്ഞ പതിനേഴു വർഷമായി പങ്കെടുക്കുന്നു. ഒരു ദുർബലനെ കൊലക്കയറിലേ ക്ക് എറിഞ്ഞുകൊടുത്തതിന്റെ വിജയാഹ്ലാദത്തിൽ ഒരു മടിയുമില്ലാതെ, ഒരു മനസ്സാക്ഷിക്കുത്തുമില്ലാതെ എങ്ങിനെ നിങ്ങൾക്ക് ആഘോഷിക്കാ നാകുന്നു? നിങ്ങൾ പറയുന്നത് വിശ്വസിക്കാനാവുന്നില്ലല്ലോ പ്രേംചന്ദ്."

"എനിക്ക് മറ്റൊരു മാർഗ്ഗവുമില്ലായിരുന്നു. പോലീസ് മേധാവിയുടെ മകനും ബിസിനസുകാരനുമായ ശരത്തിനെ മാത്രമേ ലോകമറിയൂ. ഇഷ്ടമുള്ളതെന്തും കൈക്കലാക്കാൻ എന്തും ചെയ്യാൻ മടിക്കാത്ത, ഇഷ്ടമില്ലാത്തതെന്തിനെയും അരിഞ്ഞുതള്ളാൻ മടിക്കാത്ത മറ്റൊരു ശരത്തുണ്ട്. എന്നും മയക്കുമരുന്നുപയോഗിച്ചിരുന്ന ശരത്. അയാൾക്ക് കഞ്ചാവ് എത്തിച്ചുകൊടുക്കലായിരുന്ന അനുചരന്മാരായ ഞങ്ങളുടെ ജോലി. ആ ശരത്തിനെ നന്നായി അറിഞ്ഞ ഒരാളാണ് ഞാൻ. ശരത്തി ന്റെ വാർഷിക പാർട്ടിയിൽ പങ്കെടുക്കാതിരിക്കുന്നതുപോലും അവനെ പ്രകോപിപ്പിക്കും. ഞങ്ങളിലാരും ഒരിക്കലും അതിന് തുനിയാറില്ല. അവന്റെ ഇഷ്ടാനിഷ്ടങ്ങളോട് യോജിച്ചുപോവുകയല്ലാതെ എനിക്ക് മറ്റൊന്നും ചെയ്യാൻ കഴിയുമായിരുന്നില്ല. എന്റെ വരുമാനം കൊണ്ട് മാത്രമാണ് ഇപ്പോഴും എന്റെ കുടുംബം പുലർന്നുപോകുന്നത്."

"ഓക്കെ പ്രേംചന്ദ്. ഒരു കാര്യം കൂടി അറിയേണ്ടിരിക്കുന്നു. മുരളീധര ന്റെ അനിയൻ പീതാംബരനെ നിങ്ങൾ പിന്നീട് എപ്പോഴാണ് കണ്ടത്? പീതാംബരൻ ഇപ്പോൾ എവിടെയുണ്ട്?"

"മുരളിയുടെ അറസ്റ്റിന്റെ മൂന്നാമത്തേയോ നാലാമത്തേയോ ദിവസം കോളേജിനു പുറത്ത് ഒരു പയ്യൻ കാത്തുനിന്നിരുന്നു. ആരോ ടൊക്കെയോ പറഞ്ഞയച്ചിട്ടാണ് ആ വിവരം ഞാനറിയുന്നത്. ആരാ ണെന്നറിയാൻ ക്ലാസ് കഴിഞ്ഞയുടൻ പുറത്തിറങ്ങിച്ചെന്നു. അന്നാണ്

പീതാംബരനെ ആദ്യമായും അവസാനമായും കാണുന്നത്. ഞാൻ എന്നോട ചോദിച്ചതിനൊക്കെ സത്യസന്ധമായ മറുപടി കൊടുത്തു. അച്ഛന്റെ സങ്കടം കാണാൻ കെരുത്തില്ലെന്നും ദൂരെ എങ്ങോട്ടെങ്കിലും പോവുകയാണെന്നും പറഞ്ഞാണ് അന്നവൻ പിരിഞ്ഞത്. പിന്നീട് ഞാനവനെപ്പറ്റി യാതൊന്നും കേൾക്കുകയുണ്ടായില്ല."

"താനീ പറഞ്ഞതൊന്നും ഞങ്ങൾ മുഖവിലയ്ക്കെടുക്കുന്നില്ല. ശരത്തിനെ തട്ടിക്കൊണ്ടുപോയവരും വിജയനാരായണൻ സാറിന്റെ മരണത്തിനുത്തരവാദികളായവരും ആരൊക്കെയെന്ന് വ്യക്തമായി ഞങ്ങൾക്കറിയാം. കഴിഞ്ഞ ദിവസം പോലും താൻ ഈ പീതാംബരന മായി സംസാരിച്ചിട്ടുണ്ട്, വിജയനാരായണൻ സാറിന്റെ ശവസംസ്കാര ചടങ്ങിൽവെച്ച്. താൻ പറഞ്ഞതിൽ പകുതി മാത്രമേ സത്യമുള്ളൂ എന്ന് ഞങ്ങൾക്കറിയാം. എങ്കിലും ഞങ്ങളിപ്പോൾ പോകുന്നു. കാരണം ഞങ്ങ ളറിയേണ്ടതെല്ലാം ഞങ്ങൾ അറിഞ്ഞുകഴിഞ്ഞിരിക്കുന്നു."

***

ശ്യാം മനോഹറും മോഹൻദാസും എറണാകുളത്തേക്കുള്ള മടക്ക യാത്രയിലായിരുന്നു.

"ആ അരവിന്ദൻ തന്നെയാണ് നന്ദനനെന്ന് എനിക്കും തോന്നി യിരുന്നു." മോഹൻദാസ് പറഞ്ഞു. "പക്ഷേ, പീതാംബരനെ എനിക്ക് കണ്ടെത്താനായില്ല."

"ആ ഗോഡൗണിൽവെച്ച് അരവിന്ദനെ കണ്ട മാത്രയിൽ ഇയാളെ മുൻപ് എവിടേയോവെച്ച് കണ്ടിട്ടുണ്ടെന്ന തോന്നലാണ് എനിക്കുണ്ടാ യത്. കുറേ നേരം ആലോചിച്ചപ്പോഴാണ് വിജയനാരായണൻസാറിന്റെ ചെറിയൊരു രൂപസാദൃശ്യമാണ് അങ്ങനെ തോന്നാൻ കാരണമെന്ന് എനിക്കുമനസ്സിലായി. ശവസംസ്കാര ചടങ്ങിനിടയിലാണ് ഞാനാ സംശയം തീർത്തത്."

"എങ്ങനെ?"

"വയനാട്ടിൽനിന്ന് വിജയൻസാറിന്റെ രണ്ടാം ഭാര്യയോട് ഞാൻ വരാൻ പറഞ്ഞിരുന്നു. അവരെ ഞാൻ മനഃപൂർവ്വം ആ ഗോഡൗൺ കെയർ ടേക്കർ അരവിന്ദന്റെ മുന്നിലൂടെ നടത്തിച്ചു."

"എന്തിന്?"

"ആ സമയം അവന്റെ മുഖമൊന്നു കാണാൻ. സ്വന്തം അമ്മയെ കാണുമ്പോൾ ആ മുഖത്തെ ഭാവമാറ്റമൊന്നറിയാൻ."

"എന്നിട്ട് അരവിന്ദൻ നന്ദനനാണെന്ന് ഉറപ്പിച്ചോ?"

"അവനൊന്നു ഞെട്ടി പിന്നോട്ട മാറുന്നത് ഞാൻ കണ്ടു."

"ശരത് എങ്ങനെ നന്ദനനെ ജോലിക്കെട്ടുത്തു?"

"നന്ദനനെ കൊണ്ടുവന്നത് ശരത്തല്ല. രാധാകൃഷ്ണനാണ്. ഗോഡൗണിന്റെ കെയർ ടേക്കറെ ശരത് അധികതവണ കണ്ടിരിക്കാൻ പോലും ഇടയില്ല. അയാളം മാനേജരുമായും മാത്രമേ നേരിട്ട് ബന്ധ പ്പെട്ടിരുന്നുള്ളൂ."

"രാധാകൃഷ്ണൻ മനഃപൂർവ്വം നന്ദനനെ കൊണ്ടുവന്നുവെന്നാണോ?"

"അതെ, രാധാകൃഷ്ണനെ ഇന്റർവ്യൂ ചെയ്തത് ശരത്തും നിർമ്മലയും ചേർന്നായിരുന്നു. പക്ഷേ രാധാകൃഷ്ണൻ ആ കുടുംബത്തിന്റെ ശത്രുവാ യിരിക്കുമെന്ന് ശരത് കരുതിയില്ല."

"ശത്രുവോ? രാധാകൃഷ്ണൻ ഏതു തരത്തിലാണ് ശരത്തിന്റെ ശത്രു വാകുന്നത്?"

"ശരത്തിനു പകരം ജയിലിൽ പോകേണ്ടിവന്ന മുരളീധരന്റെ അനിയൻ പീതാംബരനാണ് രാധാകൃഷ്ണനെന്ന മാനേജർ. നന്ദനനേയും പീതാംബരനേയും ഈ സ്ഥാപനത്തിലേക്കെത്തിക്കുന്നത് ബിസിന സുകാരനായിരുന്ന മനു പ്രഭാകർ. നാട്ടുവിട്ടപോയ പീതാംബരൻ ചെന്നെത്തിയത് മുംബൈയിലായിരുന്നു. തൊഴിൽ തേടിയെത്തുന്ന മലയാളികൾക്ക് എന്നും താങ്ങും തണലുമായിരുന്ന ആളായിരുന്ന മനുവിന്റെ അമ്മാവൻ. അങ്ങോർ നടത്തുന്ന ബിസിനസ്സ് സംരംഭ ത്തിൽ എത്തിപ്പെട്ട പീതാംബരന്റെ കഥകൾ പിന്നീട് മുംബൈയിൽ അമ്മാവന്റെ അടുത്തെത്തിയ മനുപ്രഭാകർ അറിഞ്ഞതോടെ അവർ രണ്ടുപേരും ഒറ്റക്കെട്ടായി. അവിടെയ്ക്കാണ് നാട്ടുവിട്ട് അലഞ്ഞുതിരിഞ്ഞ നന്ദനനും എത്തിപ്പെട്ടത്. രാധാകൃഷ്ണൻ മുടങ്ങിയ പഠനം പൂർത്തിയാക്ക കയും എഞ്ചിനീയറിംഗിൽ ബിരുദം നേടുകയും ചെയ്തു. മൂന്നുപേരുടെയും പ്രതികാരമോഹങ്ങളെ രാകിമിനുക്കിക്കൊണ്ട് ഏതാനും വർഷം കടന്നുപോയതിനുശേഷമാണ് അവർ മൂന്നുപേരും കേരളത്തിലേക്ക കളം മാറ്റുന്നത്. രാധാകൃഷ്ണന് ശരത്തിന്റെ വിശ്വാസ്യത പിടിച്ചുപറ്റാനാ യതോടെ പ്രതികാരോത്സവത്തിനുള്ള കളമൊരുങ്ങുകയായിരുന്നു. ജയിൽവാസം പൂർത്തിയായ ലത്തീഫിനെയും അവർ ഒപ്പം കൂട്ടി. ആ നൈറ്റ് വാച്ച്മാൻ ശ്രീധരൻപോലും ഡോക്ടറെ വിചാരണ ചെയ്ത കേസിലെ വിജയൻസാറിന്റെ ഒരു ഇരയായിരുന്നു."

"പീതാംബരന്റെ കാര്യം എങ്ങനെയാണറപ്പിച്ചത്?"

"പീതാംബരനെക്കുറിച്ചുള്ള എന്റെ ഊഹം ശരിയാണോ എന്നറി യാൻ രണ്ടദിവസം മുമ്പ് ഞാൻ സെയ്ദ് അബ്ബബക്കറിനെ വിളിച്ചിരുന്നു.

 പകച്ചുരുൾ

ശരത്തിന്റെ സ്ഥാപനത്തിന്റെ മാനേജർ രാധാകൃഷ്ണനാണ് പീതാംബര നെന്ന് ഞങ്ങൾ മനസ്സിലാക്കിക്കഴിഞ്ഞു എന്ന് ഞാനയാളോട് തറപ്പിച്ച പറഞ്ഞതോടെ അയാൾക്കത് സമ്മതിക്കേണ്ടി വന്നു. ഞങ്ങളും നിങ്ങ ളോടൊപ്പമാണെന്ന് ബോധ്യപ്പെടുത്തിയപ്പോഴാണ് അയാൾ മകൻ ഇബ്രാഹിം, സി.ഐ വിശ്വനാഥന്റെ കൂടെയാണ് ജോലി ചെയ്യുന്നതെന്ന കാര്യം പറഞ്ഞത്."

"ഇങ്ങനെ ശത്രുക്കളെല്ലാം ചുറ്റും നിരന്നിട്ടും ശരത്തിനും നിർമ്മലയ്ക്കും അവരെപ്പറ്റി ഒരു സൂചനയും ലഭിച്ചില്ലെന്നോ?" മോഹൻദാസ് സംശയം പ്രകടിപ്പിച്ചു.

"ആദ്യഘട്ടത്തിൽ എന്റെയും സംശയം അതുതന്നെയായിരുന്നു, വിജയൻസാർ വണ്ടി എടുത്ത് പുറത്തുപോകുന്നതുവരെ. അന്നാ വീട്ടിൽ നൈറ്റ് വാച്ച്മാൻ ശ്രീധരനെത്തിയകാര്യം നിർമ്മല നമ്മളോട് പറഞ്ഞിരുന്നില്ല. അയാൾ ഇടയ്ക്കൊക്കെ ആ വീട്ടിൽ വരുന്നതു കൊണ്ട് സെക്യൂരിറ്റിക്കാരും അതിനൊരു പ്രാധാന്യവും കണ്ടില്ല. വീട് സൂക്ഷിച്ചിരുന്ന നമ്മുടെ ടീമംഗം നൗഷാദാണ് അന്ന് കാലത്ത് ശ്രീധരൻ വീട്ടിൽവന്ന കാര്യം പറയുന്നത്. ഞാനാ ശ്രീധരനെക്കുറിച്ച് വിശദമായി അന്വേഷിച്ചപ്പോഴാണ് ഡോക്ടർക്കെതിരായുള്ള ജനകീയ വിചാരണ നടത്തിയത് അയാളുടെ നേതൃത്വത്തിലാണെന്ന് മനസ്സിലാക്കാനായത്. കൂടുതൽ മർദ്ദനമേറ്റവരിൽ ഒരാളായിരുന്ന ശ്രീധരൻ. നല്ലൊരു സംഘാടകനാണ്, നമ്മൾ വേണ്ടത്ര പരിചയപ്പെടാതെപോയ ശ്രീധരൻ എന്ന ജോലിക്കാരൻ. ശ്രീധരനാണ് കത്ത് തയ്യാറാക്കി വിജയൻസാറിന് കൊടുക്കാനായി നിർമ്മലയെ ഏൽപിക്കുന്നത്."

"എന്നിട്ട് നിർമ്മല എന്തുകൊണ്ട് നമ്മളോടത് പറഞ്ഞില്ല?"

ശ്യാം മനോഹർ ചിരിച്ചു.

"എന്റെ മോഹൻദാസേ, നിർമ്മലയുടെ ഭാഗത്തുനിന്നൊന്ന് ചിന്തിച്ച നോക്കൂ. കാമുകനെ മർദ്ദിച്ചവശനാക്കുകയും അച്ഛനെയും വീട്ടുകാരേയും ഭീഷണിപ്പെടുത്തുകയും ചെയ്തിട്ടാണ് അവളെ ശരത്തിനെക്കൊണ്ട് വിവാഹം കഴിപ്പിച്ചത്. അതിന്റെ വിഷമം ഉള്ളിലൊതുക്കി ഇത്രകാലവും അവർ എരിയുന്ന മനസ്സോടെ ജീവിക്കുകയായിരുന്നു. പക വീട്ടാനുള്ള ഒരു അവസരം ലഭിച്ചപ്പോൾ നിർമ്മലയും അതിൽ പങ്കാളിയായിക്കാ ണം. എത്ര കഠിനമായ ജീവിതാവസ്ഥകളില്ലൂടെയായിരിക്കും ആ സ്ത്രീ കടന്നുപോയിട്ടുണ്ടാവുക? സ്ത്രീ എന്ന നിലയിലേറ്റ അപമാനത്തിന് പകരം വീട്ടാൻ ഇത്രകാലം കാത്തുനിൽക്കാൻ അവർ തയ്യാറായി എന്നതാണ് അത്ഭുതം. ഇപ്പോൾ കാര്യങ്ങൾക്കൊക്കെ ഒരു വ്യക്തത വന്നില്ലേ?"

"പോവുന്ന വഴി പഴയ പ്രിൻസിപ്പാളിന്റെ വീട്ടിലൊന്നു കയറണ്ടേ?"

"തീർച്ചയായും. അയാളുടെ മനസ്സമാധാനം നഷ്ടപ്പെടുത്തുന്നതുപോലും ഒരു ശിക്ഷയാണ്. അതെങ്കിലും അയാൾ അർഹിക്കുന്നുണ്ട്."

അവരുടെ വാഹനം എറണാകുളത്തേക്കു നീങ്ങിക്കൊണ്ടിരുന്നു.

●